നദിയുടെ മൂന്നാംകര

study
nadiyude moonamkara

•

vaikam murali

•

first edition
february 2016

•

typesetting
star communications, thiruvananthapuram

•

published
chintha publishers, thiruvananthapuram

•

printed
repro india ltd, mumbai

•

cover
ambeesh

•

വിതരണം

ദേശാഭിമാനി ബുക്ക് ഹൗസ്

H O തിരുവനന്തപുരം-695 035
phone: 0471-2303026, 6063026
www.chinthapublishers.com
chinthapublishers@gmail.com

ബ്രാഞ്ചുകൾ

ഹെഡ്ഡാഫീസ് ബ്രാഞ്ച് കുന്നുകുഴി • സ്റ്റാച്യു തിരുവനന്തപുരം • കെ എസ് ആർ ടി സി ബസ് സ്റ്റേഷൻ ആലപ്പുഴ • കെ എസ് ആർ ടി സി ബസ് സ്റ്റേഷൻ എറണാകുളം • മച്ചിങ്ങൽ ലെയ്ൻ തൃശൂർ • ഐ ജി റോഡ് കോഴിക്കോട് • മാവൂർ റോഡ് കോഴിക്കോട് • എൻ ജി ഒ യൂണിയൻ ബിൽഡിങ് കണ്ണൂർ • സെൻട്രൽ ബസ് ടെർമിനൽ കോംപ്ലക്സ് താവക്കര കണ്ണൂർ

CO - 2329 / 3833
ISBN - 978-93-85045-68

നദിയുടെ മൂന്നാംകര

വൈക്കം മുരളി

ചിന്ത പബ്ലിഷേഴ്സ്
തിരുവനന്തപുരം-695 035

വൈക്കം മുരളി

കോട്ടയം ജില്ലയിലെ തലയോലപ്പറമ്പിൽ ജനിച്ചു. ഫാക്ട്/ ഫെഡൊയിൽനിന്നും ഡെപ്യൂട്ടി ചീഫ് എഞ്ചിനീയറായി വിരമിച്ചു. ഇപ്പോൾ തൃക്കാക്കര മാവേലിനഗറിൽ താമസി ക്കുന്നു. ആനുകാലികങ്ങളിൽ ഇംഗ്ലീഷ് സാഹിത്യ കൃതി കളെ (ലോകസാഹിത്യം) വിലയിരുത്തിക്കൊണ്ട് ലേഖന ങ്ങൾ പ്രസിദ്ധീകരിക്കുന്നു. ഇരുന്നൂറിലധികം ചെറുകഥകൾ ലോകസാഹിത്യത്തിൽനിന്നു വിവർത്തനം ചെയ്തു പ്രസി ദ്ധീകരിച്ചിട്ടുണ്ട്.

25 വിശ്വ സാഹിത്യകാരന്മാർ എന്ന ഗ്രന്ഥത്തിന് 2009 ലെ ഡോ. സി പി മേനോൻ അവാർഡ് ലഭിച്ചിട്ടുണ്ട്.

പ്രസിദ്ധീകരിച്ച കൃതികൾ: *അന്ധത* – ഷൂസെസാരമാഗു വിന്റെ വിഖ്യാതമായ *Blindness* എന്ന നോവലിന്റെ പരി ഭാഷ, *പതിനാല് ലാറ്റിനമേരിക്കൻ കഥകൾ, ലോകമിനിക്ക ഥകൾ* (പരിഭാഷ), *തുറന്നജാലകം* (ലോകസാഹിത്യത്തിൽ നിന്നുള്ള പരിഭാഷ), *മഞ്ഞനദി, 25 വിശ്വസാഹിത്യകാരന്മാർ* (ലേഖനങ്ങൾ), *ബുക്ഷെൽഫ്* (സാഹിത്യപഠനങ്ങൾ) *ദൈവത്തിന്റെ സഞ്ചാരവഴികൾ.*

വിലാസം   :   ദർശനം
               മാവേലിനഗർ 5th ക്രോസ് റോഡ്
               കൊച്ചിയൂണിവേഴ്സിറ്റി
               കൊച്ചി – 22
ഫോൺ   :   0484–2575009, 8281656233

ഉള്ളടക്കം

പ്രസാധകക്കുറിപ്പ്

വായനാ സമൂഹങ്ങളെയാകെ അത്ഭുതപ്പെടുത്തുന്ന എഴു
ത്തുകളാണ് ലാറ്റിനമേരിക്കയിൽനിന്നും വന്നുകൊണ്ടിരിക്കു
ന്നത്. മൗലിക പ്രതിഭകളുടെ മഹാസൂര്യോദയങ്ങൾ ആ
പ്രദേശങ്ങളിൽനിന്നും ഉണ്ടാവുന്നുണ്ട്. ഗബ്രിയേൽ
ഗാർസിയ മാർക്വേസ്, ഹുവാൻ റൂൾഫോ, കാർലോസ്
ഫുയർതൊസ്, മാരിയൊബർഗാസ് യോസ, നെരൂദ,
ബോർഹസ് മാരിയൊ ബർഗാസ് ല്യോസ തുടങ്ങി ഒട്ടേറെ
പേരുകൾ വായനക്കാരുടെ നാവിൻതുമ്പത്തുണ്ട്. ലാറ്റിന
മേരിക്കയിൽ നിന്നുള്ള സാഹിത്യപ്രതിഭകളുടെ കൃതിക
ളിലൂടെയുള്ള സർഗ്ഗസഞ്ചാരങ്ങളാണ് *നദിയുടെ മൂന്നാംകര*
എന്ന ഈ കൃതി. എഴുത്തുകാരെയും അവരുടെ രചനക
ളെയും അനുവാചകനു മുന്നിൽ സമഗ്ര പരിശോധനയ്ക്കു
വിധേയമാക്കുന്ന ഈ കൃതി ഏതൊരു സാഹിത്യകുതു
കിക്കും ഒഴിവാക്കാനാകാത്തതാണ്.

ചിന്ത പബ്ലിഷേഴ്സ്

ലാറ്റിനമേരിക്കൻ ആഖ്യാനത്തിലെ
ഇതര ശബ്ദങ്ങൾ

കൊളംബിയൻ എഴുത്തുകാരനായ ഗബ്രിയേൽ ഗാർസിയ മാർക്വെസിന്റെ സാഹിത്യത്തിന് കൂടുതൽ പ്രസക്തിയാർജ്ജിക്കുവാൻ കഴിഞ്ഞ ഒരു കാലമാണിത്. കേരളത്തിലെ മാധ്യമങ്ങളും വായനക്കാരും സാഹിത്യസംഘടനകളും ചേർന്ന് വലിയ രീതിയിലുള്ള ഒരു വിടവാങ്ങ ലാണ് തങ്ങളുടെ പ്രിയപ്പെട്ട ഗാബൊക്കുവേണ്ടി തയ്യാറാക്കി സമർപ്പി ച്ചത്. മരണശേഷം ഒരെഴുത്തുകാരന്റെ രചനകൾ തേടി അലയുന്ന വായ നയിലെ നിരവധി പുത്തൻ കൂറ്റുകാരെ ഈ ലേഖകനു നേരിട്ടുകാണു വാൻ കഴിഞ്ഞു. *ഏകാന്തതയുടെ നൂറു വർഷങ്ങൾ* വീണ്ടും വായന യിലെ പുതിയതും പഴയതുമായ തലമുറകൾക്ക് ആവേശമുണർത്തിയി രിക്കുന്നു.

ലാറ്റിനമേരിക്കയിലെ പ്രതിഭാസമ്പന്നരായ ഒരു കൂട്ടം എഴുത്തുകാർ തങ്ങളുടെ പുതിയ ശൈലിയിലൂടെ ചരിത്രത്തിനെയും മിത്തിനെയും സമ നയിപ്പിച്ചുകൊണ്ട് ഫിക്ഷണൽ ലോകത്തെ സജീവമാക്കി നിർത്തിയ തിന്റെ ഓർമ്മകൾ ഇന്നും അവരെ സ്നേഹിക്കുകയും ആദരിക്കുകയും ചെയ്യുന്നവരുടെ മനസ്സിൽ നിറഞ്ഞുനില്ക്കുന്നുണ്ട്. എന്താണവരുടെ വിജ യത്തിന്റെ രഹസ്യമെന്ന് അറിയുവാൻ കൂടുതൽ വിശകലനത്തിന്റെ ആവ ശ്യമുണ്ട്. 1960 നുശേഷം ലാറ്റിനമേരിക്കൻ സാഹിത്യത്തിലുണ്ടായ ഊർജ്ജസ്വലത (Boom)യിലൂടെ നിരവധി എഴുത്തുകാർ രംഗത്തു നിന്നു. സ്പാനിഷിലും പോർച്ചുഗീസ് ഭാഷയിലുമുണ്ടായ നൂതന പ്രവണതകൾ ഇന്നും ആദരവോടെയാണ് സാഹിത്യലോകം അംഗീകരിക്കുന്നത്. മാർക്വെസിനെ കൂടാതെ ക്യൂബയിലെ അലെഹൊകാർപെൻതിയർ, ഹൊസെ ലെസാമ ലീമ, മെക്സിക്കോയിലെ ഹുവാൻ റൂൾഫൊ കാർലോസ് ഫുയർതൊസ്, പരാഗ്വയിലെ ഔഗസ്തൊറൊ ആബസ്തോ സ്, പെറുവിലെ മാരിയൊബർഗാസ് ല്യോസ, സെസാർവയാഹൊ, ചിലി

യിലെ ഹൊസെ ഡൊണോസൊ, ഏരിയൽ ദോർഫാൻ, നെരൂദ, നിക്ക നോർ പാര്ര, ബ്രസീലിലെ ഷുയാവൊ ഗുമെരിയസ് റോസ, ഷോർഷ് അമാദു, ക്ലാരിസ് ലിഷ്പെക്തോര് അർജന്റീനയിലെ ബോർഹസ്, ഓസ്മാൻ ലിൻസ്, ഗ്വാട്ടിമാലയിലെ അസ്തൂരിയാസ്, നിക്കരാഗ്വയിലെ ഹാവാൻ കാർലോസ് ഒനെറ്റി, ഇക്വഡോറിലെ ദിമിത്രിയൊ അഗിലേര് മാൾട്ട (Author of *Seven Serpents and Seven Moons*) എഡ്വാർദൊ ഗലിയാനൊ അങ്ങനെ അക്കാലത്തെ പ്രതിഭകളുടെ പട്ടിക നീണ്ടു പോകു ന്നു. മാജിക് റിയലിസം എന്ന ഭ്രമാത്മകമായ ഭാവന മാർകേസിനു മുൻപ് ഇവരിൽ പലരും വളരെ ശക്തമായി ഉപയോഗിച്ചിട്ടുമുണ്ട്. ലാറ്റിനമേരി ക്കൻ ജീവിത യാഥാർത്ഥ്യങ്ങളുമായി അത്രമേൽ ബന്ധപ്പെടുത്തിയിട്ടാണ് ഇവര്, അതിന്റെ സാദ്ധ്യതകളെ ഉപയോഗിച്ചത്. ഇതിനോട് ചേർത്തുവച്ച് ചിന്തിക്കുമ്പോൾ മലയാള സാഹിത്യത്തിലും ഒരു ഊർജ്ജസ്വലത സംഭ വിച്ചിരുന്നു എന്നു നാം ഓർക്കേണ്ടിയിരിക്കുന്നു. *ഖസാക്കിന്റെ ഇതി ഹാസം* എന്ന മഹത് രചനയിലൂടെ ഒ വി വിജയനും ഒരു മഹാപ്രവാഹം പോലെ വന്ന കാക്കനാടനും എം ടിയും സേതുവും എം മുകുന്ദനും പട്ട ത്തുവിള കരുണാകരനും സക്കറിയയുമൊക്കെ ഈയൊരു കാലഘട്ട ത്തിന്റെ പ്രതീകങ്ങളാണ്. *ഏകാന്തതയുടെ നൂറുവർഷങ്ങൾ* 1967 ൽ പുറത്തു വന്നപ്പോൾ *ഖസാക്കിന്റെ ഇതിഹാസം* 1967 ലും പുറത്തു വന്നു. മാർക്വേസിന്റെ 'മക്കൊണ്ടോയും' വിജയന്റെ 'തസ്രാക്കും' ഭാവനാസൃ ഷ്ടികൾ എന്നതിനപ്പുറം അവരുടെ രചനകൾക്കുള്ളിലെ വിഭാവനങ്ങൾ സൃഷ്ടിച്ച ഏറ്റവും നൂതനമായ സങ്കേതങ്ങളുമായിരുന്നു. ലാറ്റിനമേരിക്കൻ സാഹിത്യം മലയാളികൾക്ക് പ്രിയങ്കരമായിത്തീർന്നതിനെ ചൊല്ലിയും നിരവധി വാദങ്ങൾ ഇതിനകം തന്നെ മുന്നോട്ടുവന്നു കഴിഞ്ഞു. നമ്മുടെ ജീവിതയാഥാർത്ഥ്യങ്ങളുമായി ഒരു തരത്തിലും പൊരുത്തപ്പെട്ടു പോകുന്ന ഒന്നായിരുന്നില്ല ലാറ്റിനമേരിക്കയിലെ അവസ്ഥകൾ. അവിടെ ഏകാധിപതികളുടെ വംശപരമ്പരകൾ അഴിച്ചുവിട്ട ക്രൂരതകൾക്കെതിരെ പ്രതിരോധവുമായി വന്ന എഴുത്തുകാരുടെ മുന്നിൽ അനുഭവങ്ങളുടെ ഒരു വലിയ സ്രോതസ്സ് തന്നെയുണ്ടായിരുന്നു. മാർക്വേസും അസ്തുരി യാസും റൊആബസ്തോസും ഫുയൽതെസും ഗുമെരിയസ് റോസയും ഡൊണോസൊയും അവരുടെ രചനകളുടെ വിഷയം കണ്ടെത്തിയിരു ന്നത് ഈയൊരു സാഹചര്യത്തിനുള്ളിൽ നിന്നുകൊണ്ടായിരുന്നു.

ലാറ്റിനമേരിക്കൻ എഴുത്തുകാർക്കു ലഭിച്ച പരിഭാഷകരുടെ പ്രാഗല്ഭ്യം എടുത്തുപറയേണ്ട ഒരു യാഥാർത്ഥ്യമാണ്. ഗ്രെഗറി റെബസ്സ എന്ന പരിഭാഷകന്റെ വിരുത് ആദ്യമനുഭവിച്ചത് അർജന്റീനയിലെ വിഖ്യാ തനായ എഴുത്തുകാരൻ ഹോലിയൊകോർത്ത സാറായിരുന്നു. തന്റെ *ഹോപ്സ്കോച്ച്* (Hopscotch) 1 എന്ന വളരെ സങ്കീർണ്ണമായ നോവ ലിന്റെ ആദ്യത്തെ രണ്ടു മൂന്ന് അദ്ധ്യായങ്ങളുടെ മൊഴിമാറ്റം വായിച്ച

---

1.   Myth & Achive - A Theory of Latin American Fiction - Robert Gonzalez - Echevarria

കോർത്താസാർ അത്ഭുതപ്പെട്ടുപോയി. ഒരു പുനർരചനയായി തന്റെ നോവൽ ഭാഷാന്തരം ചെയ്യപ്പെട്ടതിന്റെ ആഹ്ലാദത്തിലാണ് അദ്ദേഹം റെബെസ്സയെ മാർക്കേസിനു പരിചയപ്പെടുത്തിക്കൊടുത്തത്. ഇതിനെക്കുറിച്ച് റെബസ്സ തന്റെ ഓർമ്മഗ്രന്ഥമായ *ഇത് വിശ്വാസവഞ്ചനയാണെങ്കിൽ (If this be Treason)* വിശദീകരിച്ചിട്ടുണ്ട്. ഒരു പരിഭാഷകൻ ഒരിക്കലും അയാളുടെ മുന്നറിവുകളെ വഞ്ചിക്കരുത്. നിരൂപകരിൽനിന്നും വ്യഥാവാദങ്ങൾ ഉണ്ടായിരിക്കും. പക്ഷേ, ഏറ്റവും അടുത്ത ഒരു വഴി അയാളുടേതുമാത്ര മായിരിക്കും. സ്വയം വഞ്ചിക്കാതിരിക്കുക എന്ന വിശ്വാസം വച്ചു പുലർത്താ നാണയാൾ ശ്രമിക്കേണ്ടത്.

റെബസ്സയുടെ ഇംഗ്ലീഷ് പരിഭാഷ വായിച്ച മാർക്കേസ് അതിനെ തന്റെ മൂലകൃതിയേക്കാൾ ഒരുപടി ഉയർന്ന ഒരു തലത്തിലേക്കാണ് അംഗീകരിക്കുവാൻ തയ്യാറായത്. രണ്ടു ഭാഷകൾക്കിടയിലെ ഏറ്റവും ചൈതന്യമാർന്ന ഒരു സമന്വയം അതാണ് മികച്ച പരിഭാഷയിലൂടെ നേടു വാൻ കഴിയുന്നത്. *ഏകാന്തതയുടെ നൂറുവർഷങ്ങൾ* എന്ന നോവലാണ് കൂടുതൽ സാർവ്വലൗകികമായ ജനപ്രീതി നേടിക്കൊടുക്കുന്നതിനു പിന്നിൽ ഗ്രഗറി റെബസ്സയെന്ന പരിഭാഷകന്റെ മിഴിവ് ഉണ്ടായിരുന്നു എന്ന് അംഗീകരിക്കുന്നതിൽ തെറ്റില്ല. ഭാഷാന്തരം ചെയ്യുമ്പോൾ താൻ മാർക്കേസിന്റെ നോവലിനൊപ്പം അനുധാവനം ചെയ്യുകയും അതിനെ പുനർ സൃഷ്ടിക്കുകയുമായിരുന്നുവെന്ന് റെബസ്സ ആത്മവിശ്വാസത്തോടെ തന്നെ വാദിച്ചിട്ടുണ്ട്. പരിഭാഷകന്റെ കല സജീവമാകുന്ന ധന്യമുഹൂർത്ത ങ്ങളാണിവ. മാർക്കേസിന്റെ *ഏകാന്തതയുടെ നൂറുവർഷങ്ങൾ, ലീഫ് സ്റ്റോമും മറ്റുകഥകളും, ഏകാധിപതിയുടെ ശരത്കാലം. ഇന്നസെന്റ് എരൻറീറയും മറ്റു കഥകളും, ഇൻ ഇവിൽ ഔർ ക്രോണിക്കിൾ ഓഫ് എ ഡത്ത് ഫോർടോൾഡ്* തുടങ്ങിയ കൃതികളുടെ പരിഭാഷ നിർവ്വഹിച്ച റെബസ്സ തന്റെ മൊഴിമാറ്റ അനുഭവങ്ങൾ ഈ കൃതിയിൽ പങ്കുവച്ചിട്ടുണ്ട്. കോർത്താസാറിന്റെ *ഹോപ്പ്സ്കോച്ചും ഏകാന്തതയുടെ നൂറുവർഷങ്ങ ളുമാണ്* ഇവയിൽ ഏറ്റവും വലിയ വെല്ലുവിളികളുയർത്തിയതെന്നും അദ്ദേഹം സമ്മതിച്ചിട്ടുണ്ട്. പ്രസിദ്ധീകരണത്തിനുശേഷം ഏറ്റവും കൂടു തൽ പുതിയ പതിപ്പുകളുണ്ടായതും ഇവയ്ക്കാണ്. മാർക്കേസ് തന്റെ നോവൽ എഴുതിയ അതേ അനുഭവമായിരുന്നു റെബസ്സയ്ക്കുമുണ്ടായി രുന്നത്. ആദ്യത്തെ പാരഗ്രാഫ് ചെയ്തു തീർക്കുവാൻ ഏറെ പണിപ്പെ ട്ടിരുന്ന മാർക്കേസിന് പിന്നീടുള്ള രചന ഒരു പ്രവാഹം തന്നെയായിരുന്നു. മൂലകൃതിയോടു ചേർന്ന് യാത്ര ചെയ്യുന്നതും പരിഭാഷകന്റെ ജോലിയും തുടർച്ചയായ ഒരു വേദനയുടെ പ്രതീകം തന്നെയെന്ന് റെബസ്സയും സമ്മ തിച്ചിട്ടുണ്ട്. പരിഭാഷയിൽ അനുയോജ്യമായ ഓരോ വാക്കും തെരഞ്ഞെ ടുക്കുന്നതിലെ അനുഭവം സത്യത്തിനു വേണ്ടിയുള്ള ഒരന്വേഷണം പോലെയായിരുന്നു. സോളിറ്റ്യൂഡിനു പകരം ലോൺലിനെസ് എന്ന പദം ഉപയോഗിച്ചുകൂടേയെന്ന സംശയം ശക്തമായി നിലനിന്നിരുന്നുവെങ്കിലും വളരെയധികം ആലോചനകൾക്കും വിശകലനത്തിനും ശേഷമാണ്

സോളിറ്റ്യൂഡിൽ എത്തിച്ചേർന്നത്. പരിഭാഷകന്റെ ഇത്തരം പ്രതിസന്ധികളെക്കുറിച്ച് പിന്നീട് വളരെ വിശദമായ ചർച്ചകളുണ്ടായി ട്ടുണ്ട്. എഡിത്ത് ഗ്രോസ്മാന്റെ *പരിഭാഷകൊണ്ട് അർത്ഥമാക്കുന്നതെന്ത്* (*What Translation matter*) എന്ന പഠനഗ്രന്ഥത്തെക്കുറിച്ച് ഇവിടെ ഓർക്കാതിരിക്കുവാനും കഴിയില്ല. *ലിവിങ് ടു ടെൽ ദി ടേൽ* അടക്കം മാർക്വേസിന്റെ പല ഗ്രന്ഥങ്ങളും ഇവർ പരിഭാഷപ്പെടുത്തിയിട്ടുണ്ട്. ഫയ റിങ് സ്ക്വാഡിനെ നേരിടുമ്പോൾ കേണൽ ഔറിലിനിയാനോ ബുവൻഡിയ പിതാവ് ഐസ് കണ്ടുപിടിക്കുവാൻ കൊണ്ടുപോയ ആ വിദൂര സായാഹ്നത്തെക്കുറിച്ചോർക്കുന്ന ആദ്യത്തെ വാചകം അതെ, അത് ശരിക്കും പരിഭാഷകന്റെ കണ്ടെത്തലായിരുന്നു. എത്ര ആലോചനകൾക്കു ശേഷമാണിങ്ങനെയൊരു തുടക്കം സ്വന്തമാക്കുവാൻ കഴിഞ്ഞത്. ഇവിടെ ശരിക്കും അഗാധമായ ഒരു ഓർമ്മയായിരുന്നു അദ്ദേഹം തെരഞ്ഞെടു ത്ത്. അതായിരുന്നു ആവശ്യവും. കാലബോധം ഒരു പരിഭാഷയിൽ എങ്ങനെ നിഴലിക്കും എന്നതിന്റെ ഉത്തമനിദാനമാണിത്. മാർക്വേസിന്റെ കൃതികളെ കൂടുതൽ ജനകീയമാക്കുന്നതിൽ റെബസ്സ വഹിച്ച പങ്ക് ആർക്കും വിസ്മരിക്കുവാൻ കഴിയില്ല.

ലാറ്റിനമേരിക്കൻ സാഹിത്യത്തിൽ മിത്തിന്റെയും ആർക്കൈവി ന്റെയും (*Myth and Archive*) സ്വാധീനം എത്രമാത്രം നിർണ്ണായകമായ ഒന്നായിരുന്നുവെന്നുള്ളതിനെക്കുറിച്ച് കൂടുതൽ ചർച്ചകൾ ആവശ്യമായി വരുന്നുണ്ട്. ക്യൂബയിലെ അലെഹൊ കാർപെൻതിയറിനെയും ഗബ്രി യൽ ഗാർസിയ മാർക്വേസിനെയും മെക്സിക്കോയിലെ കാർലോസ് ഫുയൽ തെസിനെയും മുൻനിർത്തിവേണം ഇതിനോട് ബന്ധപ്പെട്ട ചർച്ച കൾ സജീവമാക്കുവാനെന്നു തുറന്നു പറയുകയും വേണം. ലാറ്റിനമേരി ക്കൻ സാഹിത്യത്തിലെ വിദഗ്ദ്ധനായ റോബർതൊഗൊൺസാലസ് എരി വാരിയസും (*Roberto Gonzaloz Echevarria*) ലാറ്റിനമേരിക്കൻ ആഖ്യാ നങ്ങളെക്കുറിച്ച് പഠനം നടത്തുകയും *ആൾട്ടർനേറ്റ് വോയിസസ് ഇൻ ദി ലാറ്റിനമേരിക്കൻ നരേറ്റീവ്* (*Alternate voices in the Latin Ameri-can Narrative*) എന്ന ഗ്രന്ഥമെഴുതുകയും ചെയ്ത ഡേവിഡ് വില്യം ഫോസ്റ്ററിനെയും ഇവിടെ പ്രത്യേകം അനുസ്മരിക്കുന്നു. ലാറ്റിനമേരി ക്കൻ സംസ്കൃതിയുടെ ആഴത്തിലുള്ള വേരുകളും ഭാഷയുടെ ദീപ്ത മായ ഉപയോഗതലങ്ങളും ചേർന്നൊരുക്കുന്ന പുതിയ ആഖ്യാന സ്രോത സ്സുകൾ ലോകസാഹിത്യത്തിൽ ചലനങ്ങളുണ്ടാക്കിയതെങ്ങനെയെന്ന് ഈ പുസ്തകങ്ങൾ ചൂണ്ടിക്കാണിക്കുന്നു. അധിനിവേശത്തിന്റെ കറുത്ത പാടുകൾക്കുള്ളിലും ഇവ ഉയർത്തിക്കാട്ടിയ സർഗ്ഗാത്മക പ്രപഞ്ചത്തെ ആർക്കാണ് ഒഴിവാക്കാൻ കഴിയുക. ലാറ്റിനമേരിക്കൻ നോവലുകളെ ക്കുറിച്ച് പഠിക്കുമ്പോൾ അവയിലെ ആഖ്യാനത്തിലെ പ്രത്യേകതയാണ് ആരെയും അതിശയിപ്പിക്കുക. മിത്തുകളെ ഇത്ര ഫലപ്രദമായി ഉപയോ ഗിച്ച മറ്റു ഭാഷാ സാഹിത്യമേഖലകൾ ശരിക്കും കുറവാണുതാനും. കാർപെൻതിയറിന്റെയും മാർക്വേസിന്റെയും രചനകൾ വായിക്കുമ്പോൾ

മിത്തുകളിലൂടെ വായനക്കാരെ അവരുടെ നാടിന്റെ ചരിത്രത്തിലേക്ക് കൊണ്ടുവരുന്നതിന്റെ വഴികൾ കൂടുതലായി തുറന്നുകിട്ടും. നോവലി നെക്കുറിച്ച് പഠിക്കുന്ന നിരൂപകരുടെ ഏറ്റവും ആവേശമുണർത്തുന്ന മേഖ ലയാണിത്. അധിനിവേശകാലത്തെ നിയമങ്ങളും പത്തൊൻപതാം നൂറ്റാ ണ്ടിലെ ശാസ്ത്രമോ നരവംശശാസ്ത്രമോ ഇതിൽ വല്ലാത്ത സ്വാധീനം ചെലുത്തിയിരുന്നതായി കാണാം. അന്നത്തെ രാഷ്ട്രീയ-സാമൂഹിക പരി തഃസ്ഥിതികളും നോവലിസ്റ്റുകളെ സ്വാധീനിച്ചിരുന്നതായി കാണാം. പക്ഷേ, കവിതയും ആഖ്യാനരീതിയും ഇതുപോലുള്ള ഒരു ചരിത്രപര മായ വഴി അനുവർത്തിക്കുന്നതായി കാണാം. നെരൂദയുടെ വിഖ്യാത മായ കാന്റോജനറൽ എന്ന മഹാകാവ്യരചന ഇതിൽ നിന്ന് വിട്ട് മാർക്കേ സിനെപ്പോലുള്ള ചിലരുടെയെങ്കിലും ഉയർച്ചയ്ക്ക് കാരണമായി ഭവിച്ചി ട്ടുണ്ട്. അതിനുള്ളിൽ ചരിത്രവും മിത്തും പാരമ്പര്യവുമെല്ലാം മൗലിക മായ രീതിയിൽത്തന്നെ ഇണങ്ങിച്ചേർന്നിട്ടുണ്ട്. പലപ്പോഴും നോവലിന്റെ സ്വതസിദ്ധമായ താളങ്ങൾക്കൊപ്പം അവയ്ക്കിണങ്ങിച്ചേർന്നു പോകാ നാവില്ല എന്ന മുൻധാരണയാണ് ഇവിടെ തകർന്നുവീഴുന്നത്. പക്ഷേ, എല്ലാം ഒരു മഹാനദീ പ്രവാഹത്തിൽ സമന്വയിച്ച് പ്രവഹിക്കുമ്പോഴു ണ്ടാകുന്ന ചലനാത്മകത ഏതൊരു ലാറ്റിനമേരിക്കൻ എഴുത്തുകാര നെയും വല്ലാതെ സഹായിച്ചിട്ടുണ്ട്, ചരിത്രവുമായൊത്തു ചേർന്നു പോകു മ്പോൾ കൂടുതൽ ശ്രദ്ധിക്കേണ്ടത് അതിന്റെ അമിത സ്വാധീനം സാഹി ത്യമൂല്യത്തെ കെടുത്തിക്കളയരുതെന്നുള്ളതാണ്. ഒരു ശരാശരി ചരിത്ര നോവലായി രൂപാന്തരപ്പെടുവാനുള്ള അപകടത്തെയാണിവിടെ മുൻകൂട്ടി കാണുന്നത്. ലാറ്റിനമേരിക്കൻ ആഖ്യാന ചാതുരിയെക്കുറിച്ച് ചില പ്രധാന രചനകളെ ആസ്പദമാക്കി വിശകലനം ചെയ്യുകയെന്നതാണ് ഈ ലേഖ നത്തിന്റെ പ്രധാന ലക്ഷ്യം. അതുകൊണ്ടുതന്നെയാണ് ക്യൂബയിലെ അലെഹൊ കാർപെൻതിയറും ഗബ്രിയൽ ഗാർസിന മാർക്കേസും ഇതി നുള്ളിൽ വളരെ ശക്തമായ സാന്നിദ്ധ്യം കുറിക്കുന്നത്.

വനത്തിനുള്ളിലെ ഒരു തുറസ്സായ ഇടം സാന്റോമോണിക്ക മുതൽ മക്കൊണ്ടൊ വരെ

കാർപെൻതിയറുടെ *നഷ്ടപ്പെട്ട പടവുകളിലെ* (*Lost steps*) സാന്റാ മോണിക്കയും (Santa Monica) മാർക്കേസിന്റെ *ഏകാന്തതയുടെ നൂറു വർഷങ്ങളിലെ* മക്കൊണ്ടൊയും ഇവിടെ ഏറ്റവും നൂതനമായ വിഭാവന പ്രതീകങ്ങളായി നമുക്കു മുന്നിലുണ്ട്. ആധുനിക ലോകത്തുനിന്നും യാതനാ നിർഭരമായ ഒരു യാത്രയ്ക്കു ശേഷം കാർപെൻതിയറുടെ *നഷ്ട പ്പെട്ട പടവുകളിലെ* ആഖ്യാതാവ് (1953) അയാളുടെ സഹയാത്രികനായ അഡലെൻടാദൊ (Adelantado) കണ്ടെത്തിയ മോണിക്ക ഡെൽലോസ് വെനാദോസ് എന്ന പട്ടണത്തിൽ എത്തിച്ചേരുന്നു. സാന്റോമോണിക്ക ശരിക്കും തെക്കെ അമേരിക്കൻ വനപ്രദേശത്തിനുള്ളിലെ ഒരു തുറസ്സായ ഇടമാണ്. അവിടെ കുറച്ച് കുടിലുകളാണ് ആദ്യമായി നിർമ്മിക്കപ്പെ

ടുന്നത്. നോവലിലെ പേരില്ലാത്ത ആഖ്യാതാവ് താനെത്തിച്ചേർന്ന താഴ്‌വ രയിൽ കാലം നിശ്ചലമായി എന്നു വിശ്വസിക്കുവാനാണ് ഇഷ്ടപ്പെടുന്ന ത്. അത് ശരിക്കും ചരിത്രത്തിനുപുറത്തെ നിശ്ചലമായ ഒരിടമാണ്. അവിടെ തന്റെ ഊർജ്ജത്തെ പുനരുജ്ജീവിപ്പിക്കുവാൻ പുതിയ ഒരു സംസ്കൃതിയെ ഉൾക്കൊള്ളുവാനാണ് അയാളുടെ മനസ്സ് ആഗ്രഹിക്കു ന്നത്. ഒരു സംഗീതജ്ഞൻ എന്ന തന്റെ പഴയ പദവിയിലേക്ക് അയാൾക്ക് മടങ്ങിപ്പോകേണ്ടിയിരിക്കുന്നു. *ഒഡീസി*യെന്ന മഹാകാവ്യത്തെ ആസ്പ ദമാക്കി ഒരു സംഗീതകാവ്യം സ്വരൂപിക്കുവാനാണ് അയാൾ ആഗ്രഹിച്ചി രുന്നത്. ഒരു വിലാപഗീതം (Threnody) സംഗീതപരമായ ആശയങ്ങൾ അയാളുടെ മനസ്സിലേക്കോടിയെത്തുന്നു. അയാൾ തന്റെ സഹായാത്രി കനായ അഡെലൻ ടാദൊയോട് എല്ലാം ഒരു കടലാസിൽ പകർത്തിയെ ടുക്കാനാവശ്യപ്പെടുന്നു. പക്ഷേ, അപരൻ അല്പം മടിയോടെതന്നെ, അയാൾക്ക് താൻ സ്വരൂപിച്ചെടുത്ത പുതിയ സമൂഹത്തിലെ നിയമസം ഹിതകൾ ഉണ്ടാക്കേണ്ടിയിരുന്നു, ഒരു നോട്ടുബുക്കെടുത്ത് കൊടുക്കുക യാണ്. ആഖ്യാതാവ് വളരെ വേഗത്തിൽതന്നെ അതിൽ എഴുതി നിറ യ്ക്കുകയാണ്. ഉന്മത്തമായ ഒരു സർഗ്ഗാത്മകപാരവശ്യമാണ് ഇതിന്റെ പിന്നിലുണ്ടായിരുന്നത്. മറ്റൊരു നോട്ടുബുക്കിനായി അയാൾ യാചിക്കു കയും ചെയ്യുന്നു. മറ്റൊന്ന് കൊടുക്കുമ്പോൾ അതിന്റെ അവസാനത്തേ തായിരിക്കും. എന്ന താക്കീത് അയാൾക്ക് ലഭിക്കുന്നുണ്ട്. അതുകൊണ്ടു തന്നെ ഹ്രസ്വമായി ലഭിച്ച ഓരോയിടത്തിന്റെ പരമാവധി ഉപയോഗമു ല്യവും കണക്കിലെടുത്ത് തന്റെ ജോലി തുടരുകയാണ്. പിന്നീട് കുറ്റ ബോധത്തോടെ അഡെലൻ ടാദൊ മറ്റൊരു നോട്ടുബുക്ക് അയാൾക്ക് കൊടുക്കുന്നുണ്ട്. പക്ഷേ, ആഖ്യാതാവായ പ്രൊട്ടൊഗൊണിസ്റ്റ് വീണ്ടും വെട്ടിയും തിരുത്തിയും വീണ്ടുമെഴുതി. താൻ കംപോസ് ചെയ്തതിനെ പരിമിതികൾക്കുള്ളിൽ ഒതുക്കുവാൻ നിർബ്ബന്ധിതനായിത്തീരുന്നു. കാർ പെൻതിയർ തന്റെ പ്രസിദ്ധമായ നോവലിന്റെ ആഖ്യാനപ്പടവുകളിൽ നില്ക്കുന്ന ഉന്മാദത്തിന്റെ നിമിഷങ്ങളാണിവ. ഗാർസിയ മാർക്വേസും കാർലോസ് ഫുയൽത്തെസും മാരിയെ ബർഗാസ്‌ല്യോസയും അവരുടെ ആഖ്യാന മികവുമായി ഇവിടെ നമ്മുടെ മുന്നിൽത്തന്നെയുണ്ട്. ലാറ്റിന മേരിക്കൻ നോവലിന്റെ മുഖമുദ്രയായി ഇവർ രൂപാന്തരപ്പെടുന്നതിന്റെ നിഗൂഢതയും ഇതാണ്.

ആഖ്യാതാവ് താല്ക്കാലികമായി സംസ്കൃതിയിലേക്ക് തിരിച്ചു പോകുവാൻ തീരുമാനിച്ചത് തന്റെ ദൗത്യത്തിനുവേണ്ട പേപ്പറും മഷിയും ശേഖരിച്ച് ഒരിക്കൽക്കൂടി സാന്റാമോണിക്കയിലേക്ക് മടങ്ങിപ്പോകുവാൻ വേണ്ടി മാത്രമായിരുന്നു. പക്ഷേ, അതുണ്ടാകുന്നില്ല. അതിനുപകരമായി തന്റെ സാഹസികതകളെക്കുറിച്ച് ഒരു ലേഖനപരമ്പരയാണ് അയാൾ തയ്യാറാക്കുന്നത്. ഇതൊരുപക്ഷേ, ഫിക്ഷനുള്ളിലായിരിക്കും സംഭവി ക്കുക. *നഷ്ടപ്പെട്ട പടവുകൾ* എന്ന നോവലിലേക്കുള്ള പ്രവേശനം അത് അപൂർണ്ണമായ ഒന്നാണെങ്കിൽക്കൂടി ശരിക്കും ഒരു നോവലിന്റെ സാന്നി

ദ്ധ്യമാണ് വിളിച്ചറിയിക്കുന്നത്. സാന്റാമോണിക്കയിലേക്കുള്ള മടങ്ങിവ
രവ് ഒരിക്കലും സംഭവിക്കുന്നില്ല. നദിയിലെ ഉയർന്ന ജലവിതാനം വൃക്ഷ
ത്തലപ്പുകൾക്കപ്പുറത്തേക്കുയർന്ന് പട്ടണത്തിലേക്കുള്ള വഴിത്താരകളെ
മുടിവയ്ക്കുന്നു. വനത്തിലാകമാനം എഴുത്തിന്റെ തീവ്രമായ തലങ്ങളുണ്ട്.
പക്ഷേ, അത് അയാൾ രക്ഷപ്പെടുവാൻ ആഗ്രഹിക്കുന്ന നഗരത്തെപ്പോലെ
തന്നെ അബുദ്ധികരവുമാണ്. ഇവിടെ ആഖ്യാതാവ് രണ്ടു നഗരങ്ങൾക്കി
ടയിൽ പെട്ടിരിക്കുകയാണ്. അതിലൊരെണ്ണത്തിലായിരിക്കും അയാൾക്ക്
ജീവിക്കേണ്ടത്. ഇതയാൾക്ക് ചെയ്യാനാവാതെ വരുമ്പോൾ അയാൾക്ക്
നഗരത്തിനു പുറത്തായി എഴുത്തിൽ നിന്നും പുറത്തായി ജീവിക്കേണ്ട
തായി വരുന്നു.

ഫ്രെവെഡ്രോ എന്ന മറ്റൊരു സഹചാരി ആഖ്യാതാവിനോട്
അയാൾ നദിയിലൂടെ മുകളിലേക്കുള്ള യാത്രയ്ക്കിടയിൽ ഒപ്പമുണ്ടായി
രുന്ന റൊസാരിയോ എന്ന ദേശവാസി സ്ത്രീയെ വിവാഹം ചെയ്യുവാ
നാവശ്യപ്പെടുന്നു. രണ്ടാമത്തേത് പട്ടണത്തിൽ വച്ച് ഒരു പെൺകുട്ടിയെ
ബലാൽസംഗംചെയ്ത കുഷ്ഠരോഗബാധിതനായ നിക്കാസിയൊ എന്ന
മനുഷ്യന്റെ മരണശിക്ഷയുടെ നടത്തിപ്പാണ്. നാട്ടിൽ ഒരു ഭാര്യയുള്ള
ആഖ്യാതാവിന് റൊസാരിയോയോട് അത്തരത്തിലുള്ള ഒരു ബന്ധത്തിന്
താല്പര്യവും തോന്നുന്നില്ല. പക്ഷേ, റൊസാരിയോയ്ക്ക് ഇതിനെ
അങ്ങനെ തള്ളിക്കളയുവാനും കഴിയുന്നില്ല. നിയമത്തിന്റെ മറയ്ക്കുള്ളിൽ
അവൾ അയാളുടെ ഒരടിമയാകുവാൻ ആഗ്രഹിക്കുന്നില്ല. ആഖ്യാതാവായ
പ്രൊട്ടൊഗൊണിസ്റ്റ് തോക്കിന്റെ കാഞ്ചി വലിക്കുവാൻ മടിച്ചുനില്ക്കെ
നിക്കാസിയൊ മാർക്കേസിനാൽ കൊല്ലപ്പെടുന്നുമുണ്ട്. *നഷ്ടപ്പെട്ട പട
വൃകൾ* എന്ന നോവലിലൂടെ കാർപെൻതിയർ അനാവരണം ചെയ്യുന്ന
വനഭൂമികയ്ക്കുള്ളിലെ ജീവിതങ്ങളും അവരെ വേട്ടയാടുന്ന യാഥാർത്ഥ്യ
ങ്ങളും ഏറ്റവും നൂതനമായ ഒരാഖ്യാനതലത്തിലൂടെ വായനക്കാർക്കു
മുന്നിൽ സമർപ്പിക്കപ്പെടുകയാണ്. എഴുത്ത് ഇവിടെ നഗരത്തിൽവച്ചാണ്
ആരംഭിക്കുന്നത്. അത് സമൂഹത്തിൽ ഒരു നിയന്ത്രണത്തിനുള്ള
സാധ്യതയുമായിട്ടാണ് നിറവേറ്റപ്പെടുന്നത്. ആഖ്യാതാവ് ഇവിടെ ഒരു
കാര്യം തിരിച്ചറിയുന്നുണ്ട്. അയാൾ അന്വേഷിക്കുന്ന വനത്തിനുള്ളിലെ
തുറസ് അതിനകം തന്നെ സംസ്കാരത്താൽ ഏറ്റെടുക്കപ്പെട്ടു കഴിഞ്ഞി
രുന്നു. ഇത് പുറം നാഗരിക സംസ്കൃതിയുടെ ഒരു കടന്നുകയറ്റമാണ്.
ലാറ്റിനമേരിക്കൻ ആഖ്യാനത്തിന്റെ ഒരു വഴിത്തിരിവിലാണ് കാർപെൻതി
യർ നമ്മെ കൊണ്ടെത്തിച്ചിരിക്കുന്നത്. സാന്റാമോണിക്കയുടെ കഥ ഒരു
അപൂർണ്ണ കൈയെഴുത്തുപ്രതിയായി നോവലിൽ നിറഞ്ഞുനില്ക്കുകയും
ചെയ്യുന്നു. ആർക്കൈവൽ ഫിക്ഷന്റെ യഥാർത്ഥമായ കണ്ടെത്തൽ തന്നെ
യാണിത്. കർമ്മോന്മുഖമായ ഒരുതരം ഓർമ്മയുടെ പ്രവാഹമാണിവിടെ
സജീവമായി നില്ക്കുന്നത്. ഇത് ശരിക്കും ആഖ്യാനസാധ്യതകളുടെ
ആശയസങ്കേതം കൂടിയാണ്. ഇതിൽ ചിലത് കാലോചിതമല്ലാത്തതും
മറ്റുള്ളവ ഗാർസിയ മാർക്കേസിലേക്ക് നയിക്കപ്പെടുന്നവയുമാണ്. കഥ

കളുടെ ഒരു കലവറയായും ആർക്കൈവ്സായും നമുക്കത് അനുഭവപ്പെ
ടുകയും ആർക്കൈവൽ ഫിക്ഷന്റെ ജന്മം മാർക്കേസിനെപ്പോലുള്ളവർക്ക്
വഴിതുറന്നുകൊടുക്കുകയും ചെയ്യുന്നുണ്ട്. ലാറ്റിനമേരിക്കൻ ആഖ്യാന
ത്തിന്റെ മാത്രം പ്രത്യേകതയാണിത്. ആഖ്യാതാവിന് തനിക്കു മുന്നി
ലുള്ള സ്ലേറ്റ് ശരിക്കും ശുദ്ധമാക്കി പുതിയ ഒരു തുടക്കം കുറിക്കുവാൻ
സാദ്ധ്യമാകാതെ വരുന്നു. ഒരു പുതിയ മൗലികമായ ആഖ്യാനം അതിനു
മുമ്പുണ്ടായിരുന്ന എല്ലാത്തിനെയും ഉൾക്കൊള്ളുകയും വേണം. നഷ്ട
പ്പെട്ട പടവുകൾ എന്ന ഈ തിരിച്ചറിവിലൂടെ നഷ്ടപ്പെട്ട പലതിനെയും
തിരിച്ചെടുക്കുവാൻ ശ്രമിക്കുന്നു. കാർപെൻതിയർ ലാറ്റിനമേരിക്കൻ
ആഖ്യാനത്തിലെ ശ്രദ്ധാകേന്ദ്രമാകുന്നത് ഇതിലൂടെ തന്നെയാണ്. നാം
ലാറ്റിനമേരിക്കൻ നവോത്ഥാന കാലത്തെക്കുറിച്ചന്വേഷിക്കുമ്പോൾ
കാർപെൻതിയറിനെ കൂടുതൽ അഗാധമായി പഠിക്കുകയും വേണം.

കാർപെൻതിയർ വലിയ ഒരു രീതിയിൽ തന്റെ നോവൽ *നഷ്ടപ്പെട്ട*
പടവുകളിലൂടെ വിശദീകരിച്ചു പറഞ്ഞു തന്ന അടയാളങ്ങളെ (Vestigeo)
മാർക്കേസ് വീണ്ടും തന്റെ കഥകളുടെ തേൻകൂടുകളിലൂടെ ആവിഷ്ക
രിക്കുകയും അതിന് സാർവ്വലൗകികമായ അംഗീകാരം നേടുകയും
ചെയ്തു. ആർക്കൈവ് ഫിക്ഷന്റെ അടിസ്ഥാന ദർശനങ്ങൾ കാർപെൻതി
യറിന്റെ നോവലിലാണെങ്കിൽ ഗാർസിയ മാർക്കേസിന്റേത് ഒരു മാർഗ്ഗ
ദർശകമായ നോവലായിരുന്നു. ലാറ്റിനമേരിക്കൻ നോവൽ ആഖ്യാന
ത്തിലെ വികാസപന്ഥാവുകളാണ് അനാവരണം ചെയ്യപ്പെടുന്നത്.
ആർക്കൈവ്സ് ഒരു മിത്തായി മാറി കേന്ദ്രബിന്ദുവായി രൂപാന്തരപ്പെടു
ന്നതിന്റെ കാരണവും മറ്റൊന്നല്ല.

ലാറ്റിനമേരിക്കൻ നോവലിന്റെ ഭൂരിപക്ഷം വായനക്കാരും ലാറ്റിന
മേരിക്കൻ ചരിത്രത്തിനും മിത്തിനും കീഴിൽ ഒഴിയാബാധപോലെ കീഴ
ടങ്ങുന്നതായിട്ടാണ് വിലയിരുത്തപ്പെടുന്നത്: മാരിയോ ബർഗാസ്ല്യോസ
തന്റെ *വാർ ഓഫ് ദി എന്റ് ഓഫ് ദി വേൾഡിലും* കാർലോസ് ഫുയൻതസ്
തന്റെ *ടെറാനോസ്ട്രാ* എന്ന മാസ്റ്റർപീസ് നോവലിലും പഴയകാല
സ്പാനിഷ് ചരിത്രത്തെയാണ് പുനരാവിഷ്കരിക്കുവാൻ ശ്രമിക്കുന്നത്.
കാനുഡോസിന്റെ ചരിത്രമാണ് ല്യോസ ചിത്രീകരിക്കുന്നത്. അതോ
ടൊപ്പം പുതിയ ലോകാന്തരീക്ഷത്തിൽ ക്രിസ്തീയ മിത്തോളജിയുടെ
പുനർസൃഷ്ടിയും ചെയ്യുന്നതായി കാണാം. ഇതേ പട്ടികയിൽ പഴയ
കാലത്തെ നിരവധി നോവലുകൾ എടുത്തുകാണിക്കുവാൻ കഴിയും.
യുക്ലിദസ് ഡി കുൻഹയുടെ (*Eueclides de Cunha*) *പിന്നാമ്പുറങ്ങളിലെ*
വിപ്ലവവും (*Rebellion in the Backlands*, 1902) റോമുലോ ഗലിഗോ
സിന്റെ (Romulo Galeges) *ഡോണിയ ബാർബരയും* (Dona Barbara)
ഗുമേരിയസ് റോസയുടെ (Guimerios Rosa) *ദി ഡെവിൾ ടു പെ ഇൻ ദി*
ബാക്ക്ലാന്റ്സും ഇത്തരുണത്തിൽ എടുത്തുകാണിക്കുവാൻ പറ്റിയ രച
നകളാണ്. വെനിൻസുലയൻ പ്രസിഡന്റായിരുന്ന റോമുലോഗല്ലിഗോസ്
സാഹിത്യത്തിലും തന്റെ ദീപ്തമായ സാന്നിദ്ധ്യം കുറിച്ചിട്ടുണ്ട്.

ലോകസാഹിത്യത്തിൽ മറ്റൊരിടത്തും ഇതുപോലുള്ള ആഖ്യാന സ്രോത സ്സുകൾ കണ്ടെത്താൻ കഴിയില്ല. ലാറ്റിനമേരിക്കൻ ആഖ്യാനത്തിന്റെ വികാസത്തിനുപിന്നിൽ സാമൂഹികവും സാംസ്കാരികവും ചരിത്രപരവും രാഷ്ട്രീയപരവുമായ ചിന്തകളുടെ അടിസ്ഥാനമൂല്യങ്ങൾ ഉള്ളതായി ഇതി നെക്കുറിച്ച് പഠിക്കുവാൻ ശ്രമിക്കുന്നവർക്ക് തിരിച്ചറിയുവാൻ കഴിയും. പതിനെട്ടും പത്തൊൻപതും ഇരുപതും നൂറ്റാണ്ടുകളിൽ ഈ വികാസ പരിണാമത്തിന്റെ രൂപരേഖകൾ ദൃശ്യമാവുകയും ചെയ്യും. നരവംശ ശാസ്ത്രം (Anthropology) ആധുനിക ലാറ്റിനമേരിക്കൻ സാഹിത്യ ത്തിൽ ഒരു ഇടനിലക്കാരനായ ബിന്ദുവാണ്. അതിന്റെ കാരണമായി ചൂണ്ടിക്കാണിക്കുവാൻ കഴിയുന്നത് ലാറ്റിനമേരിക്കൻ സ്റ്റേറ്റുകളിലെ മിത്തുകളെ കണ്ടെത്തുവാൻ കഴിയുന്നതിലുള്ള ഇതിന്റെ സ്വാധീനമാണ്. പാശ്ചാത്യ ദേശത്തെ ദർശനങ്ങൾ ഈ വഴിക്ക് ഏറെ സഹായകമായി ത്തീർന്നിട്ടുണ്ട്. പാശ്ചാത്യ സംസ്കാരം ഒരുപക്ഷേ, അധിനിവേശ കട നാക്രമണങ്ങളിലൂടെ അതിന്റെ സത്വം ലാറ്റിനമേരിക്കൻ സംസ്കാര ത്തിൽ കടന്നുകൂടിയതു കൊണ്ടുമാകാം. ഹൈദിഗറും ഒർതേഗ വൈഗാസ്സും സാർത്രും ഇക്കാര്യത്തിൽ മികച്ച സംഭാവനകളാണ് പകർന്നു കൊടുത്തിട്ടുള്ളത്.

ഗബ്രിയേൽ ഗാർസിയ മാർക്കേസിന്റെ *ഏകാന്തതയുടെ നൂറു വർഷ ങ്ങളിൽ* (Cien anos de soledad or one hundred years of solitude) മക്കൊാണ്ടൊയുടെ സൃഷ്ടിയിൽ മാനവകുലശാസ്ത്രത്തിൽ (Ethnogra-phy) ഗ്രാമീണ പഠനങ്ങളെ ഏതു രീതിയിലാണ് ഉൾക്കൊള്ളുന്നതെന്ന് വിശദമായ പഠനങ്ങൾ എടുത്തുകാണിക്കുന്നു. ദൈവോല്പത്തി സ്വഭാവം കാണിക്കുന്ന (Theogonic) ബുവൻഡിയ കുടുംബത്തിന്റെ ഘടനാരൂപീ കരണം ഇതിനോട് വല്ലാതെ ബന്ധപ്പെട്ടു കിടക്കുന്ന ഒന്നാണ്. മക്കൊ ണ്ടൊയുടെ അർത്ഥവ്യാപ്തിയും ഇതിന്റെ മൂല്യങ്ങളിലാണ് ഗാസിയ മാർക്കേസ് നിലനിർത്തിയിരിക്കുന്നത്. പെറുവിയൻ എഴുത്തുകാരൻ ഹൊസെ മാരിയ അർഗുദ്ദെസ്സിന്റെ (Jose Maria Arguedes) *ആഴമുള്ള നദികൾ (Deep Rivers)* എന്ന നോവലും പ്രത്യേകം പരാമർശിക്കേണ്ടി യിരിക്കുന്നു. അദ്ദേഹം വളർന്നുവന്നത് പഴയ ക്യൂഷുവാ (Quechua) ഭാഷ സംസാരിക്കുന്ന പൂർവ്വികർക്കിടയിലായിരുന്നു. അവിടെ അധിനിവേശഭാ ഷയായ സ്പാനിഷിന് സ്ഥാനമൊന്നുമുണ്ടായിരുന്നില്ല. നരവംശ ശാസ്ത്രവും സാഹിത്യവും അദ്ദേഹത്തിന്റെ നോവലിലും സമന്വയിച്ച് ഒത്തുചേർന്നു കിടക്കുന്നതായി കാണാം.

ഏകാന്തതയുടെ നൂറുവർഷങ്ങളിലെ വംശപാരമ്പര്യത്തിന്റെ പ്രതീ കമായി സംഭവിക്കുന്ന ഒരു സംഭവമുണ്ട്. കുടുംബത്തിന്റെ മുതുമുത്ത ശ്ശിയായ ഉർസുലയിലേക്ക് പുത്രനായ ഹൊസെ അർക്കാഡിയൊയുടെ മുറിവിൽ നിന്നും രക്തം പ്രവഹിക്കുന്നതിനെക്കുറിച്ച് നോവലിൽ പറയു ന്നുണ്ട്. പരാഗ്വയിലെ നോവലിസ്റ്റ് ഔഗസ്തൊറോ അബസ്തോസിന്റെ ഏറെ വിഖ്യാതമായ *ഐ ദി സുപ്രീം* എന്ന നോവലിൽ യൂറോപ്യൻ

നാച്ചറലിസ്റ്റുകളായ റോബർട്ട്സണിന്റെയും ബോൺപ്ലാന്റിന്റെയും സാന്നിദ്ധ്യം പ്രത്യേകം പരാമർശിക്കേണ്ടതായി വരുന്നു. മിത്തും ആർക്കൈവ് ഫിക്ഷനും ഒത്തുചേരുന്ന ലാറ്റിനമേരിക്കൻ ആഖ്യാനചാരുതകൾ കാണാതെ അവയെ വിലയിരുത്തുന്നത് അസാദ്ധ്യമായി വരും.

മാർക്കേസിന്റെ ഈ നോവലിന് നിഗൂഢമായ ഒരു *ബൈബിൾ* തലവുമുണ്ട്. *ബൈബിളിലെ* (പഴയനിയമം) ക്ലാസിക്കൽ മിത്തായ മഹാപ്രളയമുണ്ട്. അതോടൊപ്പം സ്വർഗ്ഗവുമുണ്ട്. ഏഴു പ്ലേഗുകൾ, അപ്പോകാലിപ്സ് കുടുംബത്തിന്റെ പ്രവൃദ്ധി (Proliteration) എന്നിവയുമുണ്ട്. നോവലിലെ ഹൊസെ അർക്കാർഡിയ ബുവൻഡിയ പഴയ നിയമത്തിലെ മോസസ്സിനെയാണ് ഓർമ്മിപ്പിക്കുന്നത്. റെബെക്ക എന്ന കഥാപാത്രം പെർസിയസിന്റെ (Perseus) സ്ത്രീരൂപത്തെയാണ് ഓർമ്മിപ്പിക്കുന്നത്. സുന്ദരിയായ മൈദിയസിന്റെ വെളുത്ത പുതപ്പിലേറിയുള്ള സ്വർഗ്ഗാരോഹണം (Ascension) കന്യകയുടെ ആരോഹണത്തെ അനുസ്മരിപ്പിക്കുന്നു. മുറിവേറ്റ ഹൊസെ അർക്കാർഡിയായയുടെ മുറിവിൽ നിന്നുള്ള രക്തം ഉർസുലയിലേക്ക് പ്രവഹിക്കുന്നതും ക്രിസ്തീയദർശനത്തെ മിത്തിന്റെ സ്പർശം കൊടുത്തുകൊണ്ട് അവതരിപ്പിക്കുന്ന ഒന്നാണ്. അതേസമയം ഒരു പ്രത്യേക മിത്തോ അല്ലെങ്കിൽ മിത്തോളജിയോ ഇവിടെ നിലനില്ക്കുന്നുമില്ല. അതിനുപകരമായി മിത്ത് പ്രത്യക്ഷമാകുന്നത് നിരവധി വൈവിദ്ധ്യമാർന്ന വഴികളിലൂടെയാണ്. അവയിൽ പ്രത്യേകിച്ചൊരു മിത്തിന്റെ സാന്നിദ്ധ്യം എടുത്തുകാട്ടുവാനും കഴിയില്ല.

ഇതിനോട് ചേർത്തു വായിക്കുവാൻ കഴിയുന്നത് നോവലിന്റെ പ്രമേയത്തിനു പിന്നിൽ ദീപ്തമാകുന്ന ലാറ്റിനമേരിക്കൻ ചരിത്രത്തിന്റെ സാന്നിദ്ധ്യമാണ്. കഥാപാത്രങ്ങളും സംഭവങ്ങളും ആഖ്യാനത്തിലൂടെ ഇവയോടൊപ്പം സഞ്ചരിക്കുന്നു. അമേരിക്കൻ ഇംപീരിയലിസത്തിനെതിരെയുള്ള പോരാട്ടങ്ങൾ അവരുടെ പിൻബലത്തോടെ ലാറ്റിനമേരിക്കയിൽ അരങ്ങേറിയ പ്രതിരോധങ്ങളുടെ പ്രതിഫലനം തന്നെയാണ്. ഇവയെല്ലാം അമേരിക്കൻ മഹാകവി വാൾട്ട് വിറ്റ്മാന്റെ കാവ്യദർശനങ്ങളുടെ ഒരു പിൻബലത്തിലാണ് പ്രവർത്തനക്ഷമമാകുന്നത്. ആഖ്യാനത്തിന്റെ ദ്വയാഖ്യാനം (Dual narration) അതാണ് നോവലിനെ ഒന്നുകൂടി ശ്രദ്ധേയമാക്കി നിർത്തുന്നത്. മിത്ത് എപ്പോഴും പ്രതിനിധീകരിക്കുന്നത് പ്രഭാവത്തെയാണ്. ലാറ്റിനമേരിക്കൻ ചരിത്രം മിത്തിന്റെ ഭാഷയിലൂടെയാണ് നോവലിൽ അവതരിപ്പിച്ചിരിക്കുന്നത്. നോവലിന്റെ വംശീയതയിലൂടെയുള്ള തുടർച്ചയായ സ്വായത്തമാക്കലും വിവിധ കഥാപാത്രങ്ങളുടെ അമാനുഷികമായ പ്രകടനങ്ങളും ശരിക്കും മിത്തിന്റെ തലങ്ങളുടെ മാത്രം സ്വന്തമാണ്. അതേ സമയം ചരിത്രത്തിന് നിർണ്ണായക സ്വഭാവമുള്ള താല്ക്കാലികമായൊരു സ്വത്വം മാത്രമേയുള്ളൂ.

നോവലിൽ അധികമാരും ചർച്ച ചെയ്യപ്പെടാത്ത മെൽക്വായിദിസ് (Melquiades) എന്നൊരു ജിപ്സി കഥാപാത്രമുണ്ട്. അവൻ ബുവൻഡിയ കുടുംബത്തിലെ ഗ്രന്ഥപ്പുര സൂക്ഷിപ്പുകാരനാണ്. ഇതിനെ ശരിക്കും

ആർക്കൈവ് എന്നു മാത്രമേ വിളിക്കുവാൻ കഴിയൂ. മുറി നിറയെ പുസ്ത കങ്ങളും കൈയെഴുത്തുപ്രതികളുമാണ്. ഇവിടെയാണ് കഥാപാത്രങ്ങ ളുടെ ഒരു തുടർച്ചയായ നിര മെൽക്വായിദിസിന്റെ പ്രമാണങ്ങളെ വ്യാഖ്യാ നിക്കുവാൻ ശ്രമിക്കുന്നത്. അവസാനത്തെ ഒൗറിലിയാനോ ഒരു പ്രത്യേ കതരം ആവേശത്തോടെ മൊത്തം പ്രമാണങ്ങളെ വായ്മൊഴിയായി ഏതാണ്ട് പരിഭാഷപ്പെടുത്തിയെടുക്കുന്നുണ്ട്. അതിനുശേഷമാണയാളുടെ മരണം സംഭവിക്കുന്നത്. ഉർസുല എന്ന കഥാപാത്രത്തിന് രണ്ടുതവണ കാലം വൃത്താനുസൃതമായിട്ടാണ് ചലിക്കുന്നതെന്ന് തോന്നുന്നുണ്ട്. കുടും ബാംഗങ്ങൾ ഒന്നോ രണ്ടോ രീതിയിലാണ് സ്വഭാവവിശേഷമായി ഉൾക്കൊ ള്ളുന്നത്. അതും അവരുടെ പേരിനോട് ഏറ്റവും യോജിക്കുന്നവിധത്തിൽ. ഫിക്ഷനിൽ കാലം വൃത്താകൃതിയിലുള്ളതെങ്കിലും മെൽക്വായിദിസിന്റെ പുരയിൽ അത് അങ്ങനെയല്ല. ഏതാണ്ട് നിശ്ചലമാണ്. ആവർത്തനങ്ങ ളുടെ ഒരു പരമ്പര തന്നെ നോവലിൽ കാണുന്നുണ്ട്.

രണ്ട് പ്രധാന കഥകളിലൂടെയാണ് നോവൽ മുഖ്യമായും അതിന്റെ താളം കണ്ടെത്തുന്നത്. ഒന്നു പരിപൂർണ്ണതയിലെത്തുന്നത് പന്നിയുടെ വാലുമായി ജനിക്കുന്ന ഒരു കുട്ടിയുടെ ജനനത്തിലൂടെയാണ്. മറ്റേത് മെൽക്വായിദിസിന്റെ പ്രമാണങ്ങളുടെ വ്യാഖ്യാനത്തിലൂടെയും സംഭവി ക്കുന്നു. നോവലിൽ അവസാനമായി ചെറിയ ഒൗറിലിനിയാനോ അതി നുള്ള നിഗൂഢതകൾ പൊളിക്കുന്നതോടെയാണിതുണ്ടാകുന്നത്. നിഷി ദ്ധസംഗമത്തിന്റെയും (Incest) വെളിപാടിന്റെയും (Revelation) ഒരു ഉല്പന്നം എന്ന നിലയിൽ നോക്കുമ്പോൾ രണ്ടും ഒന്നു തന്നെയാൻ. ഇവിടെ സത്യത്തിനുവേണ്ടിയാണോ ഇത് നിലനില്ക്കുന്നത്. നോവലിന്റെ സത്യം പന്നിയുടെ വാലുള്ള കുട്ടിയുടേത് പോലെയാണെങ്കിൽ നോവ ലിന്റെ സംവാദത്തിന്റെ പ്രകൃതിയെയാണ് എടുത്ത് കാണിക്കുന്നത്. മെൽക്വായിദിസ് എന്ന കഥാപാത്രം ശരിക്കും അതികായനായ അർജന്റീ നിയൻ എഴുത്തുകാരൻ ഹോർഹ് ലുയി ബോർഹസ് തന്നെയാണ്. പാതി ആന്ധ്യം ബാധിച്ച ആ ഗ്രന്ഥപ്പുര സൂക്ഷിപ്പുകാരൻ നോവലിൽ സ്വരൂപി ച്ചെടുക്കുന്ന അന്തരീക്ഷവും ദർശനവും വായനക്കാർ ശരിക്കും അറിഞ്ഞി രിക്കണം. ഹൊസെ അക്കാർഡിയാ സെഗുൻദോ മെൽക്വായിദിസിന്റെ മുറിയിൽ നിന്നും ചിലപ്പോൾ പിറുപിറുക്കലുകൾ കേൾക്കുന്നുണ്ട്. അതി നുള്ളിൽ രണ്ടാം കൊളംബസ് എന്ന ചരിത്രം വിശേഷിപ്പിക്കുന്ന അല ക്സാണ്ടർ വോൺ ഹാംബോൾട്ടിന്റെ (Alexander Von Humbolt) പേരു ണ്ടായിരുന്നു. മാക്കോൽദൊയിലെ ആർക്കൈവ്സിൽ രണ്ടു സുപ്രധാന രചനകളുണ്ടായിരുന്നു. ഒന്ന് *ഇംഗ്ലീഷ് വിശ്വവിജ്ഞാനകോശവും* രണ്ടാ മത്തേത് *ആയിരത്തിഒന്ന് രാത്രികളും.* ഈ രണ്ടു ഗ്രന്ഥങ്ങളും മെൽക്വാ യിദിസിൽ വളരെ പ്രധാനമായ ഒരു ഭാഗമാണ് ഏറ്റെടുക്കുന്നത്. മെൽക്വാ യിദിസിന്റെ പ്രമാണങ്ങളുടെ പൊരുളഴിക്കുവാൻ *ഇംഗ്ലീഷ് വിജ്ഞാന കോശം* നിർണ്ണായകമായ പങ്ക് വഹിക്കുന്നു. ഫിക്ഷനിൽ മെൽക്വായിദി സിന്റെ നിലനില്പ് ഈ രണ്ടു പുസ്തകങ്ങളെ ആധാരമാക്കിയാണ് ഉറ

പ്പാക്കുന്നത്. അത് ആർക്കൈവിന് ഒരു പ്രത്യേകതരം പിരിമുറുക്കം സംഭാ വന ചെയ്യുന്നുമുണ്ട്. ശരിക്കുമത് അതിന്റെ സാഹിത്യപരമായ വംശീയ തയിലൂടെയാണ് കടന്നുപോകുന്നത്. ഈ രണ്ടു പുസ്തകങ്ങളാണ് ബോർഹസ്സിന്റെ പ്രസക്തി കൂട്ടുന്നത്. മെൽക്വായിദിസിലൂടെ മാർക്വേസ് ബോർഹസ്സിലെത്തിച്ചേരുന്നത് അവിസ്മരണീയമായ ഒരു ദൃശ്യമാണ്. സത്യം തിരിച്ചറിയുന്ന ഔറിലിയിനൊ ജൂനിയർ മരണത്തിനുമുമ്പ് ഇക്കാ ര്യത്തിൽ തന്റെ നിയോഗമെന്തായിരിക്കുമെന്നും തിരിച്ചറിയുന്നുണ്ട്. ഹൈസെ അർക്കാർഡിയ സെഗുൻദൊ വിശകലനത്തിനുള്ളിൽ മെൽക്വാ യിദിസിന്റെ പ്രമാണങ്ങളിൽ സംസ്കൃതഭാഷയുടെ സാന്നിദ്ധ്യവും അറി യുന്നുണ്ട്. ഈ കഥാപാത്രം ഒരേസമയം ചെറുപ്പവും വൃദ്ധനുമാണ്. ആദ്യ ഭാഗത്തും അന്ത്യഭാഗത്തും അയാൾ നേതൃത്വം ഏറ്റെടുക്കുന്നുണ്ട്. ഗാർസിയ മാർക്വേസിന്റെ അസാധാരണമായ ഒരു കഥാപാത്രവും കണ്ടെ ത്തലുമായിത് ലോകസാഹിത്യത്തിൽ ഇടം കണ്ടെത്തുന്നു. ലാറ്റിനമേരി ക്കൻ ആഖ്യാനത്തിന്റെ ചില നൂതന സങ്കേതങ്ങളാണ് ഈ രണ്ടു നോവ ലുകളിലൂടെയും വിശകലനം ചെയ്യാൻ ശ്രമിച്ചത്. മറ്റു രചനകളെ അവ ഗണിക്കുവാനുള്ള ഒരു ശ്രമവും ഇവിടെ നടന്നിട്ടുമില്ല. അലെഹൊ കാർപെൻതിയറിന്റെ നഷ്ടപ്പെട്ട പടവുകളിൽ നിന്നും മാർക്വേസ് തന്റെ *ഏകാന്തതയുടെ നൂറുവർഷങ്ങളിലേക്ക്* വരുമ്പോൾ ലാറ്റിനമേരിക്കൻ ആഖ്യാനത്തിന്റെ പടവുകളായത് നമ്മുടെ വായനയിലും ചിന്തയിലും ആഭിമുഖ്യം കണ്ടെത്തുന്നു. ഇവരെയൊക്കെ അനുകരിക്കുവാൻ ശ്രമിച്ച് തരം താണ മജീഷ്യന്മാരായി രൂപാന്തരപ്പെട്ട പലരും ലോകസാഹിത്യ ത്തിൽ കാപട്യമാർന്ന മുഖവുമായി നില്ക്കുന്നു. അവരെ തിരിച്ചറിയു വാൻ ലാറ്റിനമേരിക്കൻ ആഖ്യാനത്തിന്റെ യഥാർത്ഥ മുഖം ഇതാ ഇവിടെ വിശകലനം ചെയ്ത് രചനകളുണ്ട്.

Ref:

1.   Myth & Achive - A Theory of Latin American Fiction-Robert Gonzalex Echevarria.

2.   Alternatice Voices in the Contemporary Latin American Narrative-David William Foster

3.   *A Survey of Modern Latin American Fiction Edited* -John King.

വാക്കുകളുടെ പ്രലോഭനങ്ങൾ
ബർഗാസ് യോസയുടെ രചനകളുടെ ലോകം

നാനൂറ് സംവത്സരങ്ങൾക്ക് മുൻപ് ലോകസാഹിത്യത്തിലെ വിസ്മ യമായി കടന്നുവന്ന സ്പെയിനിലെ മിഗ്വൽ ഡി തെർവാന്റസ് സംവേ ദ്രയെ (Miguel de Cervantes Saavedra) തന്റെ ഹൃദയത്തിൽ കൊണ്ടു നടക്കുന്ന പെറുവിയൻ എഴുത്തുകാരൻ മാരിയെം ബർഗാസ് യോസയ്ക്ക് (Mario Vargas Llosa) 2010 ലെ സാഹിത്യത്തിനുള്ള നൊബേൽ പുര സ്കാരം ലഭിച്ചുയെന്നറിഞ്ഞപ്പോൾ അത് ലാറ്റിനമേരിക്കൻ സാഹിത്യ ത്തിനുമാത്രമല്ല ലോകസാഹിത്യത്തിനുതന്നെ ആദരവുണർത്തുന്ന ഒരു സംഭവമായിത്തീർന്നു. ശരിക്കും ഒരു സമ്പൂർണ്ണ എഴുത്തുകാരനാണ് ബർഗാസ്യോസ. അദ്ദേഹം കൈവയ്ക്കാത്ത സാഹിത്യശാഖകളില്ല. നോവലിസ്റ്റ്, ചെറുകഥാകൃത്ത്, നാടകകൃത്ത്, നിരൂപകൻ, ഗദ്യകാരൻ എന്നീ നിലകളിലെല്ലാം മികച്ച സംഭാവനകൾ നല്കാൻ കഴിഞ്ഞതിലൂ ടെയാണ് ഒരു സമ്പൂർണ്ണ എഴുത്തുകാരൻ (Total Writer) എന്ന പദവി ക്കദ്ദേഹം അർഹനാകുന്നത്. നോവലിന്റെ മുതുമുത്തച്ഛനായ തെർവാന്റ സിൽ നിന്നാണ് ഞങ്ങൾ പാങ്ങൾ പഠിച്ചതെന്ന് അദ്ദേഹം ആദരവോടെ സൂചിപ്പിക്കുകയും ചെയ്തു. അനിശ്ചിതമായ മനുഷ്യനിയോഗങ്ങൾ ഏറ്റു വാങ്ങാൻ തെർവാന്റസിനെപ്പോലെ മറ്റു നോവലിസ്റ്റുകളും കടപ്പെട്ടിരി ക്കുന്നു എന്ന സൂചനയും അദ്ദേഹം നല്കുന്നു.

ഡോൺ കിയോട്ടയും ഒഡിസിയും ഡിവൈൻകോമഡിയും പകർന്നു തന്ന പാരമ്പര്യത്തിൽ നിന്നാണ് കാലത്തിനനുസരിച്ച് സാഹിത്യം പുതു മയുൾക്കൊള്ളേണ്ടതെന്നും യോസ വിശ്വസിക്കുന്നു. നാം ഫിക്ഷൻ എന്ന പേരിൽ വിളിക്കുന്ന ഈ മഹാവൃക്ഷത്തിന്റെ സമൃദ്ധമായ ഒരു ശാഖി മാത്രമാണ് സാഹിത്യമെന്നു വിശ്വസിക്കുന്നതിലും തെറ്റില്ല. യാഥാർത്ഥ്യ ത്തിനും അഭിലാഷത്തിനുമിടയിലെ വിടവ് നികത്താൻ എഴുത്ത് നിശ്ശ

ബ്ദമായി നിർവ്വഹിക്കുന്ന പങ്കിനെക്കുറിച്ചും യോസ നമ്മെ ഓർമ്മിപ്പിച്ചു കൊണ്ടിരിക്കുന്നു. 1960 കളിൽ ലാറ്റിനമേരിക്കൻ സാഹിത്യത്തിലുണ്ടായ നവോത്ഥാനമാണ് (Boom) യോസയെപ്പോലെ നിരവധി എഴുത്തുകാരെ ലോകശ്രദ്ധയിലേക്കു പിടിച്ചുയർത്തിയത്. യോസയെ കൂടാതെ ഹൂലിയോ കോർത്ത്സാർ, ബോർഹസ്, കാർലോസ് ഫുയെൻതസ്, അലെഹോ കാർപെൻതിയർ, ഔഗസ്തോ റോ അബസ്തോസ്, ഗാർസിയ മാർക്വേസ്, ഹോസെ ഡൊണോസോ ഏരിയൽ ദോർഫ് മാൻ, ഹോസെലെ സാമ ലീമ തുടങ്ങിയ പ്രമുഖ എഴുത്തുകാരും വളരെ ശക്ത മായി രംഗത്തുണ്ടായിരുന്നു. ഇത്തരമൊരു അന്തരീക്ഷത്തിൽനിന്നും സാഹിത്യരചനയിലേക്കു കടന്നുവരാൻ കഴിഞ്ഞത് യോസ എന്ന എഴുത്തുകാരന്റെ വികാസത്തിന് കാര്യമായ പങ്കുവഹിക്കാനും കഴിഞ്ഞു. ഇവരിൽ മാർക്വേസിനെപ്പോലെയും കാർപെൻതിയറിനെപ്പോലെയും ഭ്രമാ ത്മകതയ്ക്കു പിന്നാലെ പോകാനും യോസ തയ്യാറായിരുന്നില്ല.

ബർഗാസ് യോസയുടെ ആദ്യ നോവലായ *നായകന്റെ സമയം* (*Time of the Hero*. 1962) ലാറ്റിനമേരിക്കയിലും സ്പെയിനിലും ഉണർത്തി യത് അപാരമായ താല്പര്യവും ഔത്സുക്യവുമായിരുന്നു. പിന്നീട് 1965 ൽ *ഹരിതഭവനത്തിന്റെ* (*The Green House*) പ്രസിദ്ധീകരണത്തോടെ ഒരു ലോകോത്തര നിലവാരത്തിലുള്ള എഴുത്തുകാരനായദ്ദേഹം വളരുകയും ചെയ്തു. മറ്റു പല ലാറ്റിനമേരിക്കൻ എഴുത്തുകാരും തങ്ങളുടെ സാഹി ത്യത്തിന്റെ പ്രസക്തിയെക്കുറിച്ച് സംശയം പ്രകടിപ്പിക്കാൻ തുടങ്ങിയ ഒരു കാലത്താണ് ശക്തമായ ഒരു കൊടുങ്കാറ്റുപോലെ യോസയുടെ രച നകൾ കടന്നുവരാൻ തുടങ്ങിയത്. അതിനുശേഷം ദശാബ്ദങ്ങൾ പിന്നി ട്ടിട്ടും ആ പ്രതിഭയ്ക്ക് മങ്ങലേറ്റില്ലെന്നു മാത്രമല്ല വൈവിധ്യങ്ങളിലൂടെ ആഖ്യാനത്തിലെ നൂതനതകളിലൂടെ ഇന്നും തിളങ്ങിനില്ക്കുന്നു. ഒരു നൊബേൽ സമ്മാനത്തിന്റെ പേരിൽ മാത്രം വിലയിരുത്തേണ്ട രചനാ ലോകമല്ല യോസയുടേത്. മെക്സിക്കൻ ക്യൂബൻ വിപ്ലവത്തിനുശേഷ മുണ്ടായ സാമൂഹികപരിവർത്തനങ്ങൾ ഈയെഴുത്തുകാരിലും പുതിയ നിയോഗങ്ങൾ സമർപ്പിച്ചു.

ഗാർസിയ മാർക്വേസിന്റെ *ഏകാന്തതയുടെ നൂറുവർഷങ്ങൾ* എന്ന നോവൽ ഐക്യദാർഢ്യത സ്വരൂപിക്കാൻ കഴിയാത്ത ഒരു ജനതയുടെ ഒറ്റപ്പെടലിന്റെ നിയോഗങ്ങളെ ഏറ്റെടുത്തുകൊണ്ടാണ് കടന്നുവന്നതെ ങ്കിൽ യോസയുടെ രചനകൾ ചരിത്രത്തോടും കാലത്തോടും വല്ലാതെ കടപ്പെട്ടിരിക്കുന്നതായിട്ടാണ് നാം തിരിച്ചറിയുന്നത്. 1960 മുതൽ ലാറ്റിന മേരിക്കൻ എഴുത്തുകാർ അവരുടെ ഭൂമികയിലെ വൈകല്യങ്ങളെക്കുറിച്ച് വിശകലനം ചെയ്യാൻ ശ്രമിച്ചതിന്റെ അനന്തരഫലമാണ് സാഹിത്യത്തി നുണ്ടായ ഉണർവ്വുമെന്ന് യോസ വിശ്വസിക്കുന്നു ക്യൂബൻ വിപ്ലവത്തോട് ചിലർ അമിതമായ അനുകമ്പകൊടുത്തതിനോട് യോസയ്ക്ക് യോജി പ്പുണ്ടായിരുന്നില്ല. ഗാർസിയ മാർക്വേസുമായുണ്ടായ അഭിപ്രായഭിന്നത യുടെ ഒരു നിഗൂഢതയും ഇതായിരുന്നു. ഒരെഴുത്തുകാരനെന്ന നിലയിൽ

ക്യൂബൻ വിപ്ലവത്തോടൊപ്പം നില്ക്കാൻ അദ്ദേഹം തയ്യാറായിരുന്നു. ലാറ്റി
നമേരിക്കയിലെ രാഷ്ട്രീയമായ മാറ്റങ്ങൾക്ക് ഇത് ആവശ്യവുമായിരുന്നു.
പിന്നീടുണ്ടായ നാലു ദശാബ്ദങ്ങളിൽ സാഹിത്യത്തോടുള്ള തന്റെ അഭി
നിവേശത്തിനോടൊപ്പം രാഷ്ട്രീയപരമായ ദർശനങ്ങൾക്കും ചരിത്രത്തിനും
വേണ്ടത്ര പ്രാധാന്യം കൊടുത്തു. യോസയുടെ രചനകളെത്തന്നെ കാല
ഘട്ടത്തിനനുസൃതമായി വേർതിരിക്കപ്പെടാമെന്നുതോന്നുന്ന 1960
കളിൽത്തന്നെ അദ്ദേഹം സൂചിപ്പിക്കുകയുണ്ടായി. സാഹിത്യത്തിലെ
ഏതു മികച്ചരചനയും സോഷ്യലിസത്തോട് കടപ്പെട്ടിരിക്കുന്നു. താൻ
ജീവിക്കുന്ന ഭൂമികയിലെ അസമത്വങ്ങൾ തിരിച്ചറിയുമ്പോഴാണ് മാറ്റങ്ങ
ളെക്കുറിച്ച് ചിന്തിക്കാൻ അവർ കൂടുതൽ ബാദ്ധ്യസ്ഥരാകുന്നത്. മറ്റ്
യാഥാർത്ഥ്യങ്ങളുടെ വേരുകൾ തേടി അവർക്ക് പോകേണ്ടതായും വരും.
പക്ഷേ, 1970 നുശേഷം സോഷ്യലിസത്തോടുള്ള അകല്ച്ച സാഹിത്യ
ത്തിന്, സമൂഹത്തിന് കൂടുതൽ ശക്തമായ ഒരു മോചനമാർഗ്ഗം തരാ
നുള്ള കരുത്തുണ്ടെന്ന് യോസയെ വിശ്വസിപ്പിക്കാൻ പ്രേരിപ്പിച്ചു.

നല്ല സാഹിത്യം പൂർണ്ണമായ സർഗ്ഗാത്മക സ്വാതന്ത്ര്യത്തിൽ
നിന്നാണ് ജന്മം കൊള്ളുന്നതെന്നും അദ്ദേഹത്തിന്റെ വിശ്വാസമായിരുന്നു.
രാഷ്ട്രീയപരമായ കാരണങ്ങൾക്കുവേണ്ടി സാഹിത്യത്തെ വിട്ടുപോകേ
ണ്ടിവന്നവരോട് യോസയ്ക്ക് ബഹുമാനമാണുണ്ടായിരുന്നത്. പക്ഷേ, ഒരു
രാഷ്ട്രീയലക്ഷ്യത്തിനുവേണ്ടി സാഹിത്യത്തെ ഉപയോഗിക്കുന്നതിനോട്
അദ്ദേഹത്തിനു യോജിപ്പുണ്ടായിരുന്നില്ല. യോസയുടെ നോവലുകളിലെ
രാഷ്ട്രീയപരമായ ഉള്ളടക്കങ്ങൾ ഒരിക്കലും അദ്ദേഹത്തിന്റെ രാഷ്ട്രീയ
ദർശനങ്ങൾക്ക് ബാദ്ധ്യതയായും വന്നിരുന്നില്ല. അതേസമയം ചരിത്രപ
രമായതും ആത്മകഥാംശം നിറഞ്ഞതുമായ വസ്തുതകളെ രചനകളിൽ
ആവിഷ്കരിക്കുന്നതിലും തെറ്റൊന്നുമില്ലെന്ന് അദ്ദേഹം അംഗീകരിച്ചി
രുന്നു. പ്രത്യേകിച്ചും ലാറ്റിനമേരിക്കൻ ചരിത്രത്തെ കൈവിട്ടുകൊണ്ടുള്ള
ഒരു നീക്കത്തിനും അദ്ദേഹം തയ്യാറായിരുന്നില്ല. 1971 ൽ ക്യൂബയിലു
ണ്ടായ സർഗ്ഗാത്മകസാഹിത്യകാരുടെ കൃതികളുടെ സെൻസർഷിപ്പി
നെയും മോശമായ ട്രീറ്റ്മെന്റിനെയും നിശിതമായി വിമർശിക്കാനും
അദ്ദേഹം ധീരത കാണിച്ചു.

ഇനി ആമുഖത്തിൽനിന്നും വിട്ടുകൊണ്ട് ബർഗാസ് യോസ എന്ന
സമ്പൂർണ്ണ എഴുത്തുകാരന്റെ എഴുത്തിന്റെ ലോകത്തിലെ കാഴ്ചകളി
ലേക്കു പോകാമെന്നു തോന്നുന്നു. എഴുത്തിന്റെ കാലത്തെ പല ഘട്ട
മായി തിരിച്ച് അപഗ്രഥിക്കുന്നതാണ് ഉത്തമമെന്നും വിചാരിക്കട്ടെ.
ആദ്യത്തെ മൂന്നു നോവലുകൾ *നായകന്റെ സമയം* (*Time of the Hero*
1962), *ഹരിതഭവനം* (*The Green House* 1965), *കത്തിഡ്രൽ മദ്യശാല
യിലെ സംവാദങ്ങൾ* (Conversation in the Cathedral 1969) ഇവ മൂന്നും
യോസയുടെ സോഷ്യലിസ്റ്റ് കാലഘട്ടത്തിന്റെ സംഭാവനകളാണ്. ഈ
നോവലുകളിൽ മുകളിലേക്കുള്ള ചലനാത്മകത ധാർമ്മികമായ ഒരു തരം
താഴ്ത്തലില്ലാതെ ചിന്തിക്കാൻ പോലും കഴിയാത്ത ഒന്നാണ്. ഓരോ

വ്യക്തിയും അവൻ ജീവിക്കുന്ന സമൂഹം എത്രമാത്രം അഴിമതി നിറഞ്ഞ ഒന്നാണെന്ന് ഇതോടൊപ്പം തിരിച്ചറിയുകയും വേണം. മുതലാളിത്ത സമൂഹം രക്ഷിക്കപ്പെടാനാവാത്തവിധം മലീമസമായിരിക്കുന്നു എന്ന വിശ്വാസത്തിൽ നില്ക്കുമ്പോൾപോലും ഒരു മാറ്റത്തിനുവേണ്ടി അദ്ദേഹം പ്രത്യാശിക്കുന്നുണ്ട്. സോഷ്യലിസ്റ്റ് കാലഘട്ടത്തിൽ യോസ തനതായ ദർശനങ്ങൾ ഉപേക്ഷിക്കാതെ തന്നെ വില്യം ഫോക്സറിന്റെ ടെക്നി ക്കുകൾ വളരെ സമർത്ഥമായുപയോഗിക്കുന്നുണ്ട്. ഫിക്ഷനൽ സംഭവ ങ്ങൾ പ്രതിഭാശാലിയായ എഴുത്തുകാരന്റെ കൈയിൽ എത്രമാത്രം മിക വുറ്റതാക്കിത്തീർക്കാമെന്നും അദ്ദേഹം കാട്ടിത്തരുന്നു.

ടൈം ഓഫ് ദി ഹീറോയിൽ യോസ അന്വേഷിക്കുന്നതും വിശക ലനം ചെയ്യുന്നതും കൗമാരപ്രായക്കാരുടെ ക്ഷോഭിതമായ മാനസികാവ സ്ഥയെയാണ്. യോസയുടെ തന്നെ ചെറുപ്പകാലത്തിലെ ലിയൊൺ സിയെ പ്രാദൊ മിലിറ്ററി സ്കൂളിലെ അനുഭവങ്ങളാണ് ഈ നോവലിന്റെ രചനയിൽ ഏറെ സഹായകമായിത്തീർന്നത്. അതുവഴി അന്നുണ്ടായി രുന്ന അഴിമതി നിറഞ്ഞ സൈനിക അവസ്ഥകളെയും സാഹചര്യങ്ങ ളെയുമാണ് ചിത്രീകരിക്കുന്നത്. പെറുവിയൻ സാമൂഹ്യസേവനത്തിനു വേണ്ടി ചെറുപ്പക്കാരെ പരിശീലിപ്പിക്കുന്ന ഒരു സ്ഥാപനത്തിലാണ് ഇത് സംഭവിക്കുന്നതെന്ന് ഓർക്കണം. ഇവിടത്തെ ബോർഡിങ് വിദ്യാലയ ത്തിൽ ആൻഡസ് നിരകളിൽ നിന്നും വന്ന ഇന്ത്യാക്കാരുണ്ട്. അവരോ ടൊപ്പം സമൂഹത്തിലെ ഉയർന്നതലത്തിൽ നിന്നുള്ളവരുമുണ്ട്. പക്ഷേ, അവിടത്തെ കുട്ടികളിലെ അമാന്യമായ പെരുമാറ്റ രീതികളാണ് ക്ഷോഭി തമായ ഒരന്തരീക്ഷം സൃഷ്ടിക്കുന്നത്. അവരിൽ ചിലർ കുടുംബാന്തരീ ക്ഷത്തിൽ നിന്നും പുറന്തള്ളപ്പെട്ട തെമ്മാടികളുമാകുമ്പോൾ കാര്യങ്ങൾ വഷളാകുന്നതിന്റെ കാരണം വ്യക്തമാകുന്നു. ചില വിദ്യാർത്ഥികൾ സ്കൂളിനെക്കുറിച്ച് അഭിമാനത്തോടെയും ആദരവോടെയും ഓർക്കുന്ന വരാണ്. ശോഭനമായ ഒരു സൈനികഭാവിയാണ് അവർ സ്വപ്നം കണ്ടി രുന്നത്. നോവലിന്റെ പ്രമേയം അന്നത്തെ സമൂഹത്തിൽ നിലനിന്നിരുന്ന അഴിമതിയുടെ പ്രതീകമായ ഒന്നായി അതിനുനേർക്ക് പിടിച്ചിട്ടുള്ള ഒരു കണ്ണാടിയായിട്ടാണ് വർത്തിക്കുന്നത്. കാവ, റുലോസ് ബോഅ പിന്നെ അവരുടെ നേതാവായ ജാഗ്വർ എന്നിങ്ങനെ നാലുകേഡറ്റുകളെയാണ് യോസ ഇതിനുവേണ്ടി അവതരിപ്പിക്കുന്നത്.

ഇവരുടെ രഹസ്യഗ്രൂപ്പിനെ വലയം (The Circle) എന്നാണ് വിളി ച്ചിരുന്നത്. ഒരു രാത്രിയിൽ അവർ ഒത്തുചേരുന്നത് ഒരു കെമിസ്ട്രിപരീ ക്ഷയുടെ അപഹരണത്തിന്റെ പദ്ധതി തയ്യാറാക്കാൻ വേണ്ടിയായിരുന്നു. പക്ഷേ, സ്കൂൾ അധികാരികൾ ഈ അപഹരണശ്രമം പിടിച്ചെങ്കിലും ശരിക്കുള്ള കുറ്റവാളിയെ കണ്ടെത്തുന്നതിൽ പരാജയപ്പെട്ടു. അരാന യെന്ന കേഡറ്റാണ് അവർക്കിതിനെക്കുറിച്ചുള്ള വിവരങ്ങൾ നല്കുന്നത്. കേഡറ്റുകൾക്കിടയിലെ സംഘർഷത്തിലേക്കാണിതു നയിക്കുന്നത്. നിക്കാർ ദേ അരാന ഒരപകടത്തിൽ മരിക്കുന്നതായിട്ടാണ് പുറം ലോക

മറിയുന്നത്. സ്കൂളിനുള്ളിലെ വൃത്തികെട്ട കാര്യങ്ങൾ മറച്ചുവയ്ക്കാ
നുള്ള ബദ്ധപ്പാടിലായിരുന്നു അധികാരികൾ. അസാധാരണമായ ഒരാഖ്യാ
നരീതിയാണ് യോസ ഈ നോവലിനുപയോഗിച്ചിരിക്കുന്നത്. പ്രമേയ
ത്തിന്റെ ഗതി ശരിക്കും ഫോക്നറുടെ *ലൈറ്റ് ഇൻ ദി ആഗസ്തുമായി*
ബന്ധപ്പെട്ടുകിടക്കുന്നു. നോവലിന്റെ ആഖ്യാനം മൂന്നുതലങ്ങളിലായി
വികാസം കൊള്ളുന്നു. ഹ്രസ്വമായ ആഖ്യാനരീതിയും ഇതിന്റെ പ്രത്യേ
കതയായിരുന്നു. യോസ ജാഗ്വർ എന്ന കഥാപാത്രത്തെ നോവലിലുട
നീളം പേരില്ലാത്ത ഒന്നായിട്ടാണ് അവതരിപ്പിക്കുന്നത്. ലെഫ്റ്റനന്റ്
ഗാംബോവയും ഒരു ശക്തമായ കഥാപാത്രമാണ്. ആൽബർട്ടോ ശരിക്കും
പെറുവിയൻ ബുർഷ്വാസമൂഹത്തിന്റെ പ്രതീകമാണ്. സമൂഹത്തിലെ
അക്രമോത്സുകതയെ അവർ എങ്ങനെയാണ് മറച്ചുവയ്ക്കുന്നതെന്നും
യോസ കാണിച്ചുതരുന്നു.

ഹരിതഭവനത്തിലേക്കു വരുമ്പോൾ വേറിട്ടൊരു യോസയെയാണ്
നാം കാണുന്നത്. ആത്മകഥാംശമുള്ള അനുഭവങ്ങൾ യോസ ഉപയോ
ഗിക്കുന്നുണ്ടെങ്കിലും അവയെ സാഹിത്യപരമായും ആഖ്യാനപരമായും
അദ്ദേഹം മാറ്റിയെടുക്കുന്നുമുണ്ട്. പിയൂര മരുഭൂമിയിലാണ് ഹരിതഭവനം
യോസ നിലനിർത്തിയിരിക്കുന്നത്. ആമസോൺ വനത്തിന്റെ ഒരു ഭാഗ
മാണിത്. ആധുനിക സംസ്കാരവുമായുള്ള സാമീപ്യംകൊണ്ട് അവിടെ
വലിയ മാറ്റങ്ങൾ സംഭവിക്കുന്നു. സംസ്കാരത്തിന്റെ അതിരുകളിൽ ജീവി
ക്കുന്ന മനുഷ്യരുടെ ദുഃഖഭരിതമായ അവസ്ഥയിലാണ് ഇതിൽ പ്രമേയ
മായി വരുന്നത്. അവിടെ നിലനിന്നിരുന്ന പൊതുവായ അറിവനുസരിച്ച്
ഹരിതഭവനത്തിന്റെ സ്ഥാപകനായ ഡോൺ അൽസോർമോ നിഗൂഢവും
നിരീക്ഷണത്തിനതീതവുമായ ഒരു വ്യവസായിയായിരുന്നു. അയാൾ ആമ
സോൺ വനത്തിന്റെ സന്തതിയായിരുന്നു. നഗരത്തിനു പുറത്തായി കാട്ടി
നുള്ളിലെ മരുഭൂമിയിലാണ് ഹരിതഭവനമെന്ന വേശ്യാലയം അയാൾ
സ്ഥാപിച്ചത്. ഇവിടത്തെ വൃത്തികേടുകൾ നഗരനിവാസികളുടെയും
ഫാദർ ഗാർസിയയുടെയും ശ്രദ്ധയിൽപ്പെടുന്നു. അയാൾ അവസാനമി
തിനെ ശപിച്ചുകൊണ്ട് തീയിടുന്നുമുണ്ട്. വർഷങ്ങൾക്കുശേഷം അൻ
സെൽമോയുടെ പുത്രി ലാ ചുൽഗ അവിടെ രണ്ടാമതൊരു വേശ്യാലയം
തുടങ്ങുന്നു. അതിന്റെയും പേര് ഹരിതഭവനം എന്നായിരുന്നു. ഇതിനകം
ആദ്യത്തെ ഭവനം അവിടെയെല്ലാം ഒരു ഇതിഹാസംപോലെ ഓർമ്മക
ളിൽ നിറഞ്ഞുനില്ക്കുകയും ചെയ്തു. പിയൂരനഗരത്തിനു വെളിയിൽ
ഹരിതഭവനത്തിൽ ഹാർപ്പ് സംഗീതമുണർത്തുന്ന ഒരു വൃദ്ധനുണ്ട്.
അതോടൊപ്പം കള്ളന്മാരും യാചകരും നാടോടികളും ഉൾക്കൊള്ളുന്ന
മറ്റൊരിടത്തെക്കുറിച്ചും ഓസ സൂചന തന്നിരുന്നു. മൂന്നാമതായൊരു
കോൺവെന്റിനെക്കുറിച്ചാണ് യോസ വിവരം തരുന്നത്. അവിടെ സ്പാ
നിഷ് കന്യാസ്ത്രീകൾ നിർബ്ബന്ധിതമായി കാനനത്തിലെ പെൺകുട്ടി
കളെ അറിവു പകർന്നു കൊടുക്കാൻ ശ്രമിക്കുന്നു. ഇവയോടൊപ്പം
തുഷിയ എന്ന കഥാപാത്രത്തിന്റെ കഥയും പറയുന്നുണ്ട്. നോവലിൽ

യോസ ഇതിനെ ഫുഷിയ എന്ന പേരിലാണ് വിളിക്കുന്നത്. മറ്റുള്ളവരെ കൊള്ള ചെയ്യുന്ന ഒരു കഥാപാത്രം. പിയൂരയെക്കുറിച്ച് ഇതിലൂടെ നിര വധി കഥകൾ പറയുന്നുണ്ട്. ഡോൺ ആൽസെൽമോ എന്ന ഹാർപ്പ് വായനക്കാരനും മിഷനറിയിലെ വേലക്കാരിയായ ബോണി ഫാസിയയും പങ്കുവയ്ക്കുന്ന ഓർമ്മകളിലൂടെയാണ് യോസയുടെ ഏറ്റവും മികച്ച നോവലുകളിലൊന്നായ ഇത് വികസിക്കുന്നത്. *ഗ്രീൻഹൗസ്* പെറുവിലെ അന്നത്തെ അവസ്ഥയുടെ പ്രതീകമായി രൂപാന്തരപ്പെടുന്നു. വായനയിൽ ഏറെ സങ്കീർണ്ണത അനുഭവപ്പെടുമെങ്കിലും ആഖ്യാനത്തിന്റെ ഭദ്രത കാത്തു സൂക്ഷിക്കുന്ന ഈ നോവൽ ലാറ്റിനമേരിക്കൻ നോവലിൽ പ്രതീ കമായി പ്രമേയത്തിലൂടെയും ചെറുപ്രമേയങ്ങളിലൂടെയും വായനക്കാരെ നയിച്ചുകൊണ്ടുപോകുന്ന അൻസൽമൊയുടെ വനത്തിനുള്ളിലെ ഭൂത കാലത്തെക്കുറിച്ചോ ജീവിതത്തെക്കുറിച്ചോ വായനക്കാർ കൂടുതലായൊ ന്നുമറിയുന്നില്ലെങ്കിലും അയാളുടെ വനത്തിലെ ഉത്ഭവസ്രോതസ്സുകൾ പലതും നമുക്കു വിശദീകരിച്ചുതരുന്നു. അയാൾക്ക് ഹരിതവർണ്ണത്തോട് വല്ലാത്ത ആസക്തി, അതുതന്നെയാണ് ഭവനത്തിനു ചായമിടാനും അയാൾ ഉപയോഗിക്കുന്നത് ഒരു പ്രത്യേകത തന്നെയാണ്. ഹാർപ്പിനും ഹരിതവർണ്ണമാണ്. ഫാക്നേറിയൻ രൂപഘടന നോവലിൽ സമന്വയിപ്പി ക്കാനുള്ള പ്രത്യേകമായ കഴിവ് ഈ നോവലിലും നമുക്കു കാണാം. അതോടൊപ്പം ജോയ്സിന്റെ ആന്തരികമായ ആത്മസംവാദങ്ങളം നോവ ലിനെ ശ്രദ്ധേയമാക്കുന്നു. ആധുനിക നോവലിൽ ഫ്യൂഷൻ എന്ന ആശ യമാണ് യോസ ഇവിടെ പ്രാവർത്തികമാക്കുന്നത്.

കോൺവർസേഷൻ ഇൻ ദി കത്തീഡ്രൽ എന്ന നോവലിലേക്കു വരുമ്പോൾ യോസയുടെ ആഖ്യാനത്തിലെ കലാനൈപുണ്യത്തെയാണ് (Virtuosity) നാം കൂടുതൽ അടുത്തറിയുന്നത്. നോവൽ പെറുവിലെ വനത്തെയും മരുഭൂമിയെയും ഒത്തുചേർക്കുന്നു. അതോടൊപ്പം അഞ്ചു കഥകളുടെ ഒരു സമന്വയത്തിനും നമ്മൾ സാക്ഷികളാകുന്നു. യോസ യുടെ ആദ്യത്തെ സാഹിത്യവലയത്തിന്റെ പൂർത്തീകരണമാണ് ഇവിടെ നാം അനുഭവിക്കുന്നത്. ഇതിലെ സാന്റിയാഗോ സവാല എന്ന കഥാ പാത്രം യോസയുടെ ഏറ്റവും സങ്കീർണ്ണവും മികച്ച രീതിയിൽ വികസി പ്പിച്ചെടുത്തതുമായ കഥാപാത്രമാണ്. ചെറുപ്പക്കാരനായ സാന്റിയാഗോ സാമൂഹികമായ ഒരു വിജയത്തെക്കാൾ കൂടുതലായി പരാജയത്തെയാണ് തെരഞ്ഞെടുക്കുന്നത്. അവന്റെ പിതാവ് പെറുവിയൻ സമൂഹത്തിലെ ആദരണീയനായ ഒരു വ്യക്തിയുമാണ്. സാന്റിയാഗോ അദ്ദേഹത്തിന്റെ പാതയിലൂടെ പോകണമെന്നുള്ള ഒരു പ്രത്യാശയാണ് മറ്റുള്ളവർക്കുണ്ടാ യിരുന്നത്. പക്ഷേ, ഇതിനുവിരുദ്ധമായി സമൂഹത്തിലെ താഴെക്കിടയി ലുള്ളവരുമായിട്ടാണ് അവൻ കൂടുതൽ ഇടപഴകിയത്. സമൂഹത്തിലെ ഉയർന്നതലത്തിലെ അഴിമതിയെയും പിതാവിനെയും അവൻ വെറുക്കു കയും അവരിൽ നിന്ന് അകലം കാത്തു സൂക്ഷിക്കുകയും ചെയ്യുന്നു. മറ്റുള്ളവരുടെ കാഴ്ചപ്പാടിൽ അവൻ നൈരാശ്യത്തിന്റെ നിഴലിൽ കഴി

യുന്ന ഒരുവനാണ്. അവന്റെ ലോകത്തിൽ മനുഷ്യർ ഒന്നുകിൽ നൈരാ
ശ്യമുള്ളവരോ അല്ലെങ്കിൽ നികൃഷ്ടരോ ആയിരുന്നു.

ഈ നോവലിലെ സംഭവങ്ങൾക്കു പ്രചോദനമായി ഭവിച്ചത് യോസ
ഒരു വിദ്യാർത്ഥിയായിരുന്ന കാലത്തെ ചില അനുഭവങ്ങളിൽ നിന്നാണ്.
ഓഡ്രിയ ഏകാധിപതിയുടെ ഭരണത്തിൽനിന്നും ഫെർനാൽദോ
ബെലൗണ്ടെ ടെറിയുടെ തിരഞ്ഞെടുപ്പിലേക്കുള്ള മാറ്റത്തിന്റെതായ
കാലം ഓഡ്രിയ ഏകാധിപതിയുടെ കാലത്ത് സാന്റിയാഗോ സമൂഹത്തെ
അവജ്ഞയോടെയാണ് നിരീക്ഷിച്ചിരുന്നത്. പെറുവിൽ ജനാധിപത്യം
പുനസ്ഥാപിക്കപ്പെട്ടപ്പോൾ അവന് കൂടുതൽ ശുഭപ്രതീക്ഷകളുമുണ്ടാ
യിരുന്നില്ല. അഴിമതി നിറഞ്ഞ സമൂഹത്തിൽ നിലനില്ക്കുന്ന ഒരു പുതിയ
രൂപമായിട്ട് മാത്രമേ അവനിതിനെ കാണാൻ കഴിഞ്ഞിരുന്നുള്ളു.
ഈയൊരു ദർശനത്തോടൊപ്പം ബർഗാസ് യോസയുടെ സുഹൃത്ത്
സെബാസ്റ്റ്യൻ സലാസർ ബോണ്ടിയുമായുണ്ടായിരുന്ന രാഷ്ട്രീയപരമായ
നിലപാടുകളും നിർണ്ണായകമായ ഒന്നായി വന്നുകഴിഞ്ഞിരുന്നു. തിരഞ്ഞെ
ടുപ്പ് സമയത്തെ ബോണ്ടിയുടെ വിശകലനങ്ങൾക്കാണ് യോസ കൂടു
തൽ പ്രാധാന്യം കൊടുത്തത്. നോവലിലെ രാഷ്ട്രീയപരമായ സന്ദേ
ശത്തെ ഇതോടൊപ്പമാണ് കൂട്ടിവായിക്കേണ്ടത്. രാഷ്ട്രീയപരമായ ഒരു
പ്രതിസന്ധിയിൽനിന്നും രചിക്കപ്പെട്ട ഒരു ധാർമ്മികസ്പർശമുള്ള നോവ
ലായി അതിനെ കാണേണ്ടതുണ്ടെന്നും നിരൂപകർ സൂചിപ്പിക്കുന്നു. സാന്റി
യാഗോ അവന്റെ തന്നെ സംശയങ്ങളെക്കുറിച്ച് ആശങ്കാകുലനാകുന്നുണ്ട്.
പക്ഷേ, അയാൾക്കത് ഒഴിവാക്കാൻ കഴിയുന്നില്ല. അഴിമതിക്കാരായ സമൂ
ഹത്തിലെ ഉന്നതന്മാരെ ഞാൻ വെറുക്കുന്നുവെന്ന് സാന്റിയാഗോ പറ
യുന്നുണ്ട്. ഇപ്പോഴും ഞാനവരെ വെറുക്കുന്നു. എനിക്കാകെക്കൂടി തീർച്ച
യുള്ളത് അത് മാത്രമാണ്. നോവലിലെ അനേകാംശസംവാദങ്ങൾ (Mul-
tiple Conversations) ശരിക്കും നിരവധി ആഖ്യാതാക്കളെയും ഉപയോ
ഗിക്കാനുള്ള സാദ്ധ്യതകൾക്കാണ് അവസരങ്ങൾ സൃഷ്ടിക്കുന്നത്. നോവ
ലിലെ ആഖ്യാനതലത്തിലെ ഏറ്റവും സൂക്ഷ്മമായ ഹൃദയം തന്നെയാ
ണിത്. ഇവിടെയും ഫോക്നറുടെ *അബ്സാലോം അബ്സാലോം* എന്ന
നോവലിന്റെ സ്വാധീനം നമുക്കു തിരിച്ചറിയാൻ കഴിയും. അതിൽ
ഡേവിഡ് രാജാവിന്റെ പുത്രൻ പിതാവിനെതിരെ പ്രതിരോധിക്കുന്നത്
ഓർക്കുക. *ബൈബിൾ* പുരാണത്തിൽനിന്നും വേർതിരിച്ചെടുത്ത ഒരു
കഥാതന്തുവാണിത്. യോസ ഈ നോവലിൽ പിതാവിന്റെ ലോകത്തി
നെതിരെ പോരാടാൻ ശ്രമിക്കുന്ന വിഭ്രാന്തമനസ്സുമായി നില്ക്കുന്ന സാന്റി
യാഗോയെയാണ് നാം കാണുന്നത്. പിതാവിന്റെ ഡ്രൈവറായ അംബ്രോ
സിയായും സാന്റിയാഗോ സാവാലയുമായുള്ള സംവാദങ്ങളാണ് നോവ
ലിന്റെ നിർണ്ണായകഘടനയിൽ രൂപാന്തരപ്പെടുന്നത്. ഇത് ശരിക്കും യാദൃ
ച്ഛികവും വ്യാജോക്തിയുടെ സ്പർശം അനുഭവിക്കുന്നതുമാണ്. കത്തീ
ഡ്രൽ മദ്യശാലയിൽ വച്ചാണ് പന്ത്രണ്ട് നീണ്ടവർഷങ്ങൾക്കുശേഷം
കാണുന്ന അംബ്രോസിയൊയുമായുള്ള സാന്റിയാഗോയുടെ നീണ്ട

സംവാദങ്ങൾ അരങ്ങേറുന്നത്. ഇവരുടെ സംവാദങ്ങൾക്കൊപ്പം യോസ നിരവധി സംവാദങ്ങൾ കൂട്ടിച്ചേർക്കുന്നുമുണ്ട്. നേരെയും അല്ലാതെയു മായുള്ള മറ്റനവധി മനുഷ്യരുടെ ശബ്ദപ്രപഞ്ചമാണിത്. സാന്റിയാഗോയും അംബ്രോസിയൊയായും ഇതിനിടയിൽ യാദൃച്ഛികമായി വന്നുപെടുന്നതു പോലെ മാത്രമേ തോന്നുകയുള്ളൂ. നോവൽ വായിക്കുമ്പോൾ വായന ക്കാരനും സാന്റിയാഗോയ്ക്കൊപ്പം യാത്ര ചെയ്യാനുള്ള ഒരു നിയോഗമാ ണുണ്ടാകുന്നത്. പെറുവിന്റെ ചരിത്രപരമായ നിയോഗങ്ങളാണ് നാം സാന്റിയാഗോയിലും അനുഭവിക്കുന്നത്. ഇവിടെ പെറുവിന്റെ അവസ്ഥ സവാലയുടെ അവസ്ഥ തന്നെയാണ്. ഇതിനൊക്കെ ഒരു പരിഹാരം സാദ്ധ്യമല്ലെന്നുണ്ടോ. പക്ഷേ, പെറുവിന്റെ ശോഭനമായ ഒരു ഭാവി മന സ്സിൽ കൊണ്ടുനടക്കുന്ന കഥാപാത്രമാണ് സാന്റിയാഗോ. ആഖ്യാന ത്തിന്റെ തലങ്ങൾ മാറിയും മറിഞ്ഞും ഓരോ പേജിലും കടന്നുവരുമ്പോൾ ഒരു സാധാരണ വായനക്കാരൻ അത്ഭുതപ്പെട്ടുപോകും. ലാറ്റിനമേരിക്ക യിലെ ഒരു സമ്പൂർണ്ണവിപ്ലവം ആഗ്രഹിച്ച യോസയുടെ ബുദ്ധിപരമായ അന്വേഷണങ്ങൾ തന്നെയാണീ നോവൽ.

ഇതിനുശേഷം യോസയുടെ രചനകളിൽ ഒരു വല്ലാത്ത മാറ്റമാണ് നാം കാണുന്നത്. ആദ്യത്തെ നോവൽ ത്രയങ്ങൾക്കുശേഷം യോസ സൃഷ്ടിപരമായ മാറ്റങ്ങൾക്കു വിധേയനാകുന്നതായി നാം കാണുന്നു. *ക്യാപ്റ്റൻ പാൻടോജ* എന്ന നോവലിൽ ഇതിന്റെ ഒരു തുടക്കം കുറിച്ച തായും കാണാം. *എഴുത്തുകാരന്റെ യാഥാർത്ഥ്യം (Writers Reality)* എന്ന ഗ്രന്ഥത്തിൽ യോസ ഇതിനെക്കുറിച്ച് സൂചിപ്പിക്കുന്നുണ്ട്. ആഖ്യാ താവെന്ന നിലയിൽ മൂന്നാമതൊരു വ്യക്തിയെ നിരീക്ഷിക്കാനുള്ള കഴിവ് അത് ശരിക്കും യോസയ്ക്കുണ്ടായിരുന്നു. യോസ കഥാപാത്രങ്ങളുടെ സംഭാഷണങ്ങളിലേക്കിത് പകർത്തിയെടുക്കാനാണ് ശ്രമിക്കുന്നത്. ക്യാപ്റ്റൻ പാൻടോജയിൽ ഈയൊരു പ്രത്യേകത ശരിക്കും അനുഭവ വേദ്യമായിത്തീരുന്നുണ്ട്. *ജൂലിയ അമ്മായിയും സ്ക്രിപ്റ്റ് എഴുത്തുകാ രനും* (1977) എന്ന നോവൽ ശരിക്കും ഇറ്റാലിയൻ സാഹിത്യകാരൻ ഉംബർതൊ എക്കൊ വിളിക്കുന്നതുപോലെ ഒരു തുറന്ന നോവലാണ്. അതിന്റെ കാരണം അത് ബോധപൂർവ്വം നിരവധി അയഞ്ഞ അന്ത്യങ്ങൾ സൃഷ്ടിക്കുന്നു എന്നുള്ളതുകൊണ്ടാണ്. പ്രധാന പ്രമേയത്തെ ദൃഢമാ ക്കിനിർത്താൻ ഇവയെ ഒരുപ്രത്യേക മുറിയിൽ സമന്വയിപ്പിക്കേണ്ടതായും വരുന്നില്ല. ചെറുപ്പക്കാരൻ പെറുവിയൻ എഴുത്തുകാരൻ വർഗിറ്റാസീൽ തന്റെ പ്രായം കൂടിയ അമ്മായി ജൂലിയയോട് തോന്നുന്ന പ്രേമാവേശ മാണ് നോവലിന്റെ വൈകാരികമായ തലത്തെ സൃഷ്ടിക്കുന്നത്. ഇവരോ ടൊപ്പം റോഡിയോനാടകങ്ങൾക്ക് സ്ക്രിപ്റ്റ് രചിക്കുന്ന പെഡ്രോകാ മാഷൊ എന്നൊരു കഥാപാത്രവുമുണ്ട്. വർഗിറ്റാസും ജൂലിയ അമ്മാ യിയും പെഡ്രോകാമാഷൊയുമാണ് നോവലിലെ മൂന്നു ആഖ്യാതാക്കൾ. ജീവിതവും കലയുമായുള്ള ആത്മബന്ധവും നോവലിന്റെ ശ്രദ്ധേയമായ ഒരു തലത്തെ സൃഷ്ടിക്കുന്നുണ്ട്. ഈ നോവലിലൂടെ യോസ തന്റെ പഴയ

എല്ലാം വിധികല്പിതമെന്നു കരുതുന്ന (Fatalism)സിദ്ധാന്തം ഉപേക്ഷി
ക്കുകയാണ്. അതിനുപകരമായി നർമ്മത്തെയും ആലങ്കാരികതയെയും
അന്വേഷിക്കാനുള്ള ഒരു ത്വരയാണദ്ദേഹത്തിനുള്ളത്. വീണ്ടെടുക്കാനാ
വാത്ത മുതലാളിത്ത സമൂഹത്തിന്റെ ഭാവങ്ങൾ യോസയുടെ ആഖ്യാന
തലത്തിൽനിന്നും അപ്രത്യക്ഷവുമാകുന്നുണ്ട്. ഫ്രഞ്ച് സാഹിത്യകാരൻ
ഫ്ലേബറിനെക്കുറിച്ചുള്ള *പെർപ്പച്വൽ ഒർജി* എന്ന പഠനഗ്രന്ഥം രചിച്ച
തിനുശേഷമാണ് യോസ ഇതിനു തയ്യാറായത്. ഫ്ലോബറിന്റെ വിഖ്യാ
തമായ *ടെംപ്റ്റേഷൻ ഓഫ് സെന്റ് ആന്റണി* എന്ന പുസ്തകം യോസയെ
വല്ലാതെ സ്വാധീനിക്കുകയുണ്ടായി. ഒരു യോഗിവര്യന്റെ ഏകാന്തതയും
വൈകാരികമായ ഭ്രമകല്പനകളും അതുവഴിയെത്തിച്ചേരുന്ന ദുരന്ത
ങ്ങളും ഫ്ലോബർ ശക്തമായിട്ടാണതിൽ ചിത്രീകരിച്ചിരിക്കുന്നത്. യോസ
യുടെ നോവൽ വിഭ്രാന്തികൾ സൃഷ്ടിക്കാനുള്ള മാനുഷികമായ താല്പ
ര്യത്തെക്കുറിച്ചുള്ള ഒരു രചനയുമാണ്. കമിതാക്കൾക്കിടയിലെ പ്രേമ
പാരവശ്യത, അവരുടെ വൈകാരിക സമാഗമങ്ങൾ, വിഹ്വലതകൾ, ആഹ്ലാ
ദങ്ങൾ എല്ലാം എത്ര ഉദാത്തമായിട്ടാണതിൽ അവതരിപ്പിച്ചിരിക്കുന്നത്.

1980 കളിലേക്കു വരുമ്പോൾ യോസയിൽ പ്രകടമായ പല മാറ്റങ്ങളും
സംഭവിക്കുന്നു. 1981 ലാണ് യോസയുടെ ഏറ്റവും വിഖ്യാതമായ നോവൽ
വാർ ഓഫ് ദി എന്റ് ഓഫ് ദി വേൾഡ് പ്രസിദ്ധീകരിക്കുന്നത്. യോസ
യുടെ സാഹിത്യരചനകളിലെ മൊനുമെന്റൽ സൃഷ്ടിയാണിതെന്ന നിരൂ
പകരുടെ പക്ഷം സ്വീകരിക്കാൻ നാം തയ്യാറാകണം. അതുവരെ ലാറ്റിന
മേരിക്കൻ സാഹിത്യത്തിൽ കാണാത്ത പല സവിശേഷതകളും
ഇതിനുണ്ടായിരുന്നു. ബ്രസീലിയൻ ചരിത്രത്തിലെ ഒരു ദുരന്ത പൂർണ്ണ
മായ എപ്പിസോഡിൽ നിന്നാണ് യോസയുടെ ഭാവനകൾക്കു ചിറകുകൾ
നല്കിയതെന്ന് വിശ്വസിക്കപ്പെടുന്ന കാനുഡോസിലെ പിന്നാമ്പുറങ്ങളിൽ
അരങ്ങേറിയ ഒരു പരാജയപ്പെട്ട വിപ്ലവമാണിവിടെ നോവലിന്റെ പ്രമേയ
മായി വരുന്നത്. ബാഹിയയിലെ പിന്നാമ്പുറങ്ങൾ (Backlands) ഗിമേ
രിയ, റോസ, അമാദും എന്നീ സാഹിത്യകാരന്മാരെയെല്ലാം നേരിട്ടു പ്രചോ
ദിപ്പിച്ച ഒരിടമായിരുന്നു. റോസയുടെ *ഡെവിൾ ടു പെ ഇൻ ദി ബാക്ലാന്റ്*
സ് ഇവിടെ ഓർത്തുപോകുന്നു. 1889 ൽ പുതിയ ബ്രസീലിയൻ റിപ്പ
ബ്ലിക്ക് സ്ഥാപിക്കപ്പെട്ട ഒരു കാലമാണ് നോവലിലെയും കാലമായി വരു
ന്നത്. യൂക്ലിഡെസ് ഡാകുൽഹയുടെ *റിബലിയൻ ഇൻ ദി ബാക്ലാന്റ്*
എന്ന നോവലും യോസയിൽ വല്ലാത്ത ചലനങ്ങളുണ്ടാക്കി. കാനുഡോ
സിലെ സൂര്യനായ ഗലീലിയൊ ഗാൾ, റൂഫിനൊ ജറീമ എന്നീ മൂന്നു
കഥാപാത്രങ്ങളുടെ ഒരു ത്രികോണമാണ് ഈ നോവലിന്റെ ശക്തിയായി
രൂപാന്തരപ്പെടുന്നത്. നാലു പുസ്തകഭാഗങ്ങളിലൂടെയാണ് നോവൽ ഒരു
പൂർണ്ണതയിലേക്കെത്തിച്ചേരുന്നത്. ഒന്നാം പുസ്തകം കൗൺസിലരായ
അന്റോണിയയയും ഗലീലിയൊ ഗാളും തമ്മിലുള്ള ഒരു താരതമ്യത്തെ
സൂചിപ്പിക്കുമ്പോൾ രണ്ടാം പുസ്തകം ഹ്രസ്വമാണെങ്കിലും നിർണ്ണായ
കമാണ്. കാനുഡോസിലെ വിപ്ലവകാരികൾക്കെതിര റിയോദി

ജനീറൊയിലെ അധികാരികൾ നടത്തുന്ന നീക്കങ്ങളാണിതിലുള്ളത്.
മൂന്നാം പുസ്തകം കുറച്ചുകൂടി സങ്കീർണ്ണമായ ഒന്നാണ്. ഗലീലിയോ
ഗാളിന്റെ കാനഡോസിലേക്കുള്ള പ്രയാണത്തിന്റെയും മരണത്തിന്റെയും
നിഗൂഢതകൾ വെളിപ്പെടുത്തുന്നു. നാലാം പുസ്തകത്തിൽ ആഖ്യാനം
ചെയ്യപ്പെടുന്നത് യുദ്ധത്തെ തള്ളിപ്പറച്ചിലുകളാണ്. എല്ലാമിവിടെ ശരിക്കും.
തെളിഞ്ഞുവരുന്നു. നായയോ അല്ലെങ്കിൽ പിതാവോ ആന്റിക്രൈസ്റ്റോ
അല്ലെങ്കിൽ അനുഗൃഹീതനായ യേശുവോ അനുഗ്രഹവും ശാപവു
മൊക്കെ ഇവിടെ കാനുഡോസിനെ മൂടി നില്ക്കുന്നു. നന്മയും തിന്മയും
വേർതിരിച്ചറിയാൻ കഴിഞ്ഞാൽ എല്ലാം കൂടുതൽ എളുപ്പമായിരിക്കും.
ഇവയ്ക്കു പിന്നിലാണല്ലോ ഈ ലോകത്തിൽ എല്ലാം സംഭവിക്കുന്നത്.
യോസയുടെ ദർശനങ്ങളുടെ വിശാലമായ ലോകം ഒരു പക്ഷേ,
ടോൾസ്റ്റോയിയിലോ സ്റ്റെംഫാലിലോ മാത്രമേ കണ്ടെത്താൻ കഴിയു.

ഇതിനുശേഷം യോസയുടെ നിരവധി നോവലുകൾ വന്നു. *ഫിസ്റ്റ്
ഓഫ് ദി ഗോഡും, വേ ടു പാരഡൈസും ഇൻ പ്രെയിസ് ഓഫ് സ്റ്റെപ്മ
ദറും* താരമ്യേന ശുഷ്കമായ *ബാഡ്ഗേളുമെല്ലാം* അദ്ദേഹത്തിന്റെ രചന
കളുടെ സ്പർശം അനുഭവിപ്പിച്ച കൃതികളാണ്. കൂടുതലായി ഈ രചന
കളിലേക്കു പോകണമെന്ന് തോന്നുന്നുമില്ല.

*ചെറുപ്പക്കാരനായ നോവലിസ്റ്റിനുള്ള കത്തുകൾ (Letters to a
young Novelist)* എന്ന വിശിഷ്ടമായ ഗ്രന്ഥം നോവൽ രചനയിലേക്കു
കടക്കുന്ന എല്ലാവർക്കും ഒരു മാർഗ്ഗദർശിയാണ്. തന്റെ ജീവിതകാലത്തെ
സമഗ്രമായ വായനയുടെയും അന്വേഷണത്തിന്റെയും ചിന്തകളുടെയും
ഒരു ഏകീകരണ സ്വഭാവമാണിതിനെ ശ്രദ്ധേയമാക്കുന്നത്. ഈ ലോക
ത്തിലെ മികച്ച എഴുത്തുകാരെയും അവരുടെ രചനകളെയും
(ബോർഹസ്, ബിയേഴ്സ്, സെലിൽ, കോർത്ത സാർ, ഫോക്നർ,
കാഫ്ക, കാമു, ഗ്രിപ്പെറ്റ്) അദ്ദേഹം ഈ കത്തുകളിലൂടെ സാക്ഷ്യപ്പെ
ടുത്തിയുപയോഗിക്കുന്നുണ്ട്. ഇതോടൊപ്പം ചെറുപ്പക്കാരനായ നോവലി
സ്റ്റിനോട് സൃഷ്ടിക്കുള്ള അഭിനിവേശം ഊതിക്കെടുത്തരുതെന്നും യോസ
ആവശ്യപ്പെടുന്നു. എല്ലാം വീണ്ടും വീണ്ടും വായിക്കുക. ഒരുപക്ഷേ
റിൽക്കെയുടെ കവിക്കുള്ള കത്തുകൾക്കുശേഷം ലോകസാഹിത്യം
ദർശിച്ച സമാനമായ ഒരു മാസ്റ്റർപീസാണിത്. യോസയുടെ നോൺഫി
ക്ഷണൽ ലോകം ആരെയും അത്ഭുതപ്പെടുത്തുന്ന ഒരുവിഭാഗമാണ്.
ആദ്യമായതിൽ എടുത്തു പറയാൻ തോന്നുന്നത്. *ജലത്തിനുള്ളിലെ
മത്സ്യം (Fish in the Water)*എന്ന ഓർമ്മക്കുറിപ്പുകളാണ്. 1936 ൽ പെറു
വിലെ അരോകിപ്പയിൽ തുടങ്ങിയ ജീവിതം മുതൽ 1990 ൽ പ്രസിഡന്റു
പദവിക്കു മത്സരിച്ചു തോറ്റതുവരെയുള്ള ഒരു കാലഘട്ടമാണിതിലൂടെ
അനാവരണം ചെയ്യുന്നത് അഗാധമായി നമ്മെ ഇത് സ്വാധീനിക്കുകയും
യോസയുടെ ഫിക്ഷണൽ രചനകളിലേക്കു ജാലകങ്ങൾ തുറന്നുതരു
കയും ചെയ്യുന്നു. അദ്ദേഹത്തിന്റെ യാഥാർത്ഥ കഥ തുടങ്ങുന്നിടത്ത്
ഗ്രന്ഥം അവസാനിക്കുന്നുവെങ്കിലും ഇതിന്റെ ഒരു രണ്ടാം ഭാഗത്ത് കൂടു

തൽ ശക്തിയോടെ യോസ തിരിച്ചുവരുമെന്നും നമുക്കു പ്രത്യാശിക്കാം. പിന്നീട് എടുത്തുപറയാനുള്ളത് *മേക്കിങ് വേവസ് ദി ലാംഗ്വേജ് ഓഫ് പാഷൻ ദി റൈറ്റേഴ്സ് റിയാലിറ്റി, ടച്ച് സ്റ്റോൺ* എന്നീ ലേഖനസമാഹ ങ്ങളെക്കുറിച്ചാണ്. ഏറ്റവും മികച്ച സാഹിത്യലേഖനങ്ങളുടെ സമാഹാ രങ്ങളാണിവ. യോസ എന്ന എഴുത്തുകാരന്റെ വായനയുടെ നിലവാരം ആരെയും അത്ഭുതപ്പെടുത്തും. ഇപ്പോൾ വായിച്ചു തീർന്ന *നീരുറവകൾ (Wellsprings)* എന്ന ലേഖനസമാഹാരം മികച്ച ഒന്നാണ്. നോവലിന്റെ മുത്തച്ഛനായ *തെർവാന്റസിനെക്കുറിച്ചും ബോർഹസിനെക്കുറിച്ചും* സ്പാനിഷ് ചിന്തകനായ ഒർടേഗയെക്കുറിച്ച് ഇതിൽ സമഗ്രമായ പഠന ങ്ങളുണ്ട്.

വിക്ടർ യൂഗോയുടെ *പാവങ്ങളെക്കുറിച്ച് അസാദ്ധ്യമായതിന്റെ പ്രലോഭനം (Temptation of the impossible)* എന്ന ഗ്രന്ഥം യൂഗോയെ എത്ര തീവ്രമായി അദ്ദേഹം ഉൾക്കൊണ്ടിരിക്കുന്നുയെന്നതിന്റെ ഉദാഹര ണമാണ്. ഫ്രഞ്ച് നോവലിസ്റ്റ് ഫ്ളോബറിന്റെ രചനകളെക്കുറിച്ച് *ദി പെർപ്പ ചൽ ഒർജി* എന്നൊരു പഠനവും അദ്ദേഹം രചിച്ചിച്ചുണ്ട്.

യോസയും കൊളംബിയൻ നോവലിസ്റ്റും തമ്മിലുണ്ടായിരുന്ന ആത്മ ബന്ധത്തെക്കുറിച്ച് നിരവധി കഥകൾ ഇതിനകം തന്നെ പുറത്തുവന്നു കഴിഞ്ഞിരിക്കുന്നു. ക്യൂബൻ വിപ്ലവകാലംവരെ അവർ ആത്മമിത്രങ്ങ ളായിരുന്നു. പിന്നീടവർ ബദ്ധവൈരികളായി രൂപാന്തരപ്പെട്ടതിന്റെ പിന്നിലെ ദുരൂഹതകൾ തകർക്കാൻ യോസ താല്പര്യമെടുത്തില്ല. ഗാർസിയ മാർക്കേസിന്റെ രചനകളെക്കുറിച്ച് എഴുനൂറു പേജുകളുള്ള ഒരു വലിയ ഗ്രന്ഥം സ്പാനിഷ് ഭാഷയിൽ 1971 ൽ അദ്ദേഹം പ്രസിദ്ധീക രിച്ചു. *(Garcia Marquez Hisotoria de undeicidio)* ഇതിന്റെ ഇംഗ്ലീഷ് പരിഭാഷയ്ക്കദ്ദേഹം സമ്മതം കൊടുത്തില്ല. അടുത്തകാലത്ത് മെക്സി ക്കോയിൽ വച്ച് സൗഹൃദത്തോടെ കണ്ടുമുട്ടിയെങ്കിലും അത് അത്ര ശാശ്വ തമായ ഒന്നായിരുന്നില്ല. ശരിക്കും ഇത് സാഹിത്യവിദ്യാർത്ഥികൾക്കൊരു നഷ്ടം തന്നെയാണ്. ജെറാൾഡ് മാർട്ടിന്റെ ഗാർസിയ മാർക്കേസിനെക്കു റിച്ചൊരു വലിയ ഗ്രന്ഥം വന്നുവെങ്കിലും യോസയുടെ രചന അതൊന്ന് വേറെ തന്നെയാണെന്ന് സ്പാനിഷിൽ അത് വായിച്ചിട്ടുള്ളവർ സമർത്ഥി ക്കുന്നു. എന്താണവർക്കിടയിൽ സംഭവിച്ചത്. ഒരിക്കൽ ലീമയിലെ യോസ യുടെ വസതിയിൽവച്ച് അദ്ദേഹത്തിന്റെ ഭാര്യയുടെ നേർക്കുണ്ടായ മദ്യാ സക്തനായ മാർക്കേസിന്റെ മോശമായ പെരുമാറ്റമാണിതിന്റെ കാരണ മെന്ന് വിശ്വസിക്കുന്നവരുണ്ട്. ക്യൂബ അമിതമായി കമ്യൂണിസ്റ്റ് പക്ഷ ത്തേക്ക് ചാഞ്ഞതും യോസയ്ക്ക് അഭിപ്രായ വ്യത്യാസമുണ്ടാക്കി.

മൂന്നു നാടകങ്ങളുടെ ഒരു സമാഹാരവും അദ്ദേഹം രചിച്ചിട്ടുണ്ട്. *ദി കബ്സ് ആന്റ് ആദൻ സ്റ്റോറീസ്* എന്നൊരു ചെറുകഥാസമാഹാരവും ഇതിലെ *വെല്ലുവിളി (The Challenge)* എന്ന കഥ ലോകപ്രസിദ്ധവു മാണ്. ഒരു വലിയ സാഹിത്യഭൂമികയിലാണ് യോസ തന്റെ രചനകളു മായി നില്ക്കുന്നത്. അവിടെ നിന്നും ഇനിയെത്രയെത്ര രചനകൾ വരാ

നിരിക്കുന്നു. വാക്കുകളുടെ പ്രലോഭനങ്ങൾക്കൊപ്പം നിന്നുകൊണ്ട്‌ കാലത്തെ അതിജീവിക്കാൻ യോസയ്ക്കു കഴിയും എന്നത്‌ ഒരു പ്രത്യാശയല്ല സുനിശ്ചിതമായ ഒരുറപ്പാണ്‌. ഹരിതഭവനം പോലെ *വാർ ഓഫ്‌ ദി എന്റ്‌ ഓഫ്‌ ദി വേൾഡുപോലെ, ടൈം ഓഫ്‌ ദി ഹീറോപോലെ, വേടു പാരഡൈസ്‌ പോലെ വെൽസ്‌പ്രിങ്സ്‌ പോലെ* ഒരു രചന പുറത്തു കൊണ്ടുവരാൻ യോസയ്‌ക്കല്ലാതെ മറ്റാർക്കും കഴിയുകയില്ല.

വേശ്യാലയത്തിലെ പിയാനോ വായനക്കാരനും ജേർണലിസത്തിന്റെ ഭാവിയും

"**ഞാ**നൊരു പത്രപ്രവർത്തകനാണെന്ന് എന്റെ മാതാവിനോട് പറ യരുത്. ഞാനൊരു വേശ്യാലയത്തിലെ പിയാനോ വായനക്കാരനാണെന്ന് അവർ വിചാരിക്കും." ലോകപ്രശസ്തമായ ഒരു ചൊല്ലാണ് ഇവിടെ ഉദ്ധ രിച്ചിരിക്കുന്നത്. സ്പെയിനിലെ ഏറ്റവും പ്രമുഖ പത്രമായ *എൽ പായി സിന്റെ* പത്രാധിപരായി വളരെക്കാലം പ്രവർത്തിച്ചിരുന്ന ഹുവാൻ ലൂയിസ് സെബ്രിയാന്റെ പത്രപ്രവർത്തനത്തിന്റെ ഭാവിയെക്കുറിച്ചുള്ള ഏറ്റവും പുതിയ പുസ്തകത്തിന്റെ ശീർഷകവും ഈ ചൊല്ലാണ്. *എൽപായി സിന്റെ* ആദ്യത്തെ ഡയറക്ടറും അദ്ദേഹമായിരുന്നു. ഇപ്പോൾ സ്പെയി നിലെ ഒരു മുൻനിര മീഡിയഗ്രൂപ്പിന്റെ മാനേജിങ് ഡയറക്ടറായി അദ്ദേഹം സേവനം അനുഷ്ഠിക്കുന്നു. ഫ്രെഞ്ച് പത്രമായ *ലെമോണ്ടോ* യുടെ ഡയറക്ടർ ബോർഡ് അംഗമായും പ്രവർത്തിക്കുന്ന അദ്ദേഹത്തിന് സ്പെയിനിലെ ദേശീയ ജേർണലിസ പുരസ്കാരമടക്കം നിരവധി അന്തർദ്ദേശീയ പുരസ്കാരങ്ങൾ ലഭിച്ചിട്ടുണ്ട്. പത്രപ്രവർത്തനരംഗത്തെ അനുഭവസമ്പത്തിന്റെ തീവ്രമായ തലങ്ങളിൽനിന്നും നേടിയെടുത്ത ഊർജ്ജം ഈ പുതിയ പുസ്തകത്തെ പത്രപ്രവർത്തകർക്കിടയിലും മറ്റ് വായനക്കാർക്കിടയിലും ശ്രദ്ധേയമാക്കിയിരിക്കുന്നു.

വർത്തമാനകാലത്ത് മാധ്യമപ്രവർത്തകർ നേരിടുന്ന സങ്കീർണ്ണമായ പ്രതിസന്ധികൾക്ക് ഉത്തരം കണ്ടെത്തുവാനുള്ള ഒരു പത്രപ്രവർത്ത കന്റെ നിരീക്ഷണങ്ങൾ എന്ന നിലയിൽ ഈ പുസ്തകം സജീവമായ ചർച്ചകൾക്ക് വഴിയൊരുക്കും. പുസ്തകത്തിന്റെ ശീർഷകമായി അദ്ദേഹം തെരഞ്ഞെടുത്തിരിക്കുന്നത് ഒരു പിതാവ് പുത്രനോട് പറയുന്ന ഒരു ക്ലാസിക് തമാശയാണ്. ഈ ലോകത്ത് ഒരു ജേർണലിസ്റ്റിനെക്കാൾ മെച്ച പ്പെട്ട ജോലിയാണ് മറ്റെന്തും. എന്തിന് ഒരു വേശ്യാലയത്തിലെ പിയാനോ വായനക്കാരനുപോലും ഇതിൽ കൂടുതൽ സാഫല്യമുണ്ടായിരിക്കും. പത്ര

പ്രവർത്തനരംഗത്തെ നിരന്തരം മാറിക്കൊണ്ടിരുന്ന സാഹചര്യ
ങ്ങൾക്കൊപ്പം പിടിച്ചു നില്ക്കണമെങ്കിൽ ഒരു യഥാർഥ പത്രപ്രവർത്ത
കൻ അതീവ ശ്രദ്ധയോടെ നിലപാടുകൾ സ്വീകരിച്ചേ മതിയാകൂ.
അത്രയ്ക്ക് സങ്കീർണ്ണമായ ഒരുലോകത്തിലാണ് അയാൾക്ക് നിലയുറ
പ്പിക്കേണ്ടിവരുന്നത്. പത്രപ്രവർത്തനരംഗത്തെ എല്ലാവിധപ്രവർത്തന
ശൈലികളെക്കുറിച്ചും സെബ്രിയാൻ തുറന്ന ചർച്ചയ്ക്ക് തയ്യാറാകുന്നുണ്ട്.

ഫ്രാങ്കോയുടെ കാലം

രാഷ്ട്രീയമായ അധികാരതലങ്ങളോടുള്ള പോരാട്ടങ്ങളിൽ സ്വന്തം
സ്വത്വം നഷ്ടപ്പെടുത്താതെ എങ്ങനെ അതിജീവിക്കണം എന്നത് ഒരു പത്ര
പ്രവർത്തകനെ സംബന്ധിച്ചിടത്തോളം നിസ്സാരമായ കാര്യമല്ല. പൊതു
രംഗത്തുനിന്നും ലഭിക്കുന്ന അറിവുകളെ എങ്ങനെയാണ് ഒരു പ്രചാരണ
മാദ്ധ്യമമായി ഉപയോഗിക്കേണ്ടതെന്നുള്ള പ്രയോഗിക ബുദ്ധിയും സമർപ്പ
ണബോധവും അയാൾക്കുണ്ടായിരിക്കുകയും വേണം. അതോടൊപ്പം
തൊഴിലിനോടുള്ള ആദരവും തത്ത്വദീക്ഷയും സ്വാതന്ത്രമായി വിശക
ലനം ചെയ്ത് ഒരു ലക്ഷ്യത്തിലെത്തിച്ചേരുവാനുള്ള കഴിവും അയാൾക്കു
ണ്ടായിരിക്കണം. ഒരു ദേശത്തെ പൗരസമൂഹത്തോടുള്ള തൊഴിൽപര
മായ സമർപ്പണത്തിലൂടെ ജനാധിപത്യത്തിന്റെ ആത്യന്തിക ലക്ഷ്യങ്ങൾ
നേടിയെടുക്കുവാനുള്ള അവബോധവും നിലനിർത്തണം. സമകാലിക
ജീവിതത്തിൽ എങ്ങനെ പതറാതെ നില്ക്കാൻ സാധിക്കുമെന്നും ഗ്രന്ഥ
കാരൻ നമ്മെ ബോദ്ധ്യപ്പെടുത്തുന്നു.

പ്രകമ്പനം കൊണ്ട ഒരു ജനാധിപത്യമാണ് സ്പെയിനിന്റെ സവി
ശേഷത. അവിടെ തിരഞ്ഞെടുക്കപ്പെട്ട റിപ്പബ്ലിക്കൻ ഗവൺമെന്റിനെ അട്ടി
മറിച്ച് ഭരണം കൈയടക്കിയ ജനറൽ ഫ്രാങ്കോയുടെ കടന്നുവരവ്
എങ്ങനെയെല്ലാം തകർത്തുകളഞ്ഞുവെന്ന് സെബ്രിയാൻ ആമുഖമായി
പറയുന്നുണ്ട്. ആഭ്യന്തരകലാപം സൃഷ്ടിച്ച് സ്പെയിനിലാകെ വിഭ്രാന്തി
പരത്തിക്കൊണ്ട് ഏകാധിപതിയായി സ്വയം പ്രഖ്യാപിച്ച് അധികാരത്തി
ലേറിയ ഫ്രാങ്കോയ്ക്ക് നാസി ജർമ്മനിയുടെയും ഫാസിസ്റ്റ് ഇറ്റലിയു
ടെയും പിൻബലവുമുണ്ടായിരുന്നു. സമഗ്ര ഏകാധിപത്യ വീക്ഷണമുള്ള
ക്രൂരനായ ഭരണാധികാരിയായി മാറിയ ഫ്രാങ്കോ നീണ്ട മുപ്പത്തിയാറു
വർഷം രാജ്യത്തെ ഇരുമ്പുമുഷ്ടിക്കു കീഴെ ശ്വാസം മുട്ടിപ്പിച്ചു നിർത്തി.
ഈ നാളുകളിൽ പത്രപ്രവർത്തനം ഏറെ ദുസ്സഹമായിത്തീർന്ന അനുഭ
വങ്ങളെക്കുറിച്ച് ഈ ഗ്രന്ഥത്തിൽ സെബ്രിയാൻ രേഖപ്പെടുത്തുന്നു. പ്രസ്സ്
കർശനമായ നിയന്ത്രണങ്ങൾക്കു വിധേയമായി. ഫ്രാങ്കോയുടെ ഭരണം
വീണതിനുശേഷം മാത്രമാണ് സ്പെയിനിന് അന്താരാഷ്ട്ര സമൂഹത്തിനു
മുന്നിൽ സ്വതന്ത്രമായി ശ്വസിക്കുവാനും അഭിപ്രായ സ്വാതന്ത്ര്യം വീണ്ടെ
ടുക്കാനും കഴിഞ്ഞത്.

ഹുമാൻ കാർലോസിന്റെ (രാജാവ്) ഭരണം വന്നപ്പോൾ സ്പെയി
നിലേക്ക് വീണ്ടും ജനാധിപത്യത്തിന്റെ വസന്തകാലം സമാഗമമായി.

ഫ്രാങ്കോ ഒരു കറുത്ത ഓർമ്മയായിത്തീർന്നു. പത്രപ്രവർത്തനം വീണ്ടും സജീവമായി. മാദ്രിദിലെ റേഡിയോയും ടെലിവിഷനും ഒരിക്കൽ കൂടി സ്വതന്ത്രമായി. *എൽ പായിസിന്റെ* സ്വതന്ത്രമായ വീക്ഷണങ്ങളുമായി സെബ്രിയൽ കടന്നുവന്ന കാലഘട്ടമായിരുന്നു അത്. ഫ്രാങ്കോയുടെ അട്ടിമറിക്കെതിരെ രാജാവിനൊപ്പം ജനങ്ങളും അവരുടെ പ്രിയപ്പെട്ട *എൽ പായിസും* അണിനിരന്ന ധീരതയുടെ നാളുകൾ പത്രപ്രവർത്തനത്തിന്റെ അത്യപൂർവ്വമായ ഒരു മുഹൂർത്തമായിരുന്നു. ഫ്രാങ്കോയുടെ പതനത്തിന്റെ വാർത്ത പ്രസിദ്ധീകരിച്ച *എൽ പായിസിന്റെ* ഒരു കോപ്പിയുമായി നില്ക്കുന്ന ടെയെരൊയുടെ ചിത്രം സ്പാനിഷ് പത്രപ്രവർത്തകരുടെ മന സ്സിൽനിന്നും ഇനിയും മാഞ്ഞുപോയിട്ടില്ല.

പത്രപ്രവർത്തനത്തിന്റെ വിജയത്തിലെ അത്യപൂർവ്വമായ ഒരു നേട്ട മായി വിലയിരുത്തപ്പെടുന്ന അമേരിക്കയിലെ വാട്ടർ ഗേറ്റ് സംഭവത്തെ ക്കുറിച്ച് വിശകലനം ചെയ്തുകൊണ്ടാണ് ഈ പുസ്തകം ആരംഭിക്കു ന്നത്. അമേരിക്കൻ ചരിത്രത്തിൽ വലിയ പ്രത്യാഘാതം സൃഷ്ടിച്ചു ഈ സംഭവം. 1974 ൽ ഈയൊരു അദ്ധ്യായത്തിന് അന്ത്യമായപ്പോൾ പ്രസി ഡന്റ് നിക്സൺ തന്റെ രാജി സമർപ്പിക്കേണ്ടി വന്നു.

വാഷിങ്ടൺ പോസ്റ്റിലെ കാത്തറീൻ ഗ്രഹാമിന്റെ മേൽ കനത്ത സമ്മർദ്ദങ്ങളുണ്ടായി. വൈറ്റ് ഹൗസിന്റെ മേലുള്ള അന്വേഷണങ്ങ ളിൽനിന്നും അവരുടെ പ്രവർത്തകരെ പിന്തിരിപ്പിക്കാനും ശ്രമങ്ങളുണ്ടാ യി. ഗവൺമന്റിന്റെ പിൻബലമില്ലാതെ നില്ക്കേണ്ടിവരുന്ന നാളുകളെ ക്കുറിച്ച് അവരെ ഓർമ്മിപ്പിക്കാനും വൈറ്റ് ഹൗസ് ശ്രദ്ധാരാധി. പക്ഷേ, ധീരയായ കാത്തറീൻ ഈ സമ്മർദ്ദങ്ങൾക്കു കീഴടങ്ങാൻ തയ്യാറായില്ല. കമ്പനിയുടെ ലൈസൻസുപോലും അപകടത്തെ നേരിട്ടുകൊണ്ടിരുന്നു. എക്സിക്യൂട്ടീവ് എഡിറ്റർ ബെൻ ബ്രാഡ്ലിക്കു പൂർണ്ണ സഹായവുമാ യിട്ടാണവർ ചെറുത്തുനിന്നത്.

സാമ്പത്തിക സ്ഥാപനമായി വർത്തിക്കുന്ന ഒന്നാണ് പത്രമെങ്കിലും അത് ഉടമസ്ഥരുടെയും മറ്റു കക്ഷികളുടെയും താല്പര്യങ്ങൾ സംരക്ഷി ക്കുന്നതോടൊപ്പം ജനങ്ങളുടെ ശബ്ദം കൂടിയാകണമെന്ന് വാട്ടർ ഗേറ്റ് സംഭവത്തെക്കുറിച്ചെഴുതുമ്പോൾ സെബ്രിയൻ വാദിക്കുന്നു. വാട്ടർ ഗേറ്റി നുശേഷമാണ് ലോകം മാധ്യമലോകത്തിന്റെ ശക്തി തിരിച്ചറിഞ്ഞത്. സത്യവും പൗരന്മാരോടുള്ള ഐക്യമനോഭാവവും ഒരിക്കലും നഷ്ടപ്പെ ട്ടുപോകരുത്. പ്രസിഡന്റ് ജെഫേഴ്സൺ പറഞ്ഞ ഒരു വാചകം അദ്ദേഹം വീണ്ടും ഓർമ്മിപ്പിക്കുന്നു. "പത്രങ്ങളില്ലാത്ത ഒരു ഗവൺമെന്റോ ഗവൺമെന്റില്ലാത്ത പത്രങ്ങളോ ഇവയിലേതാണ് നമുക്കു വേണ്ടത്." *വാഷിങ്ടൺ പോസ്റ്റിന്റെ* ഒരു നിർണ്ണായക കാലഘട്ടത്തെക്കുറിച്ചുള്ള നിരീക്ഷണങ്ങൾ ആധുനിക പത്രപ്രവർത്തകർക്ക് ഒരു പാഠമാവുന്നു.

പത്രവാർത്തകളിലെ അസംബന്ധങ്ങൾ

ആധുനിക പത്രമാധ്യമങ്ങളിൽ കടന്നുവരുന്ന അസംബന്ധ ജടില

മായ വാർത്തകളിലേക്കു കടന്നുചെല്ലുന്നു സെബ്രിയാന്റെ ചിന്തകൾ. ഒരുദിവസം തന്റെ ലൈബ്രറിയിലൂടെ നിരീക്ഷിക്കുമ്പോൾ പ്രത്യേകത കളുള്ള പത്ര തലക്കെട്ടുകളും ലേഖനങ്ങളുമടങ്ങിയ ഒരു പുസ്തകം അദ്ദേഹം കണ്ടെത്തി. പത്രപ്രവർത്തകരുടെ അജ്ഞതയും തരംതാണ മാനസികാവസ്ഥയും എടുത്തുകാണിക്കുവാൻവേണ്ടി പ്രസിദ്ധീകരിച്ച സ്പാനിഷ് ഗ്രന്ഥം. ഏതുരീതിയിലാണ് പത്രം കഥയോ വാർത്തയോ പ്രസിദ്ധീകരിക്കുന്നുയെന്നുള്ളതാണ് പ്രധാനം. എന്തിനോടും സമഗ്രമായ ഒരു നിരീക്ഷണ ബോധമാണുണ്ടാകേണ്ടത്. ഈ ഗ്രന്ഥമെഴുതുന്നതിന്റെ പിന്നിൽ സെബ്രിയാനൊരു ലക്ഷ്യമേ ഉണ്ടായിരുന്നുള്ളൂ. വെറുതെ നിരൂ പണം നടത്തുകയല്ല മറിച്ച് പ്രതികരിക്കുകയും ചോദ്യം ചെയ്യുകയുമാ യിരുന്നു.

1962 ൽ തന്റെ പത്രപ്രവർത്തനകാലത്തിന്റെ തുടക്കത്തെക്കുറിച്ച് സെബ്രിയൽ ഓർത്തെടുക്കുന്നത് കൗതുകമുണർത്തുന്നു. ഒരു സായാഹ്ന പത്രമായ പ്യൂബ്ളോയാണ് അദ്ദേഹം ഇതിനായാദ്യം തെരഞ്ഞെടുത്ത്. ഫ്രാങ്കോയുടെ തൊഴിലാളി പ്രസ്ഥാനങ്ങളുമായി ബന്ധപ്പെട്ട ഒരു പത്ര മായിരുന്നു അത്. ഫ്രാങ്കോയുടെ ഏകാധിപത്യ പ്രവണതകളെ ധീരത യോടെ എതിർക്കാനുള്ള ചങ്കൂറ്റവും അതിന്റെ ഡയറക്ടറായിരുന്ന എമി ലിയോ റൊമൊരൊക്കുണ്ടായിരുന്നു. അതാണ് സെബ്രിയാനെ കൂടുതൽ ആകർഷിച്ചത്. ഭാവിയിലെ സ്പാനിഷ് പ്രസിഡന്റ് പദവിയിലേക്ക് ഉയ രാൻ സാദ്ധ്യതയുള്ള മാനുവൽ അസ്നർ സുബിഗാരെയും പത്രപ്രവർത്ത നരംഗത്തുണ്ടായിരുന്നു. രാഷ്ട്രീയ മോഹങ്ങൾക്കുള്ള ഒരു സ്പ്രിങ് ബോർഡായിട്ടാണ് അയാൾ പത്രപ്രവർത്തനത്തെ ഉപയോഗിച്ചിരുന്നത്. അതേസമയം റൊമൊരൊ ജീവിക്കാനും മരിക്കാനും ആഗ്രഹിച്ചിരുന്നത്, ഒരു ജേർണലിസ്റ്റായിട്ടാണ്. എമിലിയോയുടെ കീഴിലുള്ള പത്രപ്ര വർത്തനം തന്നിൽ വരുത്തിയ മാറ്റങ്ങളെക്കുറിച്ച് അഭിമാനത്തോടെതന്നെ സെബ്രിയൻ അനുസ്മരിക്കുന്നുണ്ട്. എമിലിയോയുടെ പ്രവർത്തന ശൈലി അത്രമേൽ സമഗ്രവും സൂക്ഷ്മതയുള്ളതുമായിരുന്നു. സാഹി ത്യത്തോട് അദ്ദേഹത്തിനത്ര കമ്പമുണ്ടായിരുന്നില്ല.

ഒരു ഏകാധിപതിയുടെ കുത്സിതനീക്കങ്ങളെ ശക്തനായ ഒരു പത്ര പ്രവർത്തകൻ എങ്ങനെയാണ് നേരിടേണ്ടതെന്ന് എമിലിയോ പങ്കുവച്ച പാഠങ്ങൾ കാലങ്ങളെ അതിജീവിച്ചു നില്ക്കുന്നു. പട്ടണപ്രവേശനത്തിനു ഫ്രാങ്കോ തയ്യാറാകുമ്പോൾ പള്ളിമണികൾ അടിക്കണമെന്ന കല്പനയെ നർമ്മബോധത്തോടെ പ്രതിരോധിച്ച എമിലിയൊ ശരിക്കും സെബ്രി യാന്റെ ഗുരുവായി. സെൻസർഷിപ്പിനു വിധേയമായി വാർത്തകൾ വിക ലപ്പെടാതിരിക്കാനുള്ള നിഗൂഢവഴികളും അദ്ദേഹം പരിചയപ്പെടുത്തി. ഏറ്റവും പ്രാധാന്യമർഹിക്കുന്നത് എഡിറ്റോറിയൽ തീരുമാനങ്ങളാണ്. ചുവപ്പു മഷി ഉപയോഗിച്ചുള്ള തീരുമാനത്തിന്റെ ഉറച്ച അവസ്ഥ അവിടെ ജോലി ചെയ്യുന്നവർക്ക് ആശ്വാസം പകരുന്നതായി. ആധുനിക കാലത്തും ഏതു പത്ര എഡിറ്ററും പുലർത്തേണ്ട വിഭാവന ശക്തിയാണിതെന്ന്

സെബ്രിയാൻ ഓർമ്മിപ്പിക്കുന്നു. ഗവൺമെന്റിന്റെ തെറ്റായ പ്രവണത കളെയും തീരുമാനങ്ങളെയും തുറന്നുകാട്ടി വിമർശിക്കാനുള്ള കരുത്ത് ഉണ്ടായേതീരൂ. സെൻസർഷിപ്പ് വരികയും പോവുകയും ചെയ്യും. പത്ര പ്രവർത്തനസ്വാതന്ത്ര്യം അതിന് ഒരു കാലത്തു തകർച്ചയുണ്ടാവാനനു വദിക്കരുത്. സമഗ്രാധിപത്യഭരണകൂടങ്ങൾ പത്രപ്രവർത്തകർക്കു മുന്നിൽ കീഴടങ്ങിയ ചരിത്രമേ ഉള്ളൂവെന്ന സത്യം ആർക്കാണ് നിഷേധിക്കാനാ വുക. ഭീകരപ്രവർത്തനങ്ങൾക്കെതിരെ ഉപയോഗിക്കുവാനുള്ള ആയുധം മനുഷ്യാവകാശ ധ്വംസനങ്ങളായി മാറരുതെന്നും സെബ്രിയാൻ ഓർമ്മി പ്പിക്കുന്നു.

ഉന്മൂലനാശനത്തിലേക്കുള്ള രൂപാന്തരത്വം

ഫ്രാങ്കോയുടെ മരണം സ്പെയിനിന്റെ ചരിത്രത്തിലെ ഒരു പ്രതി സന്ധിയുടെ അന്ത്യവും കൂടിയായിരുന്നു. നാസിസവും ഫാസിസവും ജനറൽ ഫ്രാങ്കോയുടെ കിരാതത്വവും ചേർന്ന് യൂറോപ്പിനെ തകർത്ത കാലങ്ങളിൽ ഒരു യഥാർത്ഥ പത്രപ്രവർത്തകൻ എങ്ങനെ പ്രതിരോധ ത്തിന്റെ വക്താവായി നില്ക്കണമെന്ന യാഥാർത്ഥ്യം സെബ്രിയാന്റെ വാദ മുഖങ്ങളെ കൂടുതൽ ദീപ്തമാക്കുന്നു.

രാഷ്ട്രീയ മാറ്റങ്ങൾക്ക് പത്രപ്രവർത്തനത്തിനുള്ള സ്വാധീനം എത്ര മാത്രം നിർണ്ണായകമാണെന്ന് വളരെയധികം ചർച്ചകൾക്ക് വിധേയമായ ഒരു വസ്തുതയാണ്. ജനാധിപത്യത്തിന്റെ യശസ്സ് വീണ്ടെടുക്കാൻ ഏതു രാജ്യത്തും ചില മുൻനിരപത്രങ്ങൾ ശരിക്കും സ്വാധീനം ചെലുത്തിയി ട്ടുമുണ്ട്. സെബ്രിയാൻ ഇതിനുള്ളിൽ ഇക്കാര്യത്തെക്കുറിച്ച് വിശദമായി വിശകലനം ചെയ്യുന്നുണ്ട്. സ്പെയിനിൽ *എൽപായിസ്* നേടിയെടുത്ത വിജയം ഫ്രാങ്കോയുടെ പതനത്തിനു സഹായകമായിത്തീരുകയും ചെയ്തു. രാഷ്ട്രീയപരമായ ചർച്ചകൾക്ക് പൊതുവായ ഒരു വേദിയൊ രുക്കി ഏകാധിപതിയെ ഉറക്കംകെടുത്തിയ ഒരു പത്രത്തിനുള്ളിലെ അനു ഭവങ്ങൾക്ക് സാർവ്വലൗകികമായ പ്രസക്തിയുണ്ട്. സത്യം വേറൊന്നാണ് സ്പെയിനിൽ ഫ്രാങ്കോ എന്ന ഏകാധിപതി ഉണ്ടായിരുന്നെങ്കിൽ ഇത്തരം രാഷ്ട്രീയ ചർച്ചകൾ സാദ്ധ്യമാകുമായിരുന്നോ? ഫ്രാങ്കോയുടെ ഏകാധി പത്യ ഭരണത്തെ ആദ്യം പിന്താങ്ങിയവർക്കു പോലും കാതലായ മാറ്റ ങ്ങൾ വന്നു.

പത്രപ്രവർത്തകരും രാഷ്ട്രീയക്കാരും തമ്മിലുണ്ടായിരിക്കേണ്ട ബന്ധത്തിലെ വിശുദ്ധി നിർണ്ണായകമാണെന്ന് സെബ്രിയാൻ വാദിക്കുന്നു. മാറ്റത്തിലെ ആദ്യകാലങ്ങൾ തൊട്ടതിന് അനുഭവവേദ്യമായി തീരേണ്ട തുണ്ട്. പത്രത്തിലെ കോളമെഴുത്തുകാർക്ക് ധീരമായ തുറന്ന നിലപാ ടെടുക്കാൻ കഴിയണം. ഗവൺമന്റിന്റെ കിങ്കരന്മാരായി അവർ വർത്തി ക്കാനുള്ള സാഹചര്യവും ഉണ്ടാകരുത്. *എൽപായിസിന്റെ* ഓരോ ദിന ത്തിലെയും പത്രത്തിന്റെ പത്തുകോപ്പികൾ മുൻകൂട്ടി മന്ത്രിസഭയ്ക്ക് അയയ്ക്കേണമെന്ന നിലപാട് ധീരമായി പൊളിച്ചതിന്റെ വിവരങ്ങളും

സെബ്രിയാൻ നല്കുന്നു. ആത്യന്തികമായി ചെറുത്തുനില്പിന്റെ തീവ്ര
തയിൽ അധികാരികൾ ഈയൊരു ശ്രമത്തിൽനിന്നും പിൻവാങ്ങിയത്
പത്രപ്രവർത്തനമേഖലയുടെ ഒരു വൻവിജയമായിരുന്നു. പിന്നീട്
അസ്നാർ പ്രസിഡന്റായപ്പോൾ *എല്പായിസിൽ* നിന്നും ധീരമായ പല
പത്രപ്രവർത്തകരെ പുറത്താക്കണമെന്ന നിർദ്ദേശം വന്നു. അത് മൊത്ത
ത്തിൽ നിരാകരിച്ചപ്പോൾ അഭിമുഖങ്ങൾ തരാതെ വിരോധം കാട്ടിയതും
ഒരു വിരോധാഭാസമായി.

മൂല്യവും വിലയും

1983 ൽ ലോകമെമ്പാടുമുള്ള പത്രമാഫീസുകളിൽ ചില അമിതാ
വേശത്തിന്റെ തിരകൾ അടിക്കുവാൻ തുടങ്ങിയിരുന്നു. പത്രങ്ങൾ ഹിറ്റ്ല
റുടെ ഓർമ്മക്കുറിപ്പുകൾക്കായി മത്സരബുദ്ധിയോടെ രംഗത്തുവന്നു. 1968
ൽ മുസോളിനിയുടെ ഡയറിക്കുറിപ്പുകൾ വ്യാജമായി വന്നതുപോലെ
ഇതിന്റെ കാര്യവും കൂടുതൽ ശ്രദ്ധിക്കേണ്ടതാണെന്ന് കഴിവുള്ള പത്ര
പ്രവർത്തകർ ചിന്തിച്ചു. അവസാനം *ടൈംസ്* പത്രത്തിലെ റോബർട്ട്
മർഡോക്കു നാസി കൊലയാളിയുടെ ഈയൊരു കൃതി വെറും കാപട്യ
മാണെന്ന് തിരിച്ചറിഞ്ഞ് പുറത്തുകൊണ്ടുവന്നു. അതിനുവേണ്ടി ദാഹി
ച്ചവരെ ഒരു യഥാർത്ഥ പത്രപ്രവർത്തകൻ നിശ്ശബ്ദനാക്കിയ ചരിത്രമാ
ണിത്. പൗരാവകാശ ധ്വംസനങ്ങൾ ചെറുക്കാനുള്ള കരുത്ത് അവർ
പൊതുജനങ്ങളിലേക്കു പകർന്നുകൊടുത്തു. പത്രങ്ങൾക്കൊപ്പം റേഡി
യോയും ടെലിവിഷനും പുസ്തകങ്ങളും സിനിമകളും ഒത്തുചേർന്നൊ
രുക്കിയ സ്വാതന്ത്ര്യബോധം ഒരു തീക്കനലായി മാധ്യമങ്ങൾ ഉപയോഗി
ച്ചതിന്റെ ചരിത്രത്തെക്കുറിച്ചും സെബ്രിയാൻ പറയുന്നുണ്ട്. ഒരു ആഗോള
സ്പാനിഷ് പത്രമായി *എല്പായിസ്* നേടിയ വിജയം തികച്ചും അസാ
ധാരണമായ ഒന്നായി ലോകം നിരീക്ഷിക്കുകയായിരുന്നു. മാധ്യമങ്ങളുടെ
പ്രധാന മൂലധനം മാനുഷികമൂലധനം തന്നെയാണ്. ഓരോ പ്രസ്ഥാന
ത്തിന്റെയും ഭാവി ശക്തമായി ചിന്തിച്ച് അതിനനുസരിച്ച് പ്രതികരിക്കു
കയും പ്രവർത്തിക്കുകയും ചെയ്യുന്ന ഒരു മനുഷ്യസമൂഹത്തിന്റെ കൈക
ളിലാണെന്ന് ഗ്രന്ഥകാരൻ കരുതുന്നു. വിഭാവനസമ്പന്നത കൈമുതലാ
യുള്ള ഒരു ജനതയ്ക്കുവേണ്ടി സ്വതന്ത്രമായ പത്രപ്രവർത്തനം കൂടി
യാകുമ്പോൾ ലക്ഷ്യത്തിലേക്കുള്ള യാത്ര കൂടുതൽ എളുപ്പമുള്ളതാകും.
സ്വാതന്ത്ര്യം ആസ്വദിക്കുന്ന ഒരു സമൂഹത്തിനു വേണ്ടി പത്രങ്ങൾ തയ്യാ
റാവണമെന്നദ്ദേഹം ഓർമ്മിപ്പിക്കുന്നു.

പഴയ ചരിത്രത്തിന്റെ ഇരുണ്ട ഏടുകളിലേക്കാണ് ഇവിടെ സെബ്രി
യാൻ നമ്മെ കൂട്ടിക്കൊണ്ടുപോകുന്നത്. 1090 നും 1272 നു മിടയിൽ
ഇസ്ലാം വിഭാഗത്തിലെ നിരവധി ഗ്രൂപ്പുകൾ ഇന്നു സിറിയ എന്ന പേരിൽ
നാം അറിയുന്ന ഭാഗത്ത് കുരിശുയുദ്ധാക്രമണങ്ങൾക്കു തുടക്കമിട്ടു.
ഇന്നത്തെ മതാധിഷ്ഠിത സമൂഹാംഗങ്ങളെപ്പോലെ വിശുദ്ധ ദർശനങ്ങ
ളുടെ രക്ഷയ്ക്കുവേണ്ടി സ്വന്തം ജീവൻ ത്യജിക്കുവാൻപോലും അവർ

തയ്യാറായി. വിശുദ്ധനാടിനെ അവിശ്വാസികളിൽനിന്നും മോചിപ്പിക്കാനുള്ള ഒരു ശ്രമമായിരുന്നു ഇത്. ആക്രമണങ്ങൾക്കുമുൻപ് ഹഷീഷിൽനിന്നും ആവേശമുൾക്കൊള്ളാനും അവർ തയ്യാറായി. സ്വന്തം അണികളെ കൊല പ്പെടുത്തിയ ഒരുവനാണ് യഥാർത്ഥ കൊലപാതകി. ഇതിനു വേണ്ടി കാര ണങ്ങൾ കണ്ടെത്താനും അവർക്കു കഴിയും. ഭീകരതയുടെ ആദികാല ചരിത്രത്തിലേക്കാണ് സെബ്രിയൻ കടന്നു ചെല്ലുന്നത്. ഭീകർക്കു അവ രുടെ ഇരകളെക്കുറിച്ച് വലിയ താല്പര്യമൊന്നുമില്ല. അവയുടെ വീഡിയോ ദൃശ്യങ്ങളാണ് അവരെ കൂടുതൽ പ്രകമ്പനം കൊള്ളിക്കുന്നത്. നിരവധി പേരുടെ മരണമല്ല കൂടുതൽ കാണികളെയാണ് അവർക്കു ആവശ്യം. ഭീകരതയുടെ ദർശനത്തിന്റെ സങ്കീർണ്ണമായ മുഖമാണിവിടെ അവതരി പ്പിക്കുന്നത്. രാഷ്ട്രീയക്കാരും മാധ്യമങ്ങളുമായുള്ള തുടർച്ചയായ കൈകോർക്കൽ (അതും യുദ്ധത്തിന്റെയോ ഭീകരതയുടെയോ കാരണ ത്തിന്റെ പേരിൽ) ശരിക്കും ഉപയോഗശൂന്യമായ ഒന്നാണെന്ന് പത്രപ്ര വർത്തകർ തിരിച്ചറിയണം. ഇത് നമ്മുടെ പൊതു സ്വാതന്ത്ര്യത്തിന്റെ നേർക്കുള്ള വെല്ലുവിളികളുമായിരിക്കും.

ഒരു സാർവ്വലൗകിക വിരോധാഭാസം

പത്തൊൻപതാം നൂറ്റാണ്ടിലെ സ്വതന്ത്ര ജനാധിപത്യ ചലനങ്ങളിൽ നിന്നും വന്ന പത്രപ്രവർത്തനസ്വാതന്ത്ര്യം എന്ന യാഥാർത്ഥ്യം പില്ക്കാ ലത്തുണ്ടായ മാറ്റങ്ങൾക്കു വഴിതെളിച്ചതായി കാണാം. സംസ്കാരസ മ്പന്നത അവകാശപ്പെടുന്ന ഒരു ലോകത്തിൽ ഈ സ്വാതന്ത്ര്യം ഒരിക്കലും ഹനിക്കപ്പെടരുത് എന്ന അവബോധവും വളർന്നു വന്നു. പക്ഷേ, ഈ ആധുനിക കാലത്തും ഇതെത്രമാത്രം യാഥാർത്ഥ്യമാണ് എന്ന കാത ലായ ചോദ്യം നിലനില്ക്കുന്നു. മാധ്യമരംഗത്ത് ഇന്റർനെറ്റും അതിനോ ടനുബന്ധിച്ച സാദ്ധ്യതകളും വർദ്ധിച്ചപ്പോൾ പത്രപ്രവർത്തനം കൂടുതൽ സജീവമായ ഒന്നായിത്തീർന്നുവെന്ന് സെബ്രിയാൻ ഓർമ്മിപ്പിക്കുന്നു. ഒരു ഡിജിറ്റൽ ദശാബ്ദം കൊണ്ടുവന്നത് നിരവധി സാദ്ധ്യതകളായിരുന്നു. മുൻപൊരിക്കലും സങ്കല്പിക്കാൻകൂടി കഴിയാത്തത്ര വികസനം ഇതോ ടൊപ്പമുണ്ടായി. സെൽഫോണും ഡിജിറ്റൽ ക്യാമറയും ശബ്ദവിനിമയ സൗകര്യങ്ങളുടെ സാദ്ധ്യതകളും കുറച്ചൊന്നുമല്ല ഈ രംഗത്തുണ്ടായ മാറ്റങ്ങളെ സഹായിച്ചത്. പുതിയ അവസ്ഥയിൽ പത്രപ്രവർത്തകർ അനു ഷ്ഠിക്കേണ്ട ഏഴ് പ്രധാന മൗലിക തത്ത്വങ്ങളെക്കുറിച്ചും സെബ്രിയാൻ വിശദീകരിക്കുന്നു. ഏഴും ഡിജിറ്റൽ സമൂഹവുമായി ബന്ധപ്പെട്ടവയാണ്. പത്രപ്രവർത്തനരംഗത്തെ ജോലി സാദ്ധ്യതകൾക്ക് ഇതുമായി ബന്ധ പ്പെട്ടു സംഭവിച്ച ദുരന്തങ്ങളെക്കുറിച്ച് അദ്ദേഹം വിശദീകരിക്കുന്നു.

ടെലിവിഷനും ഭാഷയുടെ ഉപയോഗത്തിലൂടെ സംവേദന രംഗത്തു വന്ന രൂപാന്തരങ്ങളും അതുവഴി മാനുഷികാവബോധത്തിൽ സംഭവിച്ച മാറ്റങ്ങളും ഒരു ചിന്തകന്റെ ദൃഷ്ടിയിലൂടെയാണ് ഗ്രന്ഥകാരൻ നോക്കി ക്കാണുന്നത്. ആന്തരികമായ ആത്മഭാഷണങ്ങൾക്കുപോലും വഴിയൊ

രുക്കുന്ന രീതിയിൽ മാധ്യമഭാഷ ഒന്നുകൂടി സജീവമായി. മഷാദു (സ്പാ നിഷ് സാഹിത്യകാരൻ) വിന്റെ ഒരു വാചകവും അദ്ദേഹം ചേർത്തുവ യ്ക്കുന്നു. "സ്വയം സംസാരിക്കുന്ന ആരൊക്കെയാണോ അവർ ദൈവ ത്തോട് സംവേദിക്കാനാഗ്രഹിക്കുന്നവരാണ്. പുതിയ യുഗം ഇന്റർനെ റ്റി"ന്റേതാണ്. സമുദ്രം കൂടുതൽ രാജ്യങ്ങൾക്കിടയിൽ വിടവുകൾ സൃഷ്ടി ക്കുന്നതിനെക്കാൾ കൂടുതൽ കരകളെ സംയോജിപ്പിച്ചു നിർത്തുന്നു. എന്തെല്ലാം വിരോധാഭാസങ്ങൾ ഉണ്ടെങ്കിലും ഈ രംഗത്തെ സ്വാതന്ത്ര്യ ബോധം കെടാതെ സൂക്ഷിക്കേണ്ട ഒരു വിളക്കാണ്.

ബ്ലോഗിനുള്ളിലെ ജീവിതം

ബ്ലോഗ് എന്ന സങ്കല്പം യാഥാർത്ഥ്യമായതിനെക്കുറിച്ച് സെബ്രി യാൻ തന്റെ അനുഭവങ്ങളിൽനിന്നും വിവരിക്കുന്നു. ഡോക്ടർ നിക്കോമെ റോസ് ഗുട്ടിറെസ്സ് എന്ന ഒരു ഗ്രാമീണ ഡോക്ടർ തന്റെ കാമിനിയായ ഗ്രാമീണ അദ്ധ്യാപികയുമായുള്ള ബന്ധത്തെക്കുറിച്ച് രാത്രിയിൽ കുറി പ്പുകൾ എഴുതി സൂക്ഷിക്കുന്നു. ഒരു നോട്ട് ബുക്കിനുള്ളിലെ ജീവിത മെന്ന രീതിയിൽ പിന്നീടത് സിനിമയായി പുറത്തുവന്നു. ബ്ലോക് എന്ന ഇംഗ്ലീഷ് വാക്കിൽ നിന്നാണ് പിന്നീട് ബ്ലോഗ് എന്ന സങ്കല്പം യാഥാർത്ഥ്യ മായത്. ലോഗ് ബുക്ക് എന്ന ഒരു രൂപത്തിന്റെ വൈവിദ്ധ്യമായി ബ്ലോഗ് പുറത്തുവരുകയായിരുന്നു.

ഇന്ന് ഏതാണ്ട് 400 മില്യൺ ബ്ലോഗ് ഉപയോഗിക്കുന്നവരുണ്ടെന്ന് കണക്കാക്കപ്പെടുന്നു. ഇംഗ്ലീഷിലെ നിയോ ലോഗിസം തന്നെയാണീ ബ്ലോഗ്. ഒരു പത്ത് വർഷം താഴെ മാത്രം ആയുസ്സേ ഉള്ളൂവെങ്കിലും ഇതിന് ഭാവിയിൽ അനന്തസാദ്ധ്യതകളാണുള്ളത്. ബ്ലോഗ് ഉപയോഗി ക്കുന്നവരുടെ ദർശനത്തിലും സിറ്റിസൺ ജേർണലിസത്തിന്റെ വഴിക ളിലും പങ്കാളിത്ത ജനാധിപത്യത്തിന്റെ വികാസത്തിൽ ഇതിനുള്ള സാദ്ധ്യതകൾ വളരെ വലുതാണെന്ന് സെബ്രിയാൻ പറയുന്നു. പത്രപ്ര വർത്തനരംഗത്ത് ഇന്ന് ഇതുവഴി വന്ന മാറ്റങ്ങളെക്കുറിച്ചെല്ലാം അദ്ദേഹം വിശദമാക്കുന്നു. ഗ്ലോബലൈസേഷൻ സംസ്കാരത്തിന് ഈ ഡിജിറ്റൽ നവോത്ഥാനവഴികൾ മൊത്തത്തിൽ സഹായകമായിരിക്കും എന്നതിലും സംശയിക്കേണ്ട കാര്യമില്ല.

ആരംഭകാലം മുതൽ പത്രപ്രവർത്തനം ശരിക്കും സാഹിത്യത്തിന്റെ ഒരു കലാരൂപമാണ്. ചരിത്രം നിറയെ മഹത്തായ പുരാവൃത്തങ്ങൾ കൊണ്ട് നിറഞ്ഞിരിക്കുന്നു. ഇതെഴുതിയവർ സാഹിത്യ സൃഷ്ടികളുടെയും രചയിതാക്കളാണ്. ലേഖനങ്ങളും കവിതയും നോവലും കഥകളുമൊക്കെ സൃഷ്ടിച്ച് ഇതോടൊപ്പം അവർ വിവരിക്കുന്ന ലോകത്തെ കൂടുതൽ ധന്യ മാക്കുകയും ചെയ്തു. മാധ്യമരംഗത്ത് ഇവർ തങ്ങളുടെ കഴിവുകൾ പ്രക ടിപ്പിച്ചു വിജയിച്ചവരാണ്. ചാൾസ് ഡിക്കൻസ്, ഹെമിങ്വേ, ഗാർസിയ മാർക്കേസ്, ബർഗാസ് ല്യോസ, കാമു ഇവരെല്ലാം പത്രമാധ്യമരംഗത്തും തിളങ്ങിനിന്നവരാണ്. എൽപായിസ് തന്നെ സ്പാനിഷ് സാഹിത്യത്തിന്റെ

വികാസത്തിൽ നിർണ്ണായകമായ പങ്കുവഹിച്ചു. ഒരു യുദ്ധകാര്യ ലേഖ കനായിരുന്നില്ലെങ്കിലും ഹെമിങ്വേ *ഫോർ ഹും ദി ബെൽ ഡോൾഡ്* എന്ന വിഖ്യാത നോവൽ എഴുതുമായിരുന്നില്ല. ഫ്രാൻസിലെ കോംബാറ്റ് കാമുവിന്റെ സൃഷ്ടിയായിരുന്നു. ജേർണലിസത്തിൽ മാർക്കേസിന്റെ ന്യൂസ് ഓഫ് എ കിഡ്നാപ്പിങ്ങും *എൽപായിസിൽ* ല്യോസയും ബൊലാ നെയുംചെയ്ത കോളങ്ങളും ലോകപ്രശസ്തമായിരുന്നു. ഇത് സ്പാനിഷ് പത്രങ്ങളുടെയും ഭാഷയുടെയും പ്രത്യേകതയാണ്. ബ്രിട്ടീഷ് പത്രപ്ര വർത്തനത്തിൽ സാഹിത്യകാരൻ ഗ്രയാം ഗ്രീനും കാര്യമായ പങ്കുവ ഹിച്ചു. സാഹിത്യകാരന്മാരുടെ നിര എത്രവേണമെങ്കിലും നീട്ടാവുന്നതേ യുള്ളൂ. സാഹിത്യം ജീവിതം പോലെതന്നെ വൈവിധ്യമാർന്നതാണ്. പത്രപ്രവർത്തകനായ എഴുത്തുകാരൻ സമൂഹമനസാക്ഷിയുടെ കാത്തു സൂക്ഷിപ്പുകാരനുമാണ്. ലോകസാഹിത്യത്തിൽ മികവുകാട്ടിയ എഴുത്തു കാരിൽ പലരും ഒരു റിപ്പോർട്ടറായോ കോളമിസ്റ്റായോ പ്രവർത്തിച്ചവരു മാണ്. ഈയിടെ അന്തരിച്ച കാർലോസ് ഫുവന്തസ് എൺപതാം വയ സ്സിന്റെ ചൂടിലും പത്രമാധ്യമങ്ങൾക്ക് പ്രിയങ്കരനായിരുന്നു. ലാറ്റിനമേരി ക്കൻ സാഹിത്യത്തിലെ പ്രതിഭാശാലികളെല്ലാം നല്ല പത്രപ്രവർത്തക രായിരുന്നു.

ഈ ഗ്രന്ഥത്തിലൂടെ സെബ്രിയാൻ ശ്രമിച്ചിരിക്കുന്നത് പത്രപ്രവർത്ത നരംഗത്തെ നൂതന പ്രവണതകൾക്കൊരു ഉദാത്തമായ മാനം കൊടു ക്കുവാനാണ്. പത്രപ്രവർത്തനത്തെക്കുറിച്ചുള്ള മിത്തുകളെ പൂർണ്ണമായി നശിപ്പിക്കുകയും അതുവഴി വിശകലനങ്ങൾക്കു വഴിയൊരുക്കുകയും ചെയ്യുക. വേശ്യാലയത്തിലെ പിയാനോ വായനക്കാരന്റെ വേഷം തനിക്കു നന്നായി ചേരും. അധികാരിവർഗ്ഗത്തിനു പ്രിയപ്പെട്ട ഗണികാലയത്തിലെ പിയാനോ വായനക്കാരൻ. പത്രത്തിന്റെ എഡിറ്റർ പദവി ഇവിടെയും ലഹരി പിടിപ്പിക്കുന്ന ഒന്നാണ്. ഒരുപക്ഷേ, ഡിജിറ്റൽ വിപ്ലവത്തിന്റെ അതി ജീവനത്തിന്റെ രഹസ്യം ഇതിനുള്ളിലെവിടെയോ തന്നെ ആയിരിക്കും. നമ്മുടെ പത്രസ്ഥാപനത്തിലെ പ്രതിഭകളായ എഡിറ്റർമാരും പത്രപ്ര വർത്തകരും അവശ്യം വായിച്ചിരിക്കേണ്ട ഒരു ഗ്രന്ഥം. ജേർണലിസ ത്തിന്റെ ഭാവി വേശ്യാലയത്തിലെ ആ പിയാനോ വായനക്കാരനിൽ തന്നെ യാണ്.

പുതുയുഗപ്പിറവിയിലെ കവിഭാവനകൾ

ഇരുപതാം നൂറ്റാണ്ട് ദർശിച്ച ഏതു ഭാഷയിലെയും ഏറ്റവും മഹാ നായ കവിയെന്ന് കൊളംബിയൻ (ലാറ്റിനമേരിക്കൻ) സാഹിത്യത്തിലെ വിസ്മയമായ ഗബ്രിയൽ ഗാർസിയ മാർക്കേസ് വിശേഷിപ്പിച്ച ചിലിയൻ മഹാകവി പാബ്ലോ നെരൂദയുടെ അത്രയ്ക്കൊന്നും അറിയപ്പെടാത്ത ഒരു കാവ്യഗ്രന്ഥം *രണ്ടായിരം (2000)* വായിച്ചതിന്റെ ഹർഷോന്മാദത്തിലാണീ ആസ്വാദനം തയ്യാറാക്കുന്നത്. 1973 ൽ അന്തരിച്ച സാഹിത്യത്തിനുള്ള നൊബേൽ സമ്മാനം (1971) നേടിയ നെരൂദ ഈ നീണ്ട കവിത രചിച്ചത് 1971 ലാണെങ്കിലും ഇത് മൊഴിമാറ്റം ചെയ്തുവരുന്നത് 1997 ൽ മാത്രമാ ണ്. 2003 ൽ അമേരിക്കയിലെ വിഖ്യാതരായ ഫരൻസ്ട്രോസ് ആന്റ് ഗിറൗക്സ് (Farror Straus and Giroux) പ്രസാധകർ പുറത്തിറക്കിയ *പാബ്ലോ നെരൂദയുടെ കവിതകൾ* എന്ന ബൃഹത് സമാഹാരത്തിൽ ഇതിന്റെ ഏതാനും ഭാഗങ്ങൾ ഉൾക്കൊള്ളിച്ചിട്ടുള്ളതല്ലാതെ മറ്റൊരിടത്തും ഇതിന്റെ പൂർണ്ണരൂപം വായിക്കുവാൻ കഴിഞ്ഞിട്ടില്ല. ഇപ്പോഴിതാ അമേ രിക്കയിലെ അസുൾ എഡിഷൻസ് (Azul Editions) ഈ കവിതയുടെ പൂർണ്ണരൂപം ഒരു ദ്വിഭാഷ എഡീഷനായി പുറത്തു കൊണ്ടുവന്നിരി ക്കുന്നു. എറണാകുളത്ത് ഈയിടെ നടന്ന ഡി സി അന്താരാഷ്ട്ര പുസ്ത കോത്സവത്തിൽ അത്രയ്ക്കൊന്നും പ്രസിദ്ധരല്ലാത്ത ഒരു വിതരണ കമ്പ നിക്കാരുടെ സ്റ്റാളിൽ നിന്നാണ് ഇന്റർനെറ്റിൽ അത്യപൂർവ്വമായ പട്ടിക യിൽ അമിത വില കൊടുക്കേണ്ടിവരുന്ന ഈ കാവ്യഗ്രന്ഥം കണ്ടെത്തു വാൻ കഴിഞ്ഞത്. *രണ്ടായിരം* പാബ്ലോ നെരൂദ പരിഭാഷപ്പെടുത്തിയിരി ക്കുന്നത് റിച്ചാർഡ് ഷാഫാണ് (Richard Schaaf). പലതവണ ഈ കവി തയിലൂടെ കടന്നുപോകുമ്പോൾ മാത്രമേ ഇതിന്റെ ആത്മാവ് കണ്ടെ ത്തുവാൻ കഴിയൂ. വരാനിരിക്കുന്ന യുഗപ്പിറവിയിലേക്കുള്ള ഭാവനയിലൂ ടെയുള്ള ഒരു സഞ്ചാരമായിതിനെ കാണുവാനും നാം തയ്യാറാകണം.

മഹാകവി ലോർക, നെരൂദയെക്കുറിച്ച് പറഞ്ഞതുപോലെ കവിയായ നെരൂദയെ ശരിക്കും ഉൾക്കൊള്ളുവാൻ നിങ്ങൾ സ്വയം മനസ്സിന്റെയും ചിന്തയുടെയും ജാലകങ്ങൾ തുറന്നിടണം. അദ്ദേഹത്തിന്റെ ശാരീരിക ഭാവങ്ങൾ നമ്മുടേതല്ലാത്ത ഒരു ലോകത്തിലാണ് സൃഷ്ടിപരമായ ഭാവ ങ്ങൾ നേടിയെടുക്കുന്നത്. ഒരുപക്ഷേ, വളരെ കുറച്ചു പേർക്ക് മാത്രമേ അതിനെ അതിന്റേതായ രീതിയിൽ ഉൾക്കൊള്ളുവാനും കഴിയൂ. ഒരു കവി എപ്പോഴും തത്ത്വശാസ്ത്രത്തെക്കാൾ കൂടുതൽ മരണവുമായിട്ടാണ് താദാത്മ്യം പ്രാപിച്ചിരിക്കുന്നത്. ബുദ്ധിയെക്കാൾ കൂടുതൽ വേദനയോ ടാണ് അടുപ്പത്തിലാവുന്നത്. മഷിയെക്കാൾ കൂടുതൽ രക്തത്തോടാണ് ആസക്തി വച്ചുപുലർത്തുന്നത്. ലോർക നെരൂദയെ നിരീക്ഷിച്ചതിന്റെ സൂക്ഷ്മ ഭാവങ്ങൾ നെരൂദയുടെ ഈ അസാധാരണ കവിതയുടെ അന്തർധാരകളിലും നമുക്ക് തിരിച്ചറിയുവാൻ കഴിയും.

ഏകാധിപതി ജനറൽ ഒഗസ്തോ പിനോഷെയുടെ കടന്നുവരവോടെ ചിലിയിൽ തകർന്നുവീണ അലർദെയുടെ ജനാധിപത്യ ഭരണത്തിന്റെ വേദനിപ്പിക്കുന്ന ഓർമ്മകളുമായിട്ടാണ് കവി പുതിയ നൂറ്റാണ്ടിനെ ഉൽക്കണ്ഠയോടെ നോക്കിക്കാണുന്നത്. ഇനിയൊരു ലോകമഹായുദ്ധം ഏറ്റുവാങ്ങാനാവാത്തവിധം ഭൂമിയും ആകെ തളർന്നു പോയിരിക്കുന്നു. മനുഷ്യനായി ജീവിച്ച് ഞാനാകെ തളർന്നുപോയിരിക്കുന്നുവെന്ന ആകു ലതയോടെ കാലത്തെ നോക്കിക്കാണുന്ന ഈ കവിയുടെ ചിന്തയിൽ പുതിയ യുഗപ്പിറവിയുടെ വരവിൽ വരാനിരിക്കുന്ന പലതിനെയും ഉൽക്ക ണ്ഠയോടെ മാത്രമേ നോക്കിക്കാണുവാൻ കഴിയൂ. മരണം ബാക്കിവെ ച്ചുപോയ സമസ്യകൾക്ക് ഉത്തരം കണ്ടെത്തുവാനുള്ള ഒരു ശ്രമവും ഈ കവിതയിൽ നിറഞ്ഞു നില്ക്കുന്നുണ്ട്. ഇത്തരത്തിലൊരു കവിത സ്പാനിഷ് സുവർണ്ണകാലത്തിന്റെ പിൻഗാമിയായ ഈ കവി ലാറ്റിനമേ രിക്കൻ കാവ്യമുത്തശ്ശി ഗബ്രിയലമിസ്ട്രാളിന്റെ കവിതകളിൽ നിന്നാണ് കരുത്ത് സമാഹരിച്ചത്. അതിന്റെ തെളിവുകൾ ഇതിനെയും ആവരണം ചെയ്തുനില്ക്കുന്നു. ഒരു നുള്ള് ഉപ്പു പോലെ സമുദ്രത്തിൽ അലിഞ്ഞു ചേരുന്ന മനുഷ്യനെക്കുറിച്ച് ഈ കവി ഭാവനയിൽ ദർശിച്ചിരുന്ന നെരൂദ യുടെ ശരിക്കും അസാധാരണമായ ഈ കവിതയിലൂടെ കടന്നുപോകു മ്പോൾ ക്രാന്തദർശിയായ ഒരു പ്രതിഭയുടെ സാന്നിദ്ധ്യം ആസ്വാദകന് തൊട്ടരികിലുണ്ടെന്ന ഒരു ബോധം ഉൾക്കൊള്ളുവാൻ കഴിയും.

യുദ്ധവും ക്രൂരതകളും ഏകാധിപതികൾ അഴിച്ചുവിട്ട പീഡനങ്ങളും ഏറ്റുവാങ്ങേണ്ടിവന്ന മാനവരാശിയോടൊപ്പം സാന്ത്വനവുമായി നില്ക്കുന്ന നെരൂദ ഈ കവിതയിലുടനീളമുണ്ട്. ആദ്യ കവിതയായ 'മുഖംമൂടികൾ' (Masks) തൊട്ട് 'ആഘോഷങ്ങൾ' (celebration) എന്ന കവിത വരെ വേറിട്ടു നില്ക്കുന്ന മനുഷ്യർ ജീവിക്കുന്ന ലോകത്തു നിന്നും മാറി നില്ക്കു വാനാഗ്രഹിക്കാത്ത ഒരു കവിയെയാണ് നാം കാണുന്നത്. ചരിത്രം ഒന്നും കാണാതെയും രേഖപ്പെടുത്താതെയും എവിടെയും അവസാനിക്കുവാൻ പോകുന്നില്ല. ഒരു പുതിയ അത്ഭുതകരമായ ഹൃദയമിടിപ്പുകൾക്കൊപ്പം

തികച്ചും അപ്രതീക്ഷിതമായ ഒരു കണ്ണിപോലെ അത് പാഠങ്ങൾ ഓർമ്മ പ്പെടുത്തിക്കൊണ്ടിരിക്കുന്നു.

നൂറ്റാണ്ടുകളോട് അനുകമ്പയയോടെ പ്രതികരിക്കുകയും അവിടെ എല്ലാം അതിജീവിച്ചു നില്ക്കുന്ന ശിഥിലതയുടെ പ്രതീകമായ മനുഷ്യ നോട് അവർ ഒരിക്കലും ചെയ്യാത്ത ചില തെറ്റുകൾക്ക് കാരണക്കാരാ കേണ്ടി വന്നതിനെക്കുറിച്ച് ഓർമ്മിപ്പിക്കുകയുമാണ് 'മുഖംമൂടികൾ' എന്ന കവിതയിൽ നെരൂദ ചെയ്യുന്നത്. യുദ്ധത്തിൽ നശിച്ചുപോയ ഭീമാകാര മായ സ്റ്റീൽ ഘടനകളെക്കുറിച്ചദ്ദേഹം ഓർക്കുന്നു. യാതൊരു പ്രയോജ നവുമില്ലാതെയാണ് ഒരു കൂട്ടം കിരാതന്മാർ ഈ നാശത്തിന് തുടക്കമി ട്ടത്. വർഷങ്ങൾ ഇത് ഏല്പിച്ചുകൊടുത്ത മുറിവുകളിൽ നിന്ന് യാതന യനുഭവിച്ച് പ്രത്യാശകൾ വിറകൊള്ളുന്ന നിമിഷങ്ങളിൽ നിന്നു കൊണ്ട് ശത്രുവിന്റെ കുപ്പികളിലെ ആഴങ്ങളിൽ പതിഞ്ഞു കിടക്കുന്ന ദുരന്തങ്ങളെ ഭയത്തോടെ നോക്കിക്കാണുന്നു.

ആർക്കും ശ്രദ്ധിക്കാനാവാത്ത പതിഞ്ഞ ഒരു ശബ്ദത്തിൽ എപ്പോ ഴെങ്കിലും ഇതിനെക്കുറിച്ച് നമുക്ക് സംസാരിക്കാൻ മാത്രമേ കഴിയൂ. യുദ്ധ രംഗത്ത് മരിച്ചുവീണവരുടെ വിധവകളുടെ രോദനങ്ങൾ നാം കേൾക്കാ തെപോകുന്ന സത്യം നിരവധി കുഴിമാടങ്ങളിൽ മരിച്ചു വീണ് അഴുകി പ്പോകുന്നു. പുതിയ ഒരു നൂറ്റാണ്ടിന്റെ പിടിയിൽ പരാജിതരായ മനുഷ്യ രുടെ മുഖം ദർശിക്കാനിടയില്ലാത്ത ഒരു കാലത്തെക്കുറിച്ച് നമുക്കൊന്നു സങ്കല്പിക്കാമെന്നാണ് നെരൂദ പറയുന്നത്. അന്ന് നമുക്കോരോരു ത്തർക്കും വിജയാഹ്ലാദത്തിന്റെ മുഖംമൂടികളുമായി ഒത്തുചേരാം എന്നും നെരൂദ ഏറ്റുപറയുന്നു. ഗ്ലോബലൈസേഷന്റെ പരുക്കൻ യാഥാർത്ഥ്യ ങ്ങൾക്കുള്ളിൽ എരിഞ്ഞടങ്ങുന്ന മൂന്നാം ലോക രാഷ്ട്രങ്ങളുടെ അനുക മ്പയർഹിക്കുന്ന മുഖം അദ്ദേഹം മുൻകൂട്ടി കാണുകയാണ്. ഒരു മുഖം മൂടിയണിഞ്ഞുകൊണ്ട് മാത്രമേ ആധുനിക മനുഷ്യന് ആഹ്ലാദത്തിന്റെ പാതയിൽ നില്ക്കുവാൻ കഴിയൂ. നെരൂദയ്ക്കു മാത്രമേ ലളിതമായി കവി തയിലൂടെ ഇതിനെക്കുറിച്ചിങ്ങനെ പ്രതികരിക്കുവാൻ കഴിയൂ.

'കണ്ടുപിടിത്തങ്ങൾ' (The inventions) എന്ന രണ്ടാമത്തെ കവിത യിൽ മൂന്നക്ഷരങ്ങളിൽ ചെറിയ ചില വസ്തുക്കളെക്കുറിച്ച് നിങ്ങൾ കാണുന്നില്ലേയെന്ന് നമ്മെ ഓർമ്മിപ്പിക്കുന്ന കവിയെ സംബന്ധിച്ചിട ത്തോളം അത് ആഹ്ലാദത്തിന്റെ രണ്ടാം തരം ഗമന ചാലുകളാണ്. അത് പ്രവർത്തനക്ഷമമാവുന്നത് വളരെ പാരസ്പര്യ ബന്ധിതമായ അവയവ ങ്ങൾ വഴിയാണ്. വളരെ ദൂരെനിന്നുള്ള ഒരു നിയന്ത്രണോപാധിമൂലവും അതിനെ പ്രവർത്തനക്ഷമമാക്കുവാനും കഴിയും. ഗോതമ്പുവയലുകൾ റൊട്ടിയായി മാറുന്ന പ്രകൃതി രഹസ്യങ്ങളുടെ സന്ദേശവും ഇതിൽ ഒതു ങ്ങുന്നു. വ്യാവസായിക മേഖലയിൽ വന്ന മാറ്റങ്ങളെക്കുറിച്ച് അത്ഭുത ത്തോടെ കവി ഓർക്കുകയാണ്. കാറ്റിൽ കുതിച്ചുപായുന്ന കുതിര കളെപ്പോലെയാണ് അവ കാലത്തിനൊപ്പം ചലിക്കുന്നത്. ഈ ലോകത്തെ മാറ്റിയെടുക്കുവാൻ ഞാൻ നിങ്ങൾക്കൊരു ബട്ടൻ സമ്മാനി

ക്കുകയാണ്. ഞാൻ എന്റെ മനസ്സു മാറ്റുന്നതിന് മുമ്പ് എന്റെ ത്രിമാന വൈദ്യുതി നിങ്ങൾ ഏറ്റുവാങ്ങുക. ഇവിടെ ലോകത്തിന്റെ വികസനോ ന്മുഖമായ ഒരു ചുവട് ആഗ്രഹിക്കുന്ന മനുഷ്യന്റെ (കവിയുടെ) ദർശന മാണ് നമുക്കു മുന്നിലുള്ളത്. കാലത്തിനൊപ്പം എല്ലാം മാറുകതന്നെ വേണമെന്ന തിരിച്ചറിവിൽ നിന്നാണ് നെരുദ ഈ കവിതയിലൂടെ സംവ ദിക്കുന്നത്.

'ഗോതമ്പിന്റെ കുന്തമുനകൾ' (Spikes of wheat) എന്ന കവിത ഒരു പ്രത്യേക പ്രകൃതി ദൃശ്യത്തിൽ നിന്നും ഉറവയായി പുറത്തുവരുന്ന ഒന്നാണ്. അവിരാമമായ പരിണമിക്കലുകൾ അവസാനിക്കുന്നത് പുഷ്പ ങ്ങളിലാണ്. ഒരു നീണ്ടപാതയുടെ ദൃശ്യമാണ് ഇതിനു വഴിയൊരുക്കി ത്തരുന്നത്. അവിടെയോ അന്തരീക്ഷത്തിന്റെ പുതുമയുടെ സാന്നിദ്ധ്യ വുമുണ്ട്. അവിടെ അവസാനം പൊടിപടലങ്ങൾക്കു താഴെയായി തൊട്ട ടുത്ത ഭാവിക്കുവേണ്ടിയുള്ള യന്ത്രസംവിധാനങ്ങൾ കിടക്കുന്നത് കാണു വാൻകഴിയും. ആഹ്ലാദത്തിന്റെ നുറുങ്ങുകളെ ഏറ്റവും ലളിതമായി നമു ക്കവിടെ കണ്ടെത്തുവാൻ സാധിക്കട്ടെ. അത് മുന്നിൽ പൊട്ടിവിരിയുന്ന ഉടനെ തന്നെ നമുക്കതിന് കഴിയണം. അതെ, അത് ഗോതമ്പിന്റെ ഒരു സൂചിമുനപോലെ തന്നെയായിരിക്കും. യഥാർത്ഥമായ നൈർമ്മല്യത യ്ക്കുവേണ്ടി വിസ്മൃതി പങ്കാളിയാവുന്നത് ഇതേ രീതിയിലാണ്. സംശ യമില്ല. ഇങ്ങനെയൊന്ന് നിലനില്ക്കുകയെന്നത് അസാദ്ധ്യമായ ഒരു കാര്യ മാണെന്നും നാം ഓർക്കേണ്ടിയിരിക്കുന്നു. ഈ കവിതയിലൂടെ മനുഷ്യന് വലിയ ഒരു സന്ദേശമാണ് കവി നല്കുന്നത്. വ്യാവസായിക പുരോഗതി ക്കുവേണ്ടി വാദിക്കുമ്പോഴും പ്രകൃതിയിലേക്ക് മടങ്ങേണ്ടതിന്റെ ആവ ശ്യകതയെക്കുറിച്ച് പുതിയ യുഗത്തിന്റെ അതിർവരമ്പുകളിൽ നില്ക്കേ ണ്ടിവരുന്ന മനുഷ്യനെ കവി ഒരിക്കൽക്കൂടി ഓർമ്മപ്പെടുത്തുകയാണ്.

'ഭൂമി' എന്ന കവിത ഈ പുസ്തകത്തിലെ ഒരു മികച്ച ഭാഗമാണ്. ശരത്കാലത്തിൽ വന്നവഴിയെതന്നെ ചുറ്റിത്തിരിയുന്ന ഒരു നായ ഇല കൾക്കിടയിൽ സുവർണ്ണചുറ്റളവുകൾ അന്വേഷിക്കുന്ന ഒരു ദൃശ്യമാണ് ആദ്യമവതരിപ്പിക്കുന്നത്. അറിയപ്പെടാത്ത ദിനങ്ങൾക്കു നേരെയത് കുര ച്ചുകൊണ്ട് വിഭ്രാന്തിയോടെ അലഞ്ഞുതിരിയുന്നതും കാണാനാകുന്നു. അനന്തതയിലേക്ക് മിഴികൾ നട്ട് ഇതാ എന്റെ നായ ശരത്കാലത്ത് തെരുവ് നായയെപ്പോലെയാണ് ഭൂമിയിലൂടെ സഞ്ചരിക്കുന്നത്. ആയിരക്കണക്കിന് വർഷങ്ങളുടെ ഓർമ്മകൾ പേറുന്ന ഈ ഭൂമി ഇപ്പോഴും നിലനില്ക്കു ന്നത് മരണത്തെ സ്വീകരിച്ചു കൊണ്ടോ അല്ലെങ്കിൽ സംവേശിപ്പിച്ചു കൊണ്ടോ ആയിരുന്നില്ല. ഓരോ വസന്തവും ഭൂമിക്കുവേണ്ടി പുതിയ പുതിയ കാഴ്ചകൾ ഒരുക്കുന്നു. ഭൂമിയുടെ തേജസ്സ് ഉയരുകയും വായു വിലേക്ക് പതിക്കുകയും ചെയ്യുന്നു. മാനവരാശി ഇതിന് അതിന്റെ കുല മേന്മയോട് നന്ദി പറയേണ്ടിയിരിക്കുന്നു. ഭൂമി മനുഷ്യനുവേണ്ടി തയ്യാറാ ക്കിവച്ചിരിക്കുന്ന എല്ലാ വസ്തുക്കളും ആകാശത്ത് നിന്നും ഭയപ്പെടുത്തി വീഴുന്ന മിന്നൽ പിണരിനോടും മാതാവിന്റെ സ്നേഹവായ്പിനോടും

വല്ലാതെ നാം കടപ്പെട്ടിരിക്കുന്നു. രക്തച്ചൊരിച്ചിലും മരണവും വിത
യ്ക്കുന്ന ഭീകരാന്തരീക്ഷത്തിനിടയിലും ഭൂമി നമുക്ക് വിശപ്പടക്കുവാൻ
റൊട്ടിയുമായി കാത്തിരിക്കുന്നു. വിശപ്പിന്റെ ഭൂമിശാസ്ത്രത്തിന് നൂറ്റാ
ണ്ടുകളുടെ പഴക്കമുണ്ട്. ഭൂമിയിലേക്ക് പ്രകാശം കൊണ്ടുവരുന്നവന്റെ
നാമം വാഴ്ത്തപ്പെടട്ടെ. വല്ലാത്ത ഒരന്തരീക്ഷത്തിലാണ് നെരൂദ തന്റെ
കവിത അവസാനിപ്പിക്കുന്നത്. ഭൂമിയെ മാതാവിനെപ്പോലെ സ്നേഹി
ക്കുവാൻ മനുഷ്യൻ തയ്യാറാകണം. പുതിയ യുഗപ്പിറവിക്കു വേണ്ടി കവി
യുടെ സന്ദേശവും ഇതാണ്.

'അതിഥികൾ' എന്ന കവിത ലാറ്റിനമേരിക്കൻ മോചനത്തിനുവേണ്ടി
മരിച്ചുപോയവർക്കായുള്ള ഒരു ഓർമ്മപുതുക്കലായിട്ടാണ് രചിച്ചിരിക്കു
ന്നത്. ഇരുപതാം നൂറ്റാണ്ട് ദർശിച്ച ഭീകരമായ ചില ദൃശ്യങ്ങളിലേക്ക്
അദ്ദേഹം തിരിഞ്ഞു നോക്കുന്നു. ബൊളീവിയയിൽ മരിച്ചു വീണ പാവ
പ്പെട്ടവരുടെ അസ്ഥികൾ നിറഞ്ഞ കുഴിയിൽ നിന്നും അവരുടെ രോദന
മുയർന്നു കേൾക്കാം. ഹുവാൻ റുൾഫോയുടെ *പെഡ്രോപരാമോയെന്ന*
നോവലിലെ മരണത്തിന്റെ മുഖത്തെക്കുറിച്ച് ഒരിക്കൽക്കൂടി നെരൂദ നമ്മെ
ഓർമ്മിപ്പിക്കുന്നു. വെറുപ്പിന്റെ ക്രൂരതകളുടെ യുദ്ധങ്ങളും ഏകാധിപതി
കളുടെ തേർവാഴ്ചകളും ഇന്നും ഒരുപേടിസ്വപ്നം പോലെ ജനതയെ
ഉറക്കം കെടുത്തുന്നു. മരിച്ചവർക്കും ജീവിക്കുന്നവർക്കുമായി ഒരുവർഷം
കൂടി, ഒരുനൂറ്റാണ്ടുകൂടി കടന്നുവരട്ടെയെന്ന പ്രാർത്ഥനയ്ക്കുള്ളിൽ
പുതിയ യുഗത്തെക്കുറിച്ചുള്ള ഉൽക്കണ്ഠ നിറയുന്നുണ്ട്. പല രീതിയിലും
ഈ കവിത നമ്മെ ഭയപ്പെടുത്തുന്നതോടൊപ്പം, ഭൂമിയിലെ അവകാശി
കൾക്ക് നന്മ വരട്ടെയെന്ന് ആത്മാർത്ഥമായി ആശിക്കുകയും ചെയ്യുന്നു.

മൂന്നാം ലോകരാഷ്ട്രങ്ങളിലെ വിശക്കുന്ന മനുഷ്യർക്കു വേണ്ടിയുള്ള
സമർപ്പണമാണ് 'പുരുഷന്മാർ' എന്ന കവിത. പാവപ്പെട്ട മൂന്നാം ലോക
ത്തിലെ അടിച്ചമർത്തപ്പെട്ട ജനതയുടെ പ്രതിനിധിയാണ് ഞാൻ. ഇവിടെ
ഒരു മൂന്നാം ക്ലാസ് റെയിൽവേ കംപാർട്ട്മെന്റിൽ യേശു ഒറ്റയ്ക്കിരിക്കു
ന്നത് മലനിരകളിൽ മിഴികൾ നട്ട് ആർക്കുവേണ്ടിയോ വേദനയോടെ
അവൻ കാത്തിരിക്കുന്നു. ഇവിടെ രണ്ടായിരമാണ്ടിൽ എത്തിച്ചേർന്നിരി
ക്കുന്ന കവി എന്താണവിടെ തനിക്കായുള്ളതെന്ന് ഉറ്റുനോക്കുന്നു. തന്റെ
ഈ പൂജ്യത്തിനോടൊപ്പം രണ്ടായിരത്തിന്റെ പുതിയ മൂന്നു പൂജ്യങ്ങൾ
കൂടിയാകുമ്പോൾ അതെ അത് എന്റെ അസ്തിത്വത്തിന്റെ ശൂന്യതയുടെ
പ്രതീകമായി മാറുന്നു. ഇന്നിതാ എന്റെ നിശ്ചലമായ അസ്ഥികൂടം മാത്രം
ബാക്കിയാകുന്നു. പുതിയ ഒരു യുഗപ്പിറവിക്കു മുമ്പ് എന്റെ മിഴികൾ
ചേതനയറ്റു മരവിച്ചു പോകുന്നു. ഒരു വലിയ മനുഷ്യക്കൂട്ടത്തിന്റെ വിഹ്വ
ലതകൾ മുഴുവൻ എന്നോടൊപ്പമുണ്ട്. അവരുടെ നിശ്ശബ്ദമായ രോദന
ങ്ങൾക്കുള്ളിലും പ്രതീക്ഷയോടെ അസ്തമിക്കാത്ത ചില നാമ്പുകൾ കവി
കാണുന്നു. നെരൂദയ്ക്ക് മാത്രം വിഭാവനം ചെയ്യുവാനും എഴുതുവാനും
സാധിക്കുന്ന ഒരു കവിതയാണിത്.

'മറ്റുള്ള മനുഷ്യർ' എന്ന കവിതയിലും ഏതാണ്ട് സമാനമായ ചില

ചിന്തകളാണ് കവി അവതരിപ്പിക്കുന്നത് പുതിയ യുഗപ്പടിവാതിലിൽ വിറ കൊണ്ടു നില്ക്കുന്ന ഒരു മനുഷ്യൻ എനിക്കുമുമ്പ് മരിച്ചു വീണവരും വിദൂരകാലത്തെ ഓർമ്മകളും എല്ലാം സാക്ഷ്യപ്പെടുത്തി ചരിത്രത്തിൽ നില്ക്കുന്നുണ്ട്. ലോകത്തിൽ അവശേഷിച്ച ആവിർഭാവങ്ങളെ കാർന്നു തിന്നുവാൻ അനാർക്കിസ്റ്റുകളായ മുതലാളിത്ത വർഗ്ഗം ഊഴം കാത്തിരി ക്കുന്നു. കൊളോണിയലിസവും ജനാധിപത്യവും വലിയ ഒരു ഭീകരരൂപം പൂണ്ട പുതിയ ഒരു നിഘണ്ടുവിന്റെ സൃഷ്ടിയിലാണ്. രണ്ടായിരത്തിനപ്പു റത്തെ അനന്തമായ ലോകത്തിന്റെ വിഹ്വലതകൾ ആരും തിരിച്ചറിയാതെ പോകുന്നു.

കണ്ടെത്താനാവാത്ത ഭയപ്പാടുകളുടെയും വേദനയുടെയും ആശ ങ്കകൾ നിറഞ്ഞ ഒരു ലോകത്തെയാണ് 'വസ്തുക്കൾ' എന്ന കവിത യിൽ നെരൂദ ചിത്രീകരിക്കുന്നത്. ഭൂമിയിൽ അദ്ധ്വാനിക്കുന്നവന്റെ അട ങ്ങാത്ത വിയർപ്പും വിയർപ്പ് പുറത്തുകൊണ്ടുവരുന്ന സഹനത്തിന്റെ കഥ കളും ഇവിടെ ആരോ രേഖപ്പെടുത്തിക്കൊണ്ടിരിക്കുന്നു. എണ്ണപ്പാടങ്ങൾ അവസാനത്തെ മരണപ്പിടച്ചിലിനുള്ളിലാണ്. ഇരുമ്പ് കല്ക്കരിക്ക് അന്ത്യാ ഭിവാദ്യങ്ങൾ അർപ്പിക്കുന്നു. കല്ക്കരി ഇപ്പോൾ അതിന്റെ അറകൾ ഏതാണ്ട് അടച്ചിരിക്കുന്ന ഒരവസ്ഥയാണ്. ഈ നൂറ്റാണ്ട് യുദ്ധങ്ങൾക്കായി ദാഹിക്കുമ്പോൾ മുതലാളിത്തത്തിന്റെ പുതിയ ഒരു രൂപം അതിന്റെ പിന്നിൽ പതിയിരിക്കുന്നുണ്ട്. ഭീകരമായ ഒരു കാലത്തെക്കുറിച്ച് കവി നമ്മെ ഓർമ്മിപ്പിക്കുകയാണീ കവിതയിൽ.

'ആഘോഷങ്ങൾ' എന്ന അവസാനത്തെ കവിതയിൽ എത്തി നില്ക്കുമ്പോൾ നെരൂദ നിരാശ കൈവെടിഞ്ഞുകൊണ്ട് മനുഷ്യരാശി ക്കുവേണ്ടി പ്രാർത്ഥിക്കുന്ന ഒരു ദൃശ്യമാണ്. കാലത്തിന്റെ പ്രവാഹത്തിൽ മനുഷ്യപ്രയത്നം നേടിയെടുത്ത പലതിനെയും ഓർത്ത് ആഘോഷി ക്കുന്ന ഒരു ഭാവനയിൽ നിറഞ്ഞു നില്ക്കുന്ന കവിയെയാണ് നാം കാണു ന്നത്. എത്രയെത്ര മിനിട്ടുകൾ മണിക്കൂറുകൾ കാലം അവയിലൂടെ കെട്ടു കളുമായി പുതിയ കരുത്ത് ഏറ്റുവാങ്ങുന്നു. നമുക്കീ കാലത്തെ സ്വീക രിച്ചാനയിക്കാം. കവിയിലടച്ചിട്ട ആഹ്ലാദങ്ങളെ നമുക്ക് പുറത്തുകൊണ്ടു വരാം. നഷ്ടപ്പെട്ട പ്രണയബന്ധങ്ങൾക്ക് ഓർമ്മകളിൽ പുതിയ ഒരിടം കൊടുക്കാം. നാം പ്രതീക്ഷയോടെ കാത്തിരുന്ന സത്യത്തിന്റെ മുഖം, അത് കുഴിമാടങ്ങൾ തുറന്ന് വരാതിരിക്കില്ല. നാളത്തെ ഇരുട്ടിന്റെ കട ന്നുവരവ് ഒരിക്കലും നമ്മെ തളർത്തരുത്. പുതിയ വരാൻ പോകുന്ന ലോകം തിളക്കമാർന്നതാണോ എന്നുപോലും നമുക്കറിയില്ല. മുത്ത ധാന്യവിത്തുകൾ പോലെ പുതിയ കാലത്തിന്റെ വിത്തുകളായി നമുക്ക് മാറാം. നമുക്കതിന് കുറച്ചുകൂടി തിളക്കം പകർന്നു കൊടുക്കാം. പുതിയ പിറവിയെടുത്തവരും അതിജീവിച്ചവരും അന്ധരും മൂകരും വികലാംഗ രുമായ മനുഷ്യസമൂഹം പുതിയ യുഗപ്പിറവിയിൽ എല്ലാം മറന്ന് ആഘോ ഷിക്കുവാൻ തയ്യാറാകട്ടെ. ഇന്ന് ഏതായാലും ഇന്നുതന്നെ. ഇന്നലെയെ ന്നത് കഴിഞ്ഞു പോയിരിക്കുന്നു. അത് സുനിശ്ചിതവുമാണ്. എന്നോ

ടൊപ്പം കഴിഞ്ഞിരുന്ന കാലം എന്നെയിന്ന് അതിനോടൊപ്പം ഏറ്റുവാങ്ങി കഴിഞ്ഞിരിക്കുന്നു. ഇവിടെ സംഭവിക്കുന്നതെന്തായാലും എനിക്ക് ആഘോഷിക്കുവാൻ കഴിയുന്ന ഒരവസ്ഥയാണുള്ളത്. വാക്കുകളാണിവിടെ കവിക്ക് നിലനില്പിന്റെ പാഠങ്ങൾ പറഞ്ഞു കൊടുക്കുന്നത്.

നെരൂദയുടെ ഈ അസാധാരണമായ കവിത ഇരുപത്തിയൊന്നാം നൂറ്റാണ്ടിലേക്ക് കടന്നു നില്ക്കുന്ന മനുഷ്യന്റെ എല്ലാവിധ ആശങ്കകളും ആഹ്ലാദങ്ങളും ഉൾക്കൊള്ളുന്ന ഒരു യാഥാർത്ഥ്യമാണ്. മനുഷ്യരാശിക്ക് വേണ്ടി അത്രമേൽ സ്നേഹം വാരിച്ചൊരിയുന്ന നെരൂദയ്ക്കുവേണ്ടി എല്ലാ കനത്ത പരുക്കൻ യാഥാർത്ഥ്യങ്ങളെയും നേടുവാൻ നാം തയ്യാറാകണം എന്ന സന്ദേശമാണീ കവിത പങ്കുവയ്ക്കുന്നത്. ഇനി യുഗങ്ങൾ പിന്നിട്ടാലും പാബ്ലോ നെരൂദയും അദ്ദേഹത്തിന്റെ കവിതകളും മനുഷ്യരാശിക്ക് സാന്ത്വനമായി കൂട്ടിനുണ്ടായിരിക്കും.

ഭൂമിയിലെ അവകാശികൾക്കുവേണ്ടി എഴുതപ്പെട്ട കവിതകൾ

ആയിരത്തിത്തൊള്ളായിരത്തി എഴുപത്തിയൊന്നിൽ സാഹിത്യ ത്തിനുള്ള നൊബേൽ പുരസ്കാരം നേടിയ ചിലിയിലെ മഹാകവി പാബ്ലോ നെരൂദ (Pablo Neruda) സ്പാനിഷ് ഭാഷ സംസാരിക്കുന്ന മേഖ ലകളിൽ മാത്രം ഒതുങ്ങിനിന്നിരുന്ന ഒരു കവിയായിരുന്നില്ല. മറിച്ച് അദ്ദേഹം മാനവരാശിയുടെ പ്രത്യാശയുടെയും സ്നേഹത്തിന്റെയും പ്രതീ കമായി നിലകൊണ്ട മഹാകവിയായിരുന്നു. സ്വീഡിഷ് അക്കാദമി അദ്ദേ ഹത്തിനു പുരസ്കാരം നല്കിക്കൊണ്ടു പറഞ്ഞത് അദ്ദേഹത്തിന്റെ രച നകളിലൂടെ ഒരു ഭൂഖണ്ഡം സുബോധത്തിനുള്ളിലേക്ക് ഉണരൂ എന്നാണ്. 1973 ൽ നെരൂദ മരിക്കുമ്പോൾ ചിലിയൻ ജനത അദ്ദേഹത്തിന്റെ കവിത കൾ ആലപിച്ചുകൊണ്ട് സാന്റിയാഗോവിലെ തെരുവുകളിലൂടെ അല ഞ്ഞുതിരിയുകയായിരുന്നു. നെരൂദ താമസിച്ചിരുന്ന കടലോരത്തെ ഭവ നത്തിനുള്ളിൽ അകപ്പെട്ട ഒരു കടൽകാക്ക പരുക്കൻ ശബ്ദമുണ്ടാക്കി ക്കൊണ്ട് ചില്ലു ജനാലകങ്ങൾക്കുള്ളിൽ ആർക്കുവേണ്ടിയോ വിലപിച്ചു കൊണ്ടിരിക്കുന്നതായി നെരൂദയുടെ പത്നിയുടെ ഓർമ്മക്കുറിപ്പുകളിൽ സൂചിപ്പിക്കുന്നുണ്ട്.

മുപ്പത്തിയഞ്ചോളം രചനകൾ അദ്ദേഹത്തിന്റേതായി വന്നിട്ടുണ്ട്. രണ്ടു ഭാഗം ഓർമ്മക്കുറിപ്പുകളൊഴിച്ചാൽ ബാക്കിയുള്ളവ കവിതകളാണ്. ഒരു വിഖ്യാതനായ ലാറ്റിനമേരിക്കൻ കവിയെന്നതിനപ്പുറം ജനങ്ങളുടെ സ്വന്തം കവി (People own Poet) എന്ന പദവിയും അവർ അദ്ദേഹത്തിനു കൊടുത്തിരുന്ന പെരുവിലെ സിസർവയാഹൊയെ (Cesar Valleyo) പോലുള്ള കവികൾക്കുപോലും പ്രശസ്തരായിരുന്നുവെങ്കിലും നെരൂദ യെപ്പോലെ അസാധാരണ ജനഹൃദയങ്ങളിൽ സ്ഥാനം നേടുവാൻ കഴി ഞ്ഞില്ലായെന്നുള്ളത് ഒരു യാഥാർത്ഥ്യമാണ്. *ഇരുപത് പ്രേമകവിതകളും ഒരു നൈരാശ്യത്തിന്റെ ഗാനവും* എന്ന കാവ്യപുസ്തകവും നെരൂദയുടെ

കാല്പനിക കവിതകളുടെ മുഖ്യധാരയായി വർത്തിക്കുന്നു. അലന്ദെ യുടെ ഭരണകാലത്ത് ചിലിയെ പ്രതിനിധീകരിച്ച് ബർമ്മ, സ്പെയിൻ, ഫ്രാൻസ് എന്നീ രാജ്യങ്ങളിൽ പ്രവർത്തിക്കുവാനും കഴിഞ്ഞ നെരൂദ ഉള്ളിന്റെയുള്ളിൽ ഒരു കമ്യൂണിസ്റ്റ് അനുഭാവിയായിരുന്നു. അലന്ദെ ഗവൺമെന്റിന്റെ പതനവും അലന്ദെയുടെ കൊലപാതകവും പിനോ ഷെയുടെ ഏകാധിപത്യത്തിലേക്കുള്ള കടന്നുവരവും സ്വാതന്ത്ര്യമോഹി യായ കവിയെ മാനസികമായി തളർത്തി. നെരൂദയുടെ കവിതകളിലെ രാഷ്ട്രീയ ദർശനങ്ങൾക്കും ഇതോടൊപ്പം വല്ലാത്ത മാറ്റങ്ങൾ വന്നു. *ഫാക്ടറികളിൽ രചിച്ച ഭൂമിയിലെ വാസസ്ഥാനം (Residence on Earth)* നെരൂദയുടെ കാവ്യദർശനത്തിലെ ഒരു പ്രധാന വഴിത്തിരിവായിരുന്നു. പ്രത്യയശാസ്ത്രപരമായ ഒരു സ്പർശവും ഇതിന് മൗലികമായി സ്വന്ത മായിരുന്നു എന്നു കരുതാം. പക്ഷേ, നെരൂദയെന്ന കവിയുടെ ഏറ്റവും പ്രധാനമായ രചനയായി ആസ്വാദകരും നിരൂപകരും ഒരുപോലെ വില യിരുത്തുന്നത് *കാന്റോ ജനറൽ (Canto General)* എന്ന കവിതാസമാ ഹാരമാണ്. കഴിഞ്ഞ നൂറ്റാണ്ടിലെ ഏറ്റവും മഹത്തായ കാവ്യനേട്ടങ്ങളി ലൊന്നായി ഇതിനെ വിശേഷിപ്പിക്കുകയും ചെയ്യുന്നുണ്ട്. 1938 കാലത്ത് തുടങ്ങി ഒരു നീണ്ടയിടവേള എന്നതിലപ്പുറം ചിലിയും ലാറ്റിനമേരിക്കയും നെരൂദയ്ക്കു പ്രിയപ്പെട്ട സ്പെയിനും ഫ്രാൻസും യൂറോപ്പിലെ ഇതര മേഖലകളുമെല്ലാം ഒരു മഹായുദ്ധത്തിന്റെ കറുത്ത നിഴലിനുള്ളിലായി രുന്നു. അന്ന് നെരൂദയ്ക്ക് നാല്പത്തിയാറു വയസ്സ് പ്രായമേ ഉണ്ടായിരു ന്നുള്ളൂ എങ്കിലും ദർശനത്തിന്റെ കാര്യത്തിൽ ഒരു വല്ലാത്ത പക്വത നേടി യെടുക്കുവാൻ അദ്ദേഹത്തിനു കഴിഞ്ഞിരുന്നു. ഒരുപക്ഷേ, മഹാകവി ദാന്തെയുടെ ഡിവൈൻ കോമഡിപോലെ *കാന്റോ ജനറൽ* എന്ന കാവ്യ ത്തിനും ജനഹൃദയങ്ങളെ സ്വാധീനിക്കുവാൻ കഴിഞ്ഞത് എടുത്തുപറ യേണ്ട ഒരു വസ്തുതയാണ്. ഒരു കവിയുടെ ജീവിതത്തിലെ പാതിവഴി യിൽ വീണു കിട്ടിയ ഒരു മുത്താണ്. അദ്ദേഹത്തെത്തന്നെ ശരിക്കു കാണു വാനും തിരിച്ചറിയുവാനുമുള്ള ഒരു കണ്ണാടിയുമായിത് വിലയിരുത്തപ്പെ ടുന്നു.

നെരൂദയുടെ കാവ്യസത്തയുടെ ആന്തരികമായ ചേതനയിലേക്കുള്ള ഒരു പ്രയാണമെന്നനിലയിൽ ഈ കവിത ലാറ്റിനമേരിക്കയുടെയും ചിലി യുടെയും ചരിത്രത്തിലൂടെയും സാംസ്കാരിക പൈതൃകതലങ്ങളിലൂ ടെയും സഞ്ചരിക്കുന്നു. ഒരു മൂലസ്രോതസ്സിലേക്കുള്ള യാത്രയിലൂടെ വളരെ വിശാലമായ കാവ്യദർശനമാണ് ഇതിന് സ്വന്തമായിട്ടുള്ളത്. കവി യുടെ ഓർമ്മകൾക്കൊപ്പം അവയിലൂടെ കവി തിരിച്ചറിയുന്ന ഒരു ഭൂത കാലവും അദ്ദേഹത്തിനു വഴികാട്ടിക്കൊടുക്കുന്നുണ്ട്. അങ്ങനെ ലാറ്റിന മേരിക്കയുടെ ഒരു പൊതുവായ ചരിത്രമായിത് രൂപാന്തരപ്പെടുന്നത് അത്ഭു തത്തോടെ മാത്രമേ ദർശിക്കുവാൻ കഴിയൂ. വാൾട്ട് വിറ്റ് മാന്റെ ഒരു വലിയ സ്വാധീനം നാമിവിടെയാണ് തിരിച്ചറിയുന്നത്. നൂറ്റാണ്ടിന്റെ പാതിവഴി യിൽ പുറത്തേക്കു വരുന്ന ഒരു യുദ്ധാനന്തര ലോകത്തിന്റെ പിടിച്ചുനി

ല്‍ക്കുവാനുള്ള കിതപ്പും ഈ വരികള്‍ക്കുള്ളിലെ സ്പന്ദനങ്ങളാണ്. ഒരു സര്‍റിയലിസ്റ്റ് ദര്‍ശനം ഉണ്ടെങ്കിലും രാഷ്ട്രീയബോധത്തിന്റെ മികവ് ചരി ത്രത്തെ ഏറ്റവും കൃത്യതയോടെ ഉള്‍ക്കൊണ്ട് വരികളില്‍ അഗ്നി പ കര്‍ത്തുവാനും നെരൂദയ്ക്കു കഴിയുന്നുണ്ട്. ആധുനിക ലോകത്തിന്റെ വിമോചനം സ്വപ്നം കാണുന്ന ഒരു കവിക്ക് കലയിലൂടെ തിന്മകള്‍ക്കെ തിരെ പ്രതിരോധിക്കുവാനും വാക്കുകള്‍കൊണ്ട് അക്രമകാരിയായി മാറു വാനും കഴിയുമെന്നതിന് ഏറ്റവും ഒരു നിദാനമാണീ കവിത. 1930–40 കാലഘട്ടം വരാന്‍ പോകുന്ന പല രൂപാന്തരത്വത്തിന്റെയും സൂചന കള്‍കൊണ്ട് ആവരണം ചെയ്യപ്പെട്ടു കിടന്നതാണ്. ഈ കവിതയുടെ ആശയം കവിയുടെ മനസ്സിനെ തട്ടിയുണര്‍ത്തുന്നുവെന്നും ഇശ്രേകാലത്ത് തന്നെയാണ്. കലയിലെ അഗ്രഗാമിയായ ഒരു മനുഷ്യന്റെ സര്‍ഗ്ഗാത്മക മായ ആവേശത്തിന്റെ ബൗദ്ധികമായ ആശയസ്ഫുരമായി ഈ കവിത മാറുന്നതും ഇങ്ങനെയാണ്. 1904 ല്‍ ജൂലൈ 12-ാം തീയതി ചിലിയിലെ പരാല്‍ എന്ന ചെറിയ ഗ്രാമത്തില്‍ ജനിച്ച നെഫ്താലി റിക്കാര്‍ദോ റിയിസ് ബോസാള്‍ടോ (Neftali Riccordo Reyes Bosalto) എന്ന ബാലന്‍ പാബ്ലോ നെരൂദ എന്ന ഓമനപ്പേരില്‍ കവിയായി വളര്‍ന്ന് ലോകം കീഴ ടക്കി. 1971 ല്‍ നൊബേല്‍ പുരസ്കാര ജേതാവായിത്തീരുന്നതു വരെ യുള്ള ജീവിതം എത്രമേല്‍ ധന്യമായിരുന്നെന്ന് ഈയൊരു ക്ലാസിക്ക് കവിതാ സമാഹാരത്തിലൂടെ കടന്നുപോകുമ്പോള്‍ നമുക്കറിയാന്‍ കഴി യും.

വിഖ്യാതനായ നിരൂപകന്‍ ഫെര്‍നാന്‍ദൊ അലിഗ്രിയ സൂചിപ്പിച്ച തുപോലെ മറ്റാരും അതേനാള്‍വരെ രേഖപ്പെടുത്താത്തതുപോലെ നെരൂദ അധിനിവേശ ശക്തികള്‍ മതത്തിന്റെ പിന്‍ബലത്തോടെ ലാറ്റിനമേരിക്ക വന്‍കരയില്‍ അടിച്ചേല്‍പിച്ച പീഡനങ്ങളുടെ വേദനിപ്പിക്കുന്ന കഥകള്‍ കവിതയിലൂടെ അവതരിപ്പിച്ചിട്ടുണ്ട്. ലാറ്റിനമേരിക്കന്‍ ജനതയുടെ ആകാം ക്ഷകളും നേരിടേണ്ടി വന്ന ഭീകരതകളും അന്ധവിശ്വാസവും കുറ്റബോ ധവും ഏകാന്തതയുടെ ദുഷിതമായ ഭീകരാവസ്ഥയുമൊക്കെ നെരൂദയുടെ കവിതകളില്‍ കാണുന്നതുപോലെ അധികമൊന്നും ദര്‍ശിക്കുവാന്‍ കഴി യില്ല. ചിലിയിലെ കാവ്യമുത്തശ്ശി ഗ്രബ്രിയലമാസ്ട്രിലും മോഡേണിസി മൊയുടെ വക്താവായ നിക്കാരന്‍ഗ്വ കവി ദുബെന്‍ ദാരിയോയും ഇക്കാ ര്യത്തില്‍ നെരൂദയ്ക്കൊപ്പം ഓര്‍മ്മിക്കപ്പെടേണ്ടവരാണ്. സ്വാഭാവികമായും സൗന്ദര്യംകൊണ്ട് ധന്യമായ ലാറ്റിനമേരിക്കന്‍ പ്രകൃതിയെ യാതൊരു വിധ തത്ത്വദീക്ഷയുമില്ലാതെ മുറിവേല്‍പിച്ച അധിനിവേശക്കാരുടെ കിരാ തസ്പര്‍ശത്തെ വെറുക്കുന്നതോടൊപ്പം അവയുടെ പാരമ്പര്യത്തിന്റെ ഉദാ ത്തസീമകളിലേക്കു ചരിത്രത്തോടൊപ്പം നയിച്ചുകൊണ്ടു പോകുവാനും *കാന്റോ ജനറലിന്റെ* സ്രഷ്ടാവിനു കഴിഞ്ഞിട്ടുണ്ട്. പട്ടിണിയും ദാരിദ്ര്യവും മോശമായ ആരോഗ്യാവസ്ഥയും ആല്‍ക്കഹോളിസവും ചേര്‍ന്ന് ശിഥില മാക്കിയ ഒരു തലമുറയുടെ ദാരുണമായ ചിത്രവും ഇതിനുള്ളില്‍ മറ ഞ്ഞുകിടക്കുന്നുണ്ട്.

*കാന്റോ ജനറലി*ലെ വാക്കുകളിലൂടെ അനാവരണം ചെയ്യപ്പെടുന്ന അമേരിക്കയുടെ (ചിലി) ഗാനമായിട്ടാണ് കവി അവതരിപ്പിക്കുന്നത്. പതിനാറാം നൂറ്റാണ്ടിലെ ഒരു എപ്പിക് കവിതയായ 'ലാ അരൗഷ്ഠാന' (Lan Araucana) യുടെ ഒരു പിന്തുടർച്ചയായിട്ടാണ് *കാന്റോ ജനറലി*നെ പുതിയ തലമുറക്കാർ സ്വീകരിക്കുന്നത്. സ്പാനിഷ് കവി അൽഫോൻസൊ എർസില്ലവെ സുനിഗ രചിച്ച കാവ്യം ഭാവഗാനത്തിന്റെ മാതൃകയിൽ രേഖപ്പെടുത്തപ്പെട്ട ചിലിയുടെ കാവ്യാത്മകമായ ചരിത്രമാണ്. ചിലിയുടെ പ്രകൃതിദൃശ്യങ്ങളുടെ സമ്പന്നമായ ഒരു ദൃശ്യം ഇതിനുള്ളിൽ നിറഞ്ഞു നില്ക്കുന്നുണ്ട്. തന്റെ മുൻഗാമികളായ ദുബൻ ദാരിയോയും ഹോസെ ഷൻന്റോ ഷോക്കാണായും ചെയ്തതുപോലെ *കാന്റോ ജനറലി*ലൂടെ അവരുടെ തകർന്നുപോയ മഹാപാരമ്പര്യത്തെയാണ് നവോത്ഥാനത്തിലൂടെ ശക്തമാക്കുവാൻ ശ്രമിക്കുന്നത്. തികച്ചും സാധാരണക്കാരന്റെ ഒരു ഗാനമായിത് രൂപാന്തരപ്പെടുകയും ചെയ്യുന്നത് ശ്രദ്ധേയമാണ്.

ഈ കാര്യത്തിന്റെ വേരുകൾ തേടിപ്പോകുന്ന ഒരു ആസ്വാദകന് നെരൂദയുടെതന്നെ എന്റെ ഹൃദയത്തിനുള്ളിലെ സ്പെയിൻ എന്ന കാര്യത്തിലെത്തിച്ചേരാതിരിക്കുവാനും കഴിയില്ല. സ്വന്തം നാടിന്റെയും അവിടത്തെ മനുഷ്യരുടെയും നേർക്ക് ഒരു കവി ചിന്തിക്കുവാൻ തുടങ്ങുന്നതിന്റെ ആവേശവും ലക്ഷ്യവും ഇതിന്റെ പിന്നിൽ ദർശിക്കുവാൻ കഴിയും. സ്വന്തം പിതാവ് മരിച്ചു. 1938 ലാണ് കവി ഇതിന്റെ രചനയിലേക്ക് കടന്നുചെന്നത്. ചിലിയുടെ ഗാനം (Cantode Chile) എന്ന പേരിൽ സ്വയം സമർപ്പിച്ചുകൊണ്ടാണ് ഇത് എഴുതാനാരംഭിച്ചത്. ചിലിയുടെ ഭൂപ്രകൃതിയും ചരിത്രപരവും രാഷ്ട്രീയപരവുമായ വിവരണങ്ങളും കവിതയുടെ ഭാഗമായിത്തീർന്നത് ഒരുപക്ഷേ, പ്രതിഭാസമ്പന്നനായ ഒരു കവിയുടെ ഭാവനയിലൂടെയാകുമ്പോൾ അതിന്റെ ലാവണ്യബോധത്തിനും കൂടുതൽ ശക്തിയും ആദരവും ഉണ്ടാകുമെന്നതിൽ സംശയമില്ല. അവിടെ സംഭവിച്ചതും അതുതന്നെയായിരുന്നു.

കവയിത്രി ഗബ്രിയല മിസ്ട്രാളിന്റെ കാന്റൊഡി ചിലിയും നെരൂദയുടെ ഈ കാവ്യത്തിന് ശരിക്കും പ്രേരകമായി ഭവിച്ചിട്ടുണ്ട്. അടുത്ത കാലത്ത് വായിക്കുവാനിടയായ ഗബ്രിയല മിസ്ട്രാളിന്റെ *ചിത്തഭ്രമം വന്ന സ്ത്രീകൾ* (Mad women) എന്ന കവിതാസമാഹാരത്തെ ആദരവോടെ ഇവിടെ ഓർത്തുപോകുന്നു. ലാറ്റിനമേരിക്കൻ കവിതയുടെ മുത്തശ്ശിയും ആദ്യത്തെ നൊബേൽ സമ്മാനം നേടിയ ലാറ്റിനമേരിക്കൻ കവിയുമായ അവർ നെരൂദയിൽ വല്ലാത്ത സ്വാധീനം ചെലുത്തുകയുംചെയ്തിരുന്നു. നീണ്ടു മെലിഞ്ഞുകിടക്കുന്ന ചിലിയൻ ഭൂമികയുടെ സൗന്ദര്യം മുഴുവൻ നെരൂദയുടെ കവിതകളിൽ അലിഞ്ഞുചേർന്നു കിടക്കുന്നുണ്ട്.

ഇതെഴുതിത്തുടങ്ങുമ്പോൾ നെരൂദ രാഷ്ട്രിയപരമായി വല്ലാത്ത പ്രതിസന്ധികൾക്കുള്ളിലായിരുന്നു. *കാന്റോ ജനറലി*ലെ പ്രധാനപ്പെട്ട ചില കവിതകൾ ഇക്കാലത്ത് രചിച്ചവയാണ്. 1946 കാലമാണ് ഇതിന്റെ രചനയിൽ വേറിട്ട ചില പ്രതിസന്ധികൾ നേരിടേണ്ടതായി വന്നത്. പ്രസി

ഡന്റ് ഗോൺസാൽവസ് വിഥോലയുടെ നേതൃത്വത്തിലുള്ള ഭരണകൂടം നെരൂദയെ അറസ്റ്റു ചെയ്യുവാനുള്ള ഉത്തരവ് പുറപ്പെടുവിച്ചു. അക്കാല ത്താണ് ഇതിന്റെ മറ്റൊരു പ്രധാന ഭാഗമായ *അഭയാർത്ഥി (Fugitive)* എഴുതിയത്. *അമേരിക്ക, നിന്റെ നാമം ഞാൻ വെറുതെ കാരണമാക്കില്ല (America I do not invoke your name invain)* തുടങ്ങിയ രചനകളിൽ നിന്നു തുടങ്ങിയ കാവ്യസഞ്ചാരം 1946 ലെ പ്രക്ഷുബ്ധമായ അന്തരീ ക്ഷത്തിൽ എത്തിച്ചേർന്നപ്പോൾ ഒന്നുകൂടി ഊർജ്ജസ്വലമായി രൂപാന്ത രപ്പെട്ടുവെന്ന് അനുമാനിക്കാം. അധികാരിവർഗ്ഗത്തിന്റെ പ്രകോപനങ്ങൾ നെരൂദയെ സാധാരണക്കാരന്റെ ഭവനങ്ങളിൽ അഭയം കണ്ടെത്തുവാൻ നിർബ്ബന്ധിതനാക്കി. അങ്ങനെ ചിലിയിലെ സാധാരണ മനുഷ്യരുടെ ജീവി തസമസ്യകൾക്കുള്ളിൽ കഴിഞ്ഞുകൊണ്ട് താനെഴുതിയിരിക്കുന്ന കവി തയ്ക്കുവേണ്ട സ്രോതസ്സുകൾ കണ്ടെത്തുവാനും അദ്ദേഹത്തിനു കഴി ഞ്ഞു.

1943 ൽ മെക്സിക്കോയിൽനിന്ന് ചിലിയിലേക്കു മടങ്ങുന്നതിനു മുമ്പ് നെരൂദ തകർന്നടിഞ്ഞ മാച്ചു പിച്ചുവിന്റെ അവശിഷ്ടങ്ങൾ സന്ദർശിച്ചു. ഇൻകാ പൂർവ്വികരാൽ നിർമ്മിക്കപ്പെട്ടിരുന്ന ഈ പൗരാണിക നഗരം അധി നിവേശ ആക്രമണത്തിലാണ് തകർന്നത്. മായനും ഇൻകയും സംസ്കാ രങ്ങൾ തെക്കെ അമേരിക്കയുടെ പൗരാണിക ചരിത്രത്തിലെ നാഴികക്ക ല്ലുകളാണ്. അവരുടെ ഭാഷയും സംസ്കാരവും വേട്ടയാടിയ അധിനിവേ ശശക്തികൾ സ്പാനിഷും പോർച്ചുഗീസും ഭാഷകളുടെ മേല്ക്കോയ്മ ക്കുള്ളിൽ രണ്ട് സാംസ്കാരിക പാരമ്പര്യങ്ങളെ നശിപ്പിക്കുകയായിരുന്നു.

1911 ൽ ഒരു അമേരിക്കൻ ആർക്കിയോളജിസ്റ്റ് ഹിറാംബിൻഗോ (Hiram Bingham) യേൽ യൂണിവേഴ്സിറ്റിക്കുവേണ്ടി നടത്തിയ ശാസ്ത്രീയപര്യവേക്ഷണത്തിലാണ് ഇൻകാസിന്റെ നഷ്ടപ്പെട്ട നഗരമായ മാച്ചുപിച്ചു കണ്ടെത്തിയത്. ഇത് ഹിസ്പാനിക് അമേരിക്കയുടെ ധന്യ മായ ഒരു ഭൂതകാല സംസ്കാരത്തിന്റെ പ്രതീകമായിട്ടാണ് ഗവേഷകർ തിരിച്ചറിഞ്ഞത്. അവിടം സന്ദർശിച്ചപ്പോൾ കവിക്കു ആത്മഗതമായി അതി നോട് സംവദിക്കുവാനുള്ള ഒരാവേശമുണ്ടായി. അമേരിക്കൻ വൻകരയുടെ മഹാഭാഗമായി നിലനിന്നിരുന്ന ഭൂമികയുടെ സന്തതിയാണ് താനെന്ന് കവിയായ നെരൂദയ്ക്ക് വിഭാവന ചെയ്യുവാൻ കഴിഞ്ഞു. ഒരു ചിലിയ നായി ഒതുങ്ങിനിന്നുകൊണ്ട് തനിക്കതിന് കഴിയില്ലെന്ന് നെരൂദയ്ക്കറി യാമായിരുന്നു. മാച്ചുപിച്ചുവിന്റെ ഉന്നതതലങ്ങൾ എന്ന അർത്ഥത്തിൽ ഒരു മഹാകാവ്യമെഴുതണമെന്ന ആത്മബോധവും കവിക്കുണ്ടായതിങ്ങ നെയാണ്. കവിത വായിക്കുമ്പോൾ നെരൂദയുടെ രചനകളിൽവച്ചേറ്റവും ഉത്കൃഷ്ടമായതും ഇതാണെന്ന് നമുക്കറിയുവാൻ കഴിയും. ഒരു കവി യുടെ ജീവിതത്തിൽ അത്യപൂർവ്വമായേ ഇതുപോലെ സംഭവിക്കൂ. പക്ഷേ, ഇതൊരു സാർവ്വലൗകികമായ വിഭാവനയായി കവിതയായി രൂപാന്തര പ്പെടുമ്പോൾ ധന്യയായിത്തീരുന്നത് ലോകകവിത തന്നെയാണ്.

മാച്ചുപിച്ചു എന്ന പൂർവ്വികസംസ്കാരത്തിന്റെ ദർശനപ്രതീകം

കാണുവാനിടയായതിന്റെ അനുഭവം ഒരു മഹാകവിയിൽ എത്രമാത്രം മാറ്റങ്ങൾ വരുത്തിയെന്നുള്ളതും ഒരു പുതിയ തിരിച്ചറിവാണെന്നും അദ്ദേഹം അവകാശപ്പെടുന്നു. തന്റെ സാങ്കല്പിക വിഭാവങ്ങളുടെ ചക്ര വാളങ്ങൾ ഏത്രമാത്രം വികസിതമായി എന്ന് അദ്ദേഹം ഓർക്കുന്നുണ്ട്. അമേരിക്കൻ വൻകരയുടെ ഒരു ഭാഗമാണ് താനെന്ന ആത്മവിശ്വാസവും ഈ സന്ദർശനത്തോടെ ഒന്നുകൂടി ഉറപ്പിക്കുവാൻ കഴിഞ്ഞു.

1945 ൽ ചിലിയിലെ കടലിന്നഭിമുഖമായി നില്ക്കുന്ന ഇസ്ല നെഗ്ര യിലിരുന്നുകൊണ്ട് ഈ കവിതയുടെ കണ്ണികൾ ഒത്തുചേർക്കുമ്പോൾ ഇതിലൂടെ ലഭിച്ച ആത്മസംതൃപ്തി തന്റെ നാടിന് ഭാവിയിൽ ഏറെ പ്രശ സ്തിയുണ്ടാക്കി കൊടുക്കുമെന്ന് അദ്ദേഹം ചിന്തിച്ചിട്ടുണ്ടാവുമോ? 1938 മുതൽ ആരംഭിച്ച ഒരു സർഗ്ഗാത്മകമായ യാത്രയുടെ അവസാനം മുന്നിൽ തെളിഞ്ഞുവരുമ്പോൾ നെരൂദയുടെ മനസ്സിൽ കവിതയുടെ നൂതന സ്രോതസ്സുകൾ സ്പന്ദിച്ചുകൊണ്ടിരുന്നു. പന്ത്രണ്ടുവർഷം കൊണ്ട് ശ്രദ്ധാ പൂർവ്വം പൂർത്തീകരിച്ച ഈ കവിതയിൽ രാഷ്ട്രീയ പ്രത്യയശാസ്ത്ര ത്തിന്റെ കാവ്യാത്മകമായ സ്പർശനം അനുഭവപ്പെടുത്തുവാനും നെരൂ ദയ്ക്ക് കഴിഞ്ഞു.

ലാറ്റിനമേരിക്കയിലെ ചൂഷണങ്ങൾക്കു വിധേയമായിക്കൊണ്ടിരുന്ന തൊഴിലാളി വർഗ്ഗത്തിന്റെ ജീവിതത്തെക്കുറിച്ച് കൂടുതൽ അടുത്തറിയു വാൻ കവി ശ്രമിച്ചതിന്റെ അനുരണനങ്ങൾ ഇതിലെ കവിതകളിലുണ്ട്. 'പുനിടാകിയിലെ പുഷ്പങ്ങൾ' എന്ന കവിതയിൽ ഖനനത്തൊഴിലാളി കളുടെ സാമ്പത്തികമായും സാമൂഹ്യപരമായുമുള്ള പ്രശ്നങ്ങളെയാണ് കവി അന്വേഷിക്കുന്നത്. ഏറ്റവും മോശമായ ജോലി പരിതഃസ്ഥിതി കൾക്കെതിരെ അവർ നടത്തിയ സമരങ്ങളുടെ ചരിത്രത്തിലേക്കും നെരൂദ കടന്നുചെല്ലുന്നുണ്ട്. സാൽട്പെൽറ്റർ ഖനിയിൽ ക്രിസ്റ്റോബാൾ മിരാൻഘല നയിച്ച പോരാട്ടങ്ങളെ അനുസ്മരിച്ചുകൊണ്ട് ഈ കവിതയെ അദ്ദേഹ ത്തിന് സമർപ്പിക്കുകയും ചെയ്യുന്നുണ്ട്.

യുണൈറ്റഡ് ഫ്രൂട്ട് കമ്പനിയെന്ന വിഖ്യാതമായ കവിതയെക്കു റിച്ചും സൂചിപ്പിക്കേണ്ടിയിരിക്കുന്നു. ഇവിടെ അധിനിവേശ ശക്തികളെ തിന്മയെ ശാശ്വതീകരിക്കുന്നവരായിട്ടാണ് ചിത്രീകരിച്ചിരിക്കുന്നത്. ഇതിൽനിന്നെല്ലാം നമുക്ക് തിരിച്ചറിയുവാൻ കഴിയുന്നത് വെറും ലാവ ണ്യബോധത്തിൽ മാത്രം ഒതുങ്ങിനില്ക്കാതെ രാഷ്ട്രീയപരമായ ആശ യങ്ങളിലേക്ക് കടന്നു ചെല്ലുവാൻ ത്രസിച്ചു നിലക്കുന്ന ഒരു കവിയുടെ സമർപ്പണബോധത്തെയാണ്.

വാക്കുകളുടെ അപാരമായ ശക്തിയിൽ ഏറെ വിശ്വാസമർപ്പിച്ചിരുന്ന ഒരു കവിയായിരുന്നു നെരൂദ. 'ഹെർമാനോ പാബ്ലോ അയങ്കാൽ സഹോ ദരൻ പാബ്ലോ'യെന്ന കവിതയിൽ ഇതിന്റെ തുടിപ്പുകൾ നമുക്കടുത്തറി യുവാൻ കഴിയും. കവിതയിലൂടെ സാധാരണ തൊഴിലാളിവർഗ്ഗത്തെ യാണ് കവി നേരിടുന്നത്. പ്രാഥമിക ആവശ്യങ്ങൾക്കായി പോരാടുന്ന ഒരു പ്രോലെറ്റേറിയൻ സമൂഹത്തെ വഞ്ചിക്കുന്നത് ആത്മഹത്യാപരമാ

ണ്ണന്നും കവി തിരിച്ചറിഞ്ഞു. അവരുടെ പോരാട്ടങ്ങളിൽ ശക്തമായ കണ്ണിയായി വർത്തിക്കുവാനും കവിക്കു സാധിച്ചു. ഒരു പൊതു യാഥാർത്ഥ്യത്തിനുവേണ്ടി സമൂഹവും അതിന്റെ ഭാഗമായിരുന്ന കവിയും പ്രതികരിക്കേണ്ടതിന്റെ ആവശ്യകതയെക്കുറിച്ചും അദ്ദേഹത്തിന് വ്യക്ത മായ അഭിപ്രായമുണ്ട്.

നെരൂദയുടെ മാർക്സിസ്റ്റ് പ്രത്യയശാസ്ത്രത്തോടുള്ള ആഭിമുഖ്യം പ്രത്യയശാസ്ത്രപരമായ ഭൗതികവാദവുമായി എത്രമാത്രം സമന്വയിച്ചി രിക്കുന്നുയെന്നും ഈ കവിതകൾ തുറന്നുകാണിക്കുന്നു. മനുഷ്യനും ഭൂമിയും ചരിത്രവും തമ്മിൽ എത്രമാത്രം തീവ്രമായി ബന്ധപ്പെട്ടു കിട ക്കുന്നുണ്ടെന്നും നെരൂദ തന്റെ കവിതകളിലൂടെ തുറന്നുകാണിക്കുന്നു. യുക്തിവാദപരമായ ഭൗതികവാദത്തെ ചരിത്രപരമായ ഭൗതികവാദവുമായി എത്രമാത്രം ബന്ധപ്പെടുത്തുവാൻ കഴിയുമെന്നും കവി നമ്മെ ബോധ്യ പ്പെടുത്തുന്നുണ്ട്.

ഇതിനുള്ളിൽ മനുഷ്യനും അവന്റെ സങ്കേതമായ മനുഷ്യരാശിക്കും വ്യക്തമായ ഭാഗധേയങ്ങളുണ്ട്. സമൂഹത്തിനോടുള്ള ആത്മബന്ധം എത്ര മാത്രം അവനെ ഒരുപുതിയ സമൂഹത്തെ കെട്ടിപ്പടുക്കുവാൻ സഹാ യിക്കും എന്നതിനെ ഈ കവിതയിലൂടെ ഉയർത്തിക്കാണിക്കുവാനാണ് നെരൂദ ശ്രമിക്കുന്നത്.

മാച്ചുപിച്ചുവിന്റെ 'ഉയരങ്ങൾ' എന്ന കവിതയിലാണ് *കാന്റോ ജന റൽ* കവി തന്റെ മാർക്സിസ്റ്റ് ഭൗതികവാദത്തെ ഏറ്റവും പ്രകടമായി അവതരിപ്പിക്കുന്നത്. ഈ കവിതയുടെ അവസാനഭാഗത്ത് മനുഷ്യപ്പിറ വിയെക്കുറിച്ചുള്ള ഒരു വൈകാരിക സന്ദേശം നെരൂദ നല്കുന്നുണ്ട്. 'പണിമുടക്ക്' എന്ന കവിതയിലും ഈ പുനർജ്ജന്മത്തെ ഒരുതരം കടം വീട്ടലായിട്ടാണ് കവി അവതരിപ്പിക്കുന്നത്. പാവപ്പെട്ടവരെ അടിച്ചമർത്ത പ്പെട്ടവരായി ചിത്രീകരിക്കുന്ന ഒരു ദർശനവും ഇവിടെയുണ്ട്. അവരുടെ പോരാട്ടങ്ങളുടെ ചരിത്രം നിഷേധിപ്പിക്കപ്പെടാനാവാത്ത മാനവികതയുടെ പ്രതീകമായി കടന്നുവരുന്നു. രണ്ടാം ഭാഗത്തിൽ ജനത ഒത്തുചേർന്ന് പ്രതിരോധിക്കുന്നതിന്റെ ചിത്രമാണുള്ളത്. മൂന്നും അവസാനത്തെ നാലാം ഭാഗവും ചേർന്നൊരുക്കുന്ന പുനർജ്ജന്മം ഒരു ഭാവിയുടെയും പ്രത്യാശ യുടെയും പുനർജ്ജന്മം കൂടിയാണ്. ചുമരുകളിൽ അവിടെ ഒരു സന്ദേശം കുറിച്ചിട്ടുണ്ട്. അത് വായിച്ചെടുക്കുവാൻ ജനതയ്ക്കു മാത്രമേ കഴിയൂ. ഇവിടെ ചരിത്രത്തെ പുനർനിർമ്മിക്കുകയും വീണ്ടെടുക്കുകയും ചെയ്യു ന്നതിലൂടെ തൊഴിലാളി വർഗ്ഗം മനുഷ്യന്റെ യഥാർത്ഥരൂപം നേടിയെടു ക്കുകയാണ് ചെയ്യുന്നതെന്ന് നെരൂദ പറയുന്നു. ഒരു പുതിയ നിയോഗം ഏറ്റുവാങ്ങുവാൻ തയ്യാറാക്കി നില്ക്കുന്ന കവിയെയാണ് ഇവിടെ കാണു ന്നത്. അധിനിവേശത്തിന്റെ അടിവേരുകൾപോലും തകർക്കുവാൻ കവി തയ്ക്കു കഴിയുമെന്നും നെരൂദ വിശ്വസിക്കുന്നു.

സ്വന്തം ശബ്ദത്തെ സമർപ്പണബോധത്തോടെ അപാരമായതിന് പങ്കു വയ്ക്കുന്ന കവിയെ കവിതയിലൂടെ ദർശിക്കുകയെന്നത് അസാധാരണ

മായ ഒരനുഭവമാണ്. ലാറ്റിനമേരിക്കയോട് മൊത്തത്തിൽ രാഷ്ട്രീയപര
മായി ബന്ധം പുലർത്താത്ത ഒരു കവിയെക്കുറിച്ച് ആലോചിക്കുവാൻ
വേണ്ടി കഴിയില്ലെന്ന് കാവ്യാസ്വാദകർ തുറന്നു സമ്മതിക്കുന്നു. *കാന്റോ
ജനറലിൽ* രാഷ്ട്രീയപരമായ പ്രത്യയശാസ്ത്രത്തിന്റെ അവബോധം
ശരിക്കും നിഷേധിക്കാനാവാത്ത ഒന്നാണ്.

സ്പെയിൻകാരുടെ അധിനിവേശത്തിന്റെ കഥകൾ പറയുന്ന ഒരു
മഹാകാവ്യമാണ് *കാന്റോ ജനറൽ*. അധിനിവേശശക്തികൾക്കുശേഷം
വിദേശ മൾട്ടിനാഷണലുകളുടെ കടന്നുകയറ്റം കൂടിയായപ്പോൾ അത്
ഏകാധിപത്യ ശക്തികൾക്ക് കൂടുതൽ അവസരങ്ങളുണ്ടാക്കിക്കൊടുത്തു.
പിനോഷയുടെ നീണ്ട കാലത്തെ ക്രൂരതകൾകൊണ്ട് തകർന്നടിഞ്ഞ ഒരു
ജനതയെ നെരൂദപോലും ഒരിക്കലും വിഭാവനം ചെയ്തിട്ടുണ്ടാവില്ല.
മാർക്സിസത്തിൽ നിന്നും മുതലാളിത്തത്തിന്റെയും അധികാരത്തി
ന്റെയും പാർശ്വഫലങ്ങൾ ഉണ്ടാവില്ലേയെന്ന ധാരണകൾക്കും പിശകു
സംഭവിക്കുന്നതായി കാലം തെളിയിച്ചുകഴിഞ്ഞതാണ്. നെരൂദയുടെ
ഏറ്റവും ഉത്കർഷേച്ഛമായ കവിതയായി *കാന്റോ ജനറലിനെ* നിരൂപകനും
ആസ്വാദകരും കാണുന്നത് ഒരു സ്പാനിഷ് അമേരിക്കൻ കവിയുടെ
സർഗ്ഗാത്മകമായ പ്രതിഭയുടെ അംഗീകാരമെന്ന നിലയിലാണ്. താൻ
ദർശിച്ച ഒരു ശിഥിലമായ പൗരാണികതയുടെ വേദനിപ്പിക്കുന്ന ഓർമ്മ
കൾ പെറുവിൽ നിന്നു മടങ്ങുമ്പോൾ ഒഴിയാബാധപോലെ നെരൂദയെ
വേട്ടയാടിക്കൊണ്ടിരുന്നു. ലാറ്റിനമേരിക്കൻ യാഥാർത്ഥ്യത്തിൽനിന്നും
തനിക്ക് വേറിട്ടുമാറിനില്ക്കാനാവില്ലെന്നും നെരൂദ ഈ കവിതയിലൂടെ
തെളിയിച്ചതാണ്.

കാന്റോ ജനറൽ രണ്ട് പ്രഭാഷകർക്കുവേണ്ടിയാണ് അരങ്ങൊരു
ക്കുന്നത്. ഒന്ന് ഗാനാലാപം നടത്തുന്ന കവിയും മറ്റൊന്ന് ചരിത്രകാര
നായ കവിയും. അമേരിക്കൻ ഭൂഖണ്ഡത്തിന്റെ ചരിത്രത്തെയും ദർശന
ത്തെയും അയാൾ പുനർ സൃഷ്ടിക്കുന്നു. എല്ലാം കാവ്യാത്മകമായ ഒരു
ലക്ഷ്യത്തോടെയാണെന്ന് മാത്രം. തന്റെ പുതിയ ചരിത്രത്തിലെ ആഖ്യാ
താക്കൾ ഖനി തൊഴിലാളികളും, കർഷകരും, ഇന്ത്യാക്കാരും മറ്റു സാധാ
രണ മനുഷ്യരുമാണ്. ഭൂദൃശ്യങ്ങളുടെ മനോഹാരിതയെ ഇതിനുള്ളിൽ
ലാവണ്യബോധത്തോടെ സമന്വയിപ്പിക്കുവാനും കവിക്കു കഴിഞ്ഞു.
ചരിത്രം ഉള്ളിലൊതുങ്ങുന്ന ഒരു കവിതയെന്ന് കവി എസ്രാപൗണ്ട് സൂചി
പ്പിച്ചതുപോലെയാണിത്. *കാന്റോ ജനറലിന്* എപ്പിക്കമാന കൈവരിക്കു
വാനും കഴിയുന്നത് മറ്റൊന്നും കൊണ്ടല്ല.

ശബ്ദം നഷ്ടപ്പെട്ടവരുടെ കഥകളിലേക്കാണ് ഇതിൽ നെരൂദ കൂടു
തൽ ശ്രദ്ധ കേന്ദ്രീകരിക്കുന്നത്. അദൃശ്യനായ മനുഷ്യൻ അതുകൊണ്ടു
തന്നെ ഇവിടെ ഒരു പൊതുസമൂഹത്തിന്റെ പുരാവൃത്തമായി രൂപാന്തര
പ്പെടുകയും ചെയ്യുന്നു.

പതിനഞ്ചു ഭാഗങ്ങളായിട്ടാണ് ഈ കവിത വേർതിരിച്ചിരിക്കുന്നത്.
തെക്കൻ ചിലിയിലെ ജലനിർഭരമായ കാവ്യാത്മകതയുടെ സ്രോതസ്സു

കളിൽ നിന്നാണീ കവിത ആരംഭിക്കുന്നത്. പിന്നീടത് ലാറ്റിനമേരിക്കൻ വൻകരയിലൂടെ പരന്നൊഴുകുന്നു. ഈ കവിതയിലെ ഒരു നൈരന്തര്യ ത്തിന്റെ പ്രതീകമായ വൃക്ഷമുണ്ടല്ലോ. അത് മാനവരാശിയുടെയും പ്രതീ കമാണ്. ഒരു വലിയ ഭൂമികയിലെ യഥാർത്ഥ അവകാശികളെ വഞ്ചിക്കു കയും അവരുടെ ഭാഷയെയും സംസ്കാരത്തെയും പാരമ്പര്യസ്രോത സ്സുകളെയും നിർമ്മാർജ്ജനം ചെയ്യുവാൻ ശ്രമിക്കുകയും ചെയ്ത അധി നിവേശക്കാർക്കെതിരെയുള്ള ഒരു കാവ്യകഥയാണീ *കാന്റോ ജനറൽ.* ഇവിടെ ചരിത്രാവബോധവും പ്രകൃതിയും ഒരു പുതിയ ലോകത്തിനു വേണ്ടി പ്രതീക്ഷയോടെ കാത്തുകിടക്കുന്നു.

തന്നെ അറസ്റ്റുചെയ്യാൻ ഉത്തരവിട്ട ഗൊൺസാൽവസ് വിഡേല യോട് ഈ കവിതയിലൂടെ നിഷേധാത്മകമായി പ്രതികരിക്കാനും കവി തയ്യാറായി. നീതി നടപ്പാക്കുന്നതിന്റെ പേരിൽ വഞ്ചിതരായ ജനതയുടെ ദുഃഖങ്ങൾക്കൊപ്പം അവർക്കു സാന്ത്വനം പകർന്നുകൊടുക്കുവാനും നെരൂദ തയ്യാറാകുന്നുണ്ട്. ലാറ്റിനമേരിക്കൻ കരയ്ക്കുവേണ്ടി അതുവഴി ആശ്വാസം പകരുവാനുള്ള ശ്രമമാണിത്.

"എനിക്കു മൗനവും ജലവും പ്രത്യാശയും തരുക.
എനിക്കു പോരാട്ട വീര്യവും ഇരുമ്പും അഗ്നിപർവ്വതങ്ങളും നല്കുക.
കാന്തത്തെപ്പോലെ എന്റെ മേനിയോടൊട്ടിച്ചേരുക.
എന്റെ സിരകളോടും വദനത്തോടും ത്വരിതമായ്
ചേർന്നുനിന്നുകൊണ്ട്,
എന്റെ വാക്കുകളിലൂടെയും രക്തത്തിലൂടെയും
സംവേദിക്കുക"

നെരൂദ തന്റെ വാക്കുകളിലൂടെ ആവശ്യപ്പെടുന്നത് അടങ്ങാത്ത സമർപ്പണാവേശമാണ്. ആത്യന്തികമായും മനുഷ്യരാശിയോടാണ് എപ്പോഴും നെരൂദ സംസാരിച്ചുകൊണ്ടിരിക്കുന്നത്. മനുഷ്യൻ ഇവിടെ ഈ ഭൂമിയിൽ നിന്നു ആദാമിനെപ്പോലെ സ്വയം അനാവൃതരാവുകയാണ്. ദൈവം ഒരു മറയ്ക്കപ്പുറത്ത് നിന്നുകൊണ്ട് എല്ലാംകാണുന്നു. അവസാന നാളുകളിൽ ഹിംസാത്മകമായ മാനുഷിക പ്രവൃത്തികൾ കാൺകെ ഈ കവി ഇങ്ങനെ സൂചിപ്പിക്കുവാനും മറന്നു പോയില്ല. മനുഷ്യനായിങ്ങനെ ജീവിച്ച് ഞാനാകെ ക്ഷീണിതനായിക്കഴിഞ്ഞു (I am tired of being Man) നെരൂദയും അദ്ദേഹത്തിന്റെ കാവ്യരചനകളും പ്രത്യേകിച്ച് *കാന്റോ ജന റലും* ഭൂമിയിൽ ജീവൽസ്പന്ദമുള്ളിടത്തോളം കാലം നിലനില്ക്കും.

നദിയുടെ മൂന്നാംകര

ഒരു ബ്രസീലിയൻ ചെറുകഥയുടെ ദർശനങ്ങൾ

നോവൽ സമുദ്രത്തിലൂടെ പോകുന്ന വലിയ യാത്രാക്കപ്പലാണെ ങ്കിൽ ചെറുകഥ തീരത്തെ തൊട്ടുരുമ്മിപ്പോകുന്ന ഒരു ചെറിയ തോണി യാണ്. ഒരു നോവൽ എഴുതിപ്പൂർത്തിയാക്കണമെങ്കിൽ ഒരു ഒളിമ്പിക് ടീമിന്റെ ആവശ്യമുണ്ട്. ഇവിടെ, നോവലിസ്റ്റ് ഒരുകൂട്ടം ചിത്രകാരന്മാരുടെ കൂട്ടായ്മയാണ്. കിംവദന്തിക്കാരായ കോളമിസ്റ്റുകളാണ്. നഗരശില്പി കളാണ്. ഫാഷൻ വിദഗ്ദ്ധരാണ്. അങ്ങനെ വൈവിദ്ധ്യമാർന്ന പല പദ വികളും ചേർന്നതാണ്. എല്ലാം ഒന്നിൽ സമന്വയിക്കപ്പെട്ടിരിക്കുന്നു.

അതേസമയം ചെറുകഥാകാരൻ ഒരു ഏകാകിയായ നാവികനാണ്. ഏകാന്തതയോട് എന്തിനാണിത്രമേൽ കൂറു പുലർത്തുന്നത്? തീര ത്തോടു ചേർന്നുപോകാനുള്ള ആവേശം എന്തുകൊണ്ടാണ്? കഥാകാ രന് അതിന്റേതായ കാരണങ്ങളുണ്ട്. കരയോട് ചേർന്ന് കഥ ഉദിക്കുന്ന രാത്രിയിൽത്തന്നെ എഴുതിത്തീർത്തില്ലെങ്കിൽ കടൽ കടന്നുപോകുവാ നുള്ള സമയത്തിന്റെ പരിമിതിമൂലം ഒരുപക്ഷേ, നാളെയെന്നുള്ള ഒന്ന് നഷ്ടപ്പെട്ടുപോയേക്കാം. ഓരോ ചെറുകഥാകൃത്തും ഷെഹറാസാദിന്റെ കുഞ്ഞാണ്. കഥ പറയുവാനുള്ള ഒരു തിടുക്കത്തിൽ കഴിയുമ്പോൾ ഒരി ക്കൽക്കൂടി മരണം ഒരു രാത്രി കൂടി മാറിനില്ക്കുകയും ചെയ്യും.

അന്തരിച്ച മെക്സിക്കൻ എഴുത്തുകാരൻ കാർലോസ് ഫുയൻതെ സിന്റെ വാക്കുകളാണിവ. നോവലിന്റെയും ചെറുകഥയുടെയും ഒരു തുലനം ചെയ്യലാണദ്ദേഹം ഇതിലൂടെ നടത്തുന്നത്. ലാറ്റിനമേരിക്കൻ ചെറുകഥാമണ്ഡലത്തിലെ ഉദാത്തമായ ഒരു രചനയെക്കുറിച്ച് വിശകലനം ചെയ്യുവാനാണ് ഇത്രയും ആമുഖമായെഴുതിയത്. ബ്രസീലിയൻ എഴു ത്തുകാരൻ ഷുയാവൊ ഗുമേരിയസ് റോസയുടെ (Joao Guimareas Rosa) 'നദിയുടെ മൂന്നാം കര' (The Third Bank of The River) എന്ന ചെറു

കഥ, ലോകചെറുകഥാസാഹിത്യത്തിലെ ഒരു മാസ്റ്റർപീസാണ്. ലോക
ത്തിലെ ഏറ്റവും മികച്ച അഞ്ചു ചെറുകഥകൾ എടുക്കുകയാണെങ്കിൽ
ഈ കഥ അതിലുണ്ടാകും. ഹെൻറിച്ച് ബോളിന്റെ 'മദ്ധോണയ്ക്കു വേണ്ടി
യുള്ള മെഴുകുതിരി'കളോ (Candles for Madona) ആർതർ ഷ്നീറ്റ്സല
റിന്റെ 'പുഷ്പങ്ങളോ' (Flowers) ഇറ്റാലിയൻ എഴുത്തുകാരൻ സെസെ
യർ പാവീസിന്റെ 'ഏഴുനിലകളോ' (Seven Floors) അങ്ങനെ ചില കഥ
കൾ ഇവയോടൊപ്പം എടുത്തുകാണിക്കുവാൻ കഴിഞ്ഞെന്നുവരും. *ദി
ഡെവിൾ ടു പേ ഇൻ ദി ബാക്ക്ലാന്റ്സ്* എന്ന അസാധാരണ നോവ
ലിന്റെ കർത്താവുകൂടിയാണ് റോസ. 'നദിയുടെ മൂന്നാംകര'യുടെ മല
യാളപരിഭാഷയും വന്നുകഴിഞ്ഞിട്ടുണ്ട്.

     തോണിയുമായി പോകുവാൻ തുടങ്ങുന്ന നേരത്ത് മറ്റുള്ളവരുടെ
ചോദ്യങ്ങൾക്കൊന്നും പിതാവ് ഉത്തരം പറഞ്ഞില്ല. നദിയിൽനിന്നും ഒരു
മൈലിൽ താഴെയേ വീട്ടിലേക്കു ദൂരമുണ്ടായിരുന്നുള്ളൂ നദിയിലേക്കു
നോക്കിയാൽ നിശ്ശബ്ദതയുടെ അഗാധമായ ഒരു തലം വിരിയുന്നത് തിരി
ച്ചറിയാമായിരുന്നു. മാതാവ് ആകെ വിളറിവെളുത്ത അവസ്ഥയിലായി
രുന്നു. അവൾ ആകെക്കൂടി പറഞ്ഞതിത്രമാത്രം. "നിങ്ങൾ പോവുകയാ
ണെങ്കിൽ ദൂരെത്തന്നെ കഴിയുക. ഒരിക്കലും തിരിച്ചുവരാതിരിക്കുക."
പിതാവ് അതിനും മറുപടി പറഞ്ഞില്ല. പോകാൻ നേരത്ത് എന്നോട് കൂടെ
വരുവാൻ സൂചന നല്കി. ഞങ്ങൾ ഒന്നിച്ചാണ് നദിക്കരയിലേക്കു
പോയത്. എന്നെക്കൂടി താങ്കൾ ആ തോണിയിൽ കൊണ്ടുപോകുമോ?
അതിനും മറുപടി പറയാതെ ആഗ്രഹിക്കുന്ന രീതിയിൽ ഒരു നോട്ടം
തന്നു. ആംഗ്യം കൊണ്ട് പുത്രനോട് മടങ്ങിപ്പോകുവാനും സൂചിപ്പിച്ചു.
തിരിച്ചുനടന്ന് ഒരു കുറ്റിക്കാട്ടിൽ മറഞ്ഞിരുന്നുകൊണ്ട് പുത്രൻ എല്ലാം
ശ്രദ്ധിച്ചു. പിതാവ് തോണിയിൽക്കയറി നദിയിലൂടെ തുഴഞ്ഞുപോയി.
നീണ്ട, ശാന്തമായ ഒരു മുതലയെപ്പോലെ തോണി നദിയിലൂടെ മറഞ്ഞു.
പിതാവ് പിന്നീട് മടങ്ങിവന്നില്ല. എവിടെയും പോകുവാനും തയ്യാറായില്ല.
എല്ലാവരെയും അത്ഭുതപ്പെടുത്തിക്കൊണ്ടാണ് പിതാവ് ഇതിനൊരുങ്ങി
യത്. നദിക്കരയിൽ താമസിച്ചിരുന്നവർ ഒരു യാഥാർത്ഥ്യം തിരിച്ചറിഞ്ഞു.
പിതാവ് ഒരിക്കലും കരയിൽ കാലുകുത്തിയിട്ടില്ല. ഓരോ ദിവസവും
പുത്രൻ പിതാവിനു വേണ്ട ഭക്ഷണം രഹസ്യമായി നദീതീരത്തെ ഒരു
പാറപ്പുറത്ത് കൊണ്ടുവെച്ചിരുന്നു. അദ്ദേഹം പോയ ആദ്യദിവസം രാത്രി
യിൽ ഞങ്ങൾ നദീതീരത്ത് അഗ്നി ജ്വലിപ്പിച്ച് പിതാവിന്റെ മടങ്ങിവരവി
നായി പ്രാർത്ഥിച്ചു. എന്റെ പിതാവിന് ഭക്ഷണം കൊടുക്കുവാനുള്ള ശ്രമ
ങ്ങൾ മാതാവിനറിയാമായിരുന്നു എന്നെനിക്കു ബോദ്ധ്യമായി. പക്ഷേ,
അവരത് പുറത്തുകാണിച്ചില്ല. അങ്ങനെ പിതാവിന്റെ അസാന്നിദ്ധ്യവു
മായി ഞങ്ങൾ പൊരുത്തപ്പെട്ടു. എവിടെയാണ് പിശക് പറ്റിയതെന്ന് ചിന്തി
ച്ചെടുക്കുവാൻ പാടുപെടുമ്പോഴും പുത്രന്റെ മനസ്സ് പ്രക്ഷുബ്ധമായിരുന്നു.
ഇതിനിടയിൽ സഹോദരിയുടെ വിവാഹം നടന്നു. അവൾക്കൊരു
ആൺകുട്ടി ജനിച്ചു. ഒരുനാൾ അവനെ അവന്റെ പിതാമഹനെ കാണി

ക്കുവാൻ അവർ നദിക്കരയിലേക്കു പോയി. വെളുത്ത വിവാഹവസ്ത്രമ
ണിഞ്ഞുകൊണ്ട് അവൾ കുട്ടിയെ എടുത്ത് പിതാവിനെ ലക്ഷ്യമാക്കി
ഉയർത്തിക്കാട്ടി. പക്ഷേ, പിതാവിൽ നിന്നും ഒരു പ്രതികരണവുമുണ്ടാ
യിട്ടില്ല. ഞങ്ങൾ ഏവരും അന്യോന്യം കെട്ടിപ്പിടിച്ച് കരഞ്ഞു. ഒരു ദിവസം
നദിക്കരയിൽപ്പോയി പിതാവിനെ ലക്ഷ്യമാക്കി ഒരു തൂവാല വീശിക്കാട്ടി
അവസാനം പിതാവ് പ്രത്യക്ഷപ്പെട്ടു. നിരവധിതവണ പിതാവിനെ നോക്കി
പുത്രൻ വിളിച്ചുപറഞ്ഞു. "പിതാവേ, നിങ്ങൾക്കു പ്രായമായി തിരിച്ചു
വരൂ... താങ്കൾ ഇത് തുടരേണ്ട ആവശ്യമില്ല. തിരിച്ചു വരൂ. അതിനു പകരം
ഞാൻ പോകാൻ തയ്യാറാണ്. ഇപ്പോൾ തന്നെ ഞാനതിനൊരുക്കമാണ്."

ഒരു ചെറുകഥ എങ്ങനെയാണൊരു ലോകക്ലാസിക്കായി രൂപാന്തര
പ്പെടുന്നത്? ലാറ്റിനമേരിക്കൻ കഥയുടെ ഒരു തിളങ്ങുന്ന പ്രതീകമെന്ന
തിനപ്പുറം ഇതിന് സാർവ്വലൗകികമായ ഒരു പ്രമേയവും ശൈലിയും രൂപ
ഭദ്രതയുമുണ്ട്. അതുകൊണ്ടുതന്നെ 'പോർച്ച് ഭാഷയിലെ ബ്രസീലിയൻ
ആഖ്യാനത്തിന്റെ യജമാനൻ' എന്നാണ് റോസയെ വിശഷിപ്പിക്കാറുള്ളത്.
ഏഴ് വാല്യങ്ങൾ ഫിക്ഷൻ അദ്ദേഹത്തിന്റേതായി പുറത്തുവന്നിട്ടുണ്ടെ
ങ്കിലും അപൂർവ്വം ചിലതൊഴിച്ചാൽ മറ്റൊന്നിന്റെയും പരിഭാഷ വന്നിട്ടു
മില്ല. മുൻപ് സൂചിപ്പിച്ച നോവലിനെ എൻസൈക്ലോപീഡിയാക് നോവൽ
എന്നാണ് നിരൂപകർ വിശേഷിപ്പിക്കുന്നത്. അദ്ദേഹം ചെയ്ത ഏറ്റവും
പ്രാധാന്യമർഹിക്കുന്ന കാര്യം ഫിക്ഷന്റെ നേർക്കുള്ള പ്രാദേശികവും
സാർവ്വലൗകികവുമായ അതിരുകളെ വെല്ലുവിളിച്ചു എന്നുള്ളതാണ്.
ബ്രസീലിയൻ സാഹിത്യഭാഷയെ ഇതിനുവേണ്ടി അതിശക്തമായി
അദ്ദേഹം ഉപയോഗിക്കുകയും ചെയ്തു. ഇതിലൂടെ സാഹിത്യലോകത്ത്
നിർണ്ണായകമായ തരംഗങ്ങൾ സൃഷ്ടിക്കുവാനും റോസയ്ക്കു കഴിഞ്ഞു.

കഥകളിലൂടെ അദ്ദേഹം സാധിച്ചെടുത്ത് ബ്രസീലിൽ അന്നുവരെ
നിറഞ്ഞു നിന്നിരുന്ന അനുകരണത്തിന്റെ പ്രാദേശികതയെ പൊളിച്ചെ
ഴുതിയെന്നുള്ളതാണ്. 'നദിയുടെ മൂന്നാംകര' എന്ന കഥയിൽ യുക്തിപ
രമായ പ്രത്യാശകൾക്കൊക്കെയപ്പുറത്തുള്ള അനുഭവങ്ങളിലൂടെ ആസ്വാ
ദകരെ ക്ഷണിച്ചുകൊണ്ടുപോവുക എന്നതാണ്. ഈ കഥയിലെ പ്രധാന
കഥാപാത്രം സ്വന്തം കുടുംബത്തിൽ നിന്നു ഒഴിഞ്ഞുമാറിനിന്നുകൊണ്ട്
ജീവിതത്തിന്റെ ശിഷ്ടഭാഗം നദിയിലെ ഒരു തോണിയിൽ കഴിയുവാൻ
തീരുമാനമെടുക്കുകയും അത് പ്രാവർത്തികമാക്കുകയും ചെയ്ത വ്യക്തി
യാണ്. രണ്ടു കരകൾക്കുമിടയിൽ നദിയിലൂടെ മുകളിലേക്കും താഴേക്കും
അലഞ്ഞുതിരിഞ്ഞു നടക്കുകയെന്നതാണ്. ഈ മനുഷ്യന്റെ പുത്രനും
ഒരു പൂർവ്വകാലാവലോകന ആഖ്യാതാവായി ഈ കഥയിൽ കടന്നുവരു
ന്നുണ്ട്. മറ്റുള്ളവരുടെ അഭിപ്രായത്തിൽ ഉത്തരവാദിത്വത്തോടെ ജീവിതം
നയിച്ചിരുന്ന ഒരു വ്യക്തിയായിരുന്നു അയാൾ എന്ന് പുത്രൻ ഓർത്തെ
ടുക്കുന്നുണ്ട്. ബാല്യകാലം തൊട്ട് വിഷാദത്തിന്റെ നിഴലിനുള്ളിലാണ്
പിതാവ് എന്ന് അവന് ഊഹിച്ചെടുക്കുവാൻ പോലും കഴിഞ്ഞില്ല. മറ്റു
ള്ളവരിൽ നിന്ന് വിഭിന്നമായരീതിയിൽ ദുഃഖത്തെ ആ മനസ്സിൽ കൊണ്ടു

നടന്നിരുന്നു എന്നു തോന്നിച്ചതുമില്ല. വീടിന്റെ ഭരണം ഏറ്റെടുത്തിരു
ന്നത് മാതാവായിരുന്നു. അവർ തന്നെയും സഹോദരിയെയും സോദര
നെയും സ്ഥിരം ശകാരിക്കുമായിരുന്നു. പക്ഷേ, പെട്ടെന്നൊരു ദിവസം
പിതാവ് ഒരു തോണിക്കുള്ള ഓർഡർ കൊടുക്കുകയായിരുന്നു.

ഇതു പറഞ്ഞുകഴിഞ്ഞപ്പോൾ അവന്റെ ഹൃദയമിടിപ്പ് ഉത്തുംഗത
യിലായി. പിതാവ് അവൻ പറഞ്ഞത് കേട്ടിരിക്കുന്നു. അയാൾ അവന്റെ
നേർക്ക് തുഴഞ്ഞുവരികയായി. പുത്രന്റെ തീരുമാനം അയാൾ സ്വീകരി
ച്ചതുപോലെ കൈകൾ ഉയർത്തി അയാൾ വീശിക്കാണിച്ചു. നിരവധി
വർഷങ്ങളായി ആദ്യമായിട്ടത് സംഭവിച്ചു. പക്ഷേ, പിന്നീട് സംഭവിച്ചതു
പുത്രന്റെ തിരിച്ചുള്ള പലായനമാണ്. ഭ്രാന്തനെപ്പോലെ അവൻ തിരിച്ചോ
ടുകയായിരുന്നു. അപ്പോഴും പിതാവിൽ നിന്നും ഓടിയകലുന്ന അവൻ
മറ്റൊരു ലോകത്തിൽ നിന്നും വന്ന ഒരാളെപ്പോലെയായിരുന്നു. ക്ഷമ
ചോദിച്ചുകൊണ്ട്, യാചിച്ചുകൊണ്ട്, യാചനകൾ ആവർത്തിച്ച് അവൻ തിരി
ച്ചോടുകയായിരുന്നു. അതോടെ അവൻ രോഗിയായി. പിന്നീടാരും പിതാ
വിനെക്കുറിച്ചൊന്നും ഓർത്തില്ല. തിരിച്ചോടുന്നതിനുമുമ്പ് എല്ലാം വൈകി
പ്പോകുമെന്ന് അവന് അറിയാൻ കഴിഞ്ഞു. പക്ഷേ, മരണം സംഭവിക്കു
മ്പോൾ തന്നെ ഒരു ചെറിയ തോണിയിലിട്ട് നദിയിലിറക്കണമെന്ന് അവൻ
ആവശ്യപ്പെട്ടു. നീണ്ട നദിക്കരയെ സ്പർശിച്ച് ആ തോണി അനന്തമായി
അലഞ്ഞു തിരിയണം. *നദിയിൽ നഷ്ടമായി നദിയുടെ അന്തരാളങ്ങളിൽ
ഒരിക്കൽക്കൂടി അവന് എല്ലാം നഷ്ടപ്പെടുത്തണം.*

കഥയുടെ ഏകദേശരൂപമാണിവിടെ അവതരിപ്പിച്ചത് ഒരു വലിയ
പരാജയത്തിനുശേഷം വീണ്ടുമൊരു മനുഷ്യനായി അവനു ജീവിക്കുവാ
നാവില്ല. നിർണ്ണായകമായ ആ നിമിഷങ്ങളിലാണ് ഭയം അവനെ പരാജ
യപ്പെടുത്തിയത്. പലായനമല്ലാതെ അവിടെ മറ്റു മാർഗ്ഗമൊന്നുമുണ്ടായി
രുന്നില്ല. ഈ കഥയിൽ തീർച്ചയായും അതിനെ മനശ്ശാസ്ത്രപരമായി
നേരിടുവാനും അദ്ദേഹം ശ്രമിക്കുന്നു. വിചിത്രമായ പലതിനോടും മനു
ഷ്യന് പ്രതികരിക്കേണ്ടിവരുന്നു. അജ്ഞാതമായ എന്തിനെയൊക്കെയോ
അവർ ഭയപ്പെടുകയും ചെയ്യുന്നു. അതിരുകവിഞ്ഞ് പഴയ രൂപത്തിലേക്കു
തിരിച്ചുപോകുവാനുള്ള ഒരു ത്വരയും അവനിൽ ഭയം ജനിപ്പിക്കുന്നു.
ദൈവത്താൽ ഒഴിവാക്കപ്പെടുന്ന മനുഷ്യന്റെ ഒരു അസ്തിത്വപരമായ
അലിഗറിയായും ഈ കഥയെ കാണാം. ജ്ഞാനമീമാംസാതരത്തിലുള്ള
ഒരു വീക്ഷണമായും ഇതിനെ വിലയിരുത്താൻ കഴിയും. യുക്തിബോധ
ത്തോടെയാണ് എഴുത്തുകാരൻ ഇവിടെ വലിച്ചുകീറുന്നത്. നദിയുടെ
മൂന്നാംകരയെ മനുഷ്യന്റെ സർഗ്ഗാത്മകതയുടെ സ്വതന്ത്രഭൂമികയായി
വിശേഷിപ്പിക്കുന്നവരുമുണ്ട്. അതിന്റെ തുറന്ന ഒരു ചിഹ്നം തന്നെയാണ്
ഈ കഥ. റോസയുടെ അനശ്വരമായ നദി കടക്കൽ വളരെ പ്രസിദ്ധ
മായ ഒരു പ്രതീകമാണ്. പോർച്ചുഗീസിൽ ഇതിനെ travessla എന്നാണ്
പറയുന്നത്. ഒരു വലിയ സെർത്താവോയിലൂടെ (ബ്രസീലിന്റെ വടക്കു
കിഴക്കൻ പ്രവിശ്യകൾക്കു പൊതുവെ പറയുന്ന പേര്) എഴുത്തുകാരൻ

കടന്നുപോവുകയാണ്.

മനുഷ്യാനുഭവങ്ങളുടെ ഒരു വലിയ ദൃശ്യമാണ് നമുക്കിവിടെ കാണു
വാൻ കഴിയുന്നത്. ബ്രസീലിയൻ സാഹിത്യത്തിൽ റോസ ഒരു ദിവ്യപു
രുഷനായി സ്വയം രൂപാന്തരപ്പെടുകയാണ്.നമുക്ക് രൂപാന്തരപ്പെടുകയാണ്.
നമുക്ക് ദൃശ്യമാകാത്തതും അനുഭവിക്കുവാൻ കഴിയാത്തതും റോസയെ
പ്പോലുള്ള ഒരു പ്രതിഭയ്ക്ക് കാണുവാനും അനുഭവിക്കുവാനും കഴിയും.
റോസയുടെ ആ മൂന്നാമത്തെ കരയെ തിരിച്ചറിയുവാനും അവിടേക്കു
സഞ്ചരിക്കുവാനും വായനക്കാർക്കു കഴിയണം. വെറുമൊരു ദുരൂഹമായ
ഒരു സാഹിത്യ ഭാവപ്രകടനമായി ഇതിനെ വിലയിരുത്തരുത്. കഥ നിര
വധി ആവർത്തി വായിച്ച് അതിലേക്കിറങ്ങിച്ചെല്ലുവാൻ ശ്രമിക്കുക. ലോക
കഥയുടെ ഈ യജമാനൻ നിങ്ങൾക്കായി അവിടെ പലതും ഒരുക്കിവെ
ച്ചിട്ടുണ്ട്.

അതിശക്തമായ ലോലഭാവങ്ങൾ

ലോകപ്രശസ്തനായ ലാറ്റിനമേരിക്കൻ (അർജന്റീന) കവി ഹുവാൻ ഗിൽമാൻ (Juvan Gelman) എൺപത്തിമൂന്നാമത്തെ വയസ്സിൽ അന്തരിച്ചു. 1930 ൽ ബ്യൂണസ് ഐറിസ് നഗരത്തിൽ ജനിച്ച ഗിൽമാൻ 1975 ൽ യൂറോപ്പിൽ രാഷ്ട്രീയ പ്രവാസിയാകാൻ നിർബ്ബന്ധിതനായി. 1988 കാലംവരെ അദ്ദേഹത്തിന് സ്വന്തം ഭൂമികയിലേക്ക് മടങ്ങിപ്പോകാൻ കഴിഞ്ഞില്ല. പിന്നീട് മെക്സിക്കോ സിറ്റിയിൽ താമസമാക്കി. സ്പാനിഷ് ഭാഷ സംസാരിക്കുന്ന രാജ്യങ്ങളിലെ ഏറ്റവും ഉന്നതമായ സാഹിത്യപുരസ്കാരത്തിന് അർഹനായിയെങ്കിലും നൊബേൽ പുരസ്കാരത്തിന് അദ്ദേഹത്തിന്റെ പേര് നിർദ്ദേശിക്കാൻ അർജന്റീനിയൻ അക്കാദമി ഓഫ് ലെറ്റേഴ്സ് തയ്യാറായില്ല എന്ന നിർഭാഗ്യകരമായ അവസ്ഥയുമുണ്ടായി.

ഹുവാൻ ഗിൽമാന്റെ *Unthinkable Tenderness* എന്ന കവിതാസമാഹാരം അമേരിക്കയിലെ കാലിഫോർണിയ യൂണിവേഴ്സിറ്റി പ്രസാധകരാണ് പുറത്തിറക്കിയിരിക്കുന്നത്.

അനുപായത്തോടെ (impunity) ഹുവാൻ ഗിൽമാനെ വായിക്കുകയെന്നത് അസാദ്ധ്യമായ ഒരു കാര്യമാണ്. ജീവിതയാഥാർത്ഥ്യങ്ങളെ ഒഴിവാക്കി ഒരു നിശ്ശബ്ദസമീപനം സ്വീകരിക്കാൻ അദ്ദേഹം തയ്യാറായിരുന്നില്ല. നിർബ്ബന്ധിതമായ ഒരു നിഷ്പക്ഷതയോട് വെറുപ്പാണ് അദ്ദേഹത്തിനുണ്ടായിരുന്നത്. ഈ കവിയുടെ ശബ്ദം, ശബ്ദങ്ങളുടെ ശബ്ദമാണ്. ഒരേസമയം സൂക്ഷ്മവും ശക്തവുമായ ഒരു ഛായയിലാണവ വികാസം കൊണ്ടിരുന്നത്. സമകാലീന സ്പാനിഷ്കവിതയിലെ മറ്റേതു ശബ്ദത്തെക്കാളും ശക്തമായും ഉച്ചത്തിലും ഇന്ന് ഈ ശബ്ദം ലോക കാവ്യസീമയിൽ മുഴങ്ങിക്കേൾക്കുന്നു.

ഗിൽമാന്റെ കവിതകൾ പുതിയൊരു സംവേദനത്തിനായി കാവ്യ

സംസ്കൃതിക്കായി നമ്മെ നിർബ്ബന്ധിതമാക്കിയിരിക്കുന്നു. ഈ സമാഹാ
രത്തിലെ കവിതകൾക്കുള്ളിൽ വല്ലാത്ത ഒരാത്മബന്ധമുണ്ട്. ഒരു കവി
തയിലെ അവസാന വരിയും മറ്റൊന്നിലെ ആദ്യവരിയും തമ്മിൽ വിഷ
യവൈരുദ്ധ്യങ്ങൾക്കപ്പുറം അദൃശ്യമായ ചില കണ്ണികളാൽ ബന്ധിക്ക
പ്പെട്ടിരിക്കുകയാണ്. ലോക കവിതയിൽ ആദ്യമായി കാണുന്ന ഒരു പ്രവ
ണതയാണിത്. അതുകൊണ്ടുതന്നെ ഈ കവിതകളെ ക്രമമനുസരിച്ചു
തന്നെ സമീപിക്കുകയും ചെയ്യേണ്ടിയിരിക്കുന്നു. കോർത്താസാറും
ബോർഹസ്സും എണസ്റ്റോ സബാറ്റോയും മാനുവൽ പ്യഗും അലെയാന്ദ്ര
പിസരെനക്കും എല്ലാം അടങ്ങിയ അർജന്റീനിയൻ സാഹിത്യവലയത്തിൽ
ഗിൽമാനും തന്റേതായ വഴിയിലൂടെ ഒത്തുചേർന്നുവെന്നുള്ള
യാഥാർത്ഥ്യം നിഷേധിക്കാനുമാകില്ല. ഹുവാൻ ഗിൽമാൻ അകപ്പെട്ടിരുന്ന
രാഷ്ട്രീയ നാടകത്തിൽ സംസ്കൃതിയുള്ളവരെന്നു പറയുന്ന സമൂഹ
ത്തിൽ മനുഷ്യത്വരഹിതമായ കുറ്റകൃത്യങ്ങളാൽ നിറഞ്ഞ ഒരു കാലഘ
ട്ടമായിരുന്നു. അവിടത്തെ ചെറുപ്പക്കാരായ മുപ്പതിനായിരത്തിലധികം
പേരുടെ പെട്ടെന്നുള്ള അപ്രത്യക്ഷമാകൽ വലിയ ഒരു സങ്കീർണ്ണമായ
സാഹചര്യമാണ് സൃഷ്ടിച്ചത്. മനുഷ്യത്വത്തിന്റേതായ ഒരു മുഖഭാവം
വീണ്ടെടുക്കാനുള്ള ഒരു ശ്രമത്തിൽ എഴുത്തുകാരുടെ കൂട്ടായ്മയ്ക്ക് അഗാ
ധമായ ചില ശ്രമങ്ങളിൽ ഏർപ്പെടേണ്ടതായിവരും. ഗിൽമാനെയാകെ
അസ്വസ്ഥനാക്കിയ ഈ കാലഘട്ടത്തിൽ കവിത ശരിക്കും ഒരു പ്രതി
രോധത്തിന്റെ ശബ്ദമായി ഉയർത്തിയെടുക്കാൻ അദ്ദേഹം ശ്രമിച്ചു. അധി
നിവേശത്തിന്റെ സ്പാനിഷ്ഭാഷയിലൂടെയാണ് അദ്ദേഹം തന്റെ കവിത
കൾക്ക് ജന്മംകൊടുത്തത്. ഇംഗ്ലീഷ് ഭാഷയോടും അദ്ദേഹത്തിന് വല്ലാത്ത
ഒരഭിനിവേശമാണ് ഉണ്ടായിരുന്നത്. ഭാഷയും യാഥാർത്ഥ്യബോധവും
തമ്മിലുള്ള ഒരസാധാരണ കൂട്ടായ്മയാണ് അദ്ദേഹത്തിന്റെ കവിതകളെ
ശ്രദ്ധേയമാക്കിയത്. ജനാധിപത്യത്തിനുവേണ്ടി ദാഹിച്ച ജനതയുടെ
സ്വാതന്ത്ര്യബോധത്തെ തകർക്കാൻ ശ്രമിക്കുന്ന ഏകാധിപതികളുടെ കട
ന്നുവരവ് സ്വന്തം ഭൂമികയുടെ നിശ്വാസത്തെത്തന്നെ തകരാറിലാക്കുമെന്ന്
അദ്ദേഹം ഭയപ്പെട്ടു. ടാൻഗൊ സംസ്കാരത്തിന്റെ തളർത്തിയിടുന്ന വിഷാ
ദാത്മകതയുടെ സ്വാധീനത്തിൽ നിന്ന് തകർന്നു നില്ക്കാൻ അദ്ദേഹം
ആഗ്രഹിച്ചു. ഒരുവലിയ മാറ്റംകൊണ്ട് ഇത് സാദ്ധ്യമാക്കുമെന്ന് അദ്ദേഹം
വിശ്വസിച്ചു. ഇവിടെയാണ് ഭാഷയ്ക്ക് യാഥാർത്ഥ്യങ്ങൾക്കെതിരെയോ
അനുകൂലമായോ പോരാടേണ്ടതായിവന്നത്. പക്ഷേ, കവിതയുടെ ഒട്ടും
വിസ്മയകരമല്ലാത്ത ഒരവസ്ഥയിലേക്കാണ് ഭാഷയെ രൂപാന്തരപ്പെടുത്തി
ക്കൊണ്ട് അദ്ദേഹം തയ്യാറാകുന്നത്. കവിത സ്വയം കവിയുടെ പ്രത്യയ
ശാസ്ത്രത്തിന്റെ ആയുധമായി മാറുകയാണ്. ഭാഷയിലും അർത്ഥങ്ങ
ളിലും കവിയുടെ കരവിരുത് ദർശിക്കാനുള്ള ഒരു ഭാഗ്യവും ഇവിടെയു
ണ്ടാകുന്നു. സ്പാനിഷ്ഭാഷയിലെ വായനക്കാർക്ക് തികച്ചും അന്യമായ
ഒരു രീതിയാണ് ഗിൽമാൻ അവലംബിച്ചത്. ഒരുതരത്തിൽ മറ്റുകവിക
ളിൽ നിന്നു ഗിൽമാനെ ശ്രദ്ധേയനാക്കുന്നതും ഇതുതന്നെയാണ്.

ഗിൽമാന്റെ കവിതകളിലെ ഏറ്റവും ആരാധ്യമായ വശം അതിന്റെ അചിന്ത്യമായ ലോലഭാവങ്ങൾ തന്നെയാണ്. അവിടെ നിരാകരണത്തി ന്റെയും കുറ്റാരോപണത്തിന്റെയും പാരവശ്യങ്ങൾ നീതീകരിക്കപ്പെടു കയോ അല്ലെങ്കിൽ ആശ്വാസത്തിന്റെ പുതിയ ശബ്ദങ്ങൾ തേടുകയോ ചെയ്യും. അജ്ഞാതമായ ശവകുടീരങ്ങൾക്കുമീതെ വാക്കുകളാൽ നിത്യ മായ തലോടൽ അനുഭവപ്പെടുത്തുന്ന രീതിയും ഈ കവിതകൾക്കുണ്ട്. സ്വന്തം ഭൂമികയിൽ നിന്ന് അപ്രത്യക്ഷമായ ചെറുപ്പക്കാരുടെ വിലാപ ങ്ങളും നിശ്വാസങ്ങളും ഒരുതരം ക്രൂരമായ നിശ്ശബ്ദതയായിട്ടാണ് കവിക്ക് അനുഭവപ്പെടുന്നത്. എന്നെങ്കിലും അവർക്കീ നാടിന്റെ പ്രകാശമാനമായ മുഖത്തിലേക്ക് തിരിച്ചുവരാൻ കഴിയുമോ ഹുവാനോടൊപ്പം. അവരെ യോർത്ത് ദുഃഖിക്കാൻ കഴിയുകയെന്നത് ആശ്വാസം പകരുന്ന ഒന്നായി ത്തീരുമോ. നിരവധി ചോദ്യങ്ങളാണ് അദ്ദേഹം തന്റെ കവിതകളിലൂടെ ഉന്നയിച്ചുകൊണ്ടിരിക്കുന്നത്. പ്രിയപ്പെട്ടവരുടെ ശബ്ദങ്ങൾ ഇവിടെ വളരെ താഴ്ന്ന ഒരു രീതിയിൽ പതിയിരിക്കുന്നുണ്ട്. കവിതയുടെ ഒരു ചോദ്യ ത്തിനു പിന്നാലെ വീണ്ടും നിരവധി ചോദ്യങ്ങൾ കടന്നുവരുന്നുണ്ട്. ഒരു പൊതുവായ സമൂഹശബ്ദത്തിന്റെ തീവ്രതയാണ് അദ്ദേഹം ആഗ്രഹിക്കു ന്നത്. നിശ്ശബ്ദത ഒരിക്കലും ഒന്നിനും ഒരു പ്രതിവിധിയാകുന്നില്ല. ഹുവാൻ ചോദ്യങ്ങൾ ചോദിക്കുമ്പോൾ ഒരുപക്ഷേ അദ്ദേഹം കുറച്ചുകൂടി സ്വച്ഛ മായി നമ്മുടെ തന്നെ ഭൂതകാലത്തിലേക്ക് തിരിഞ്ഞുനോക്കാനാണ് ആവ ശ്യപ്പെടുന്നത്. കുറച്ചുകൂടി ശബ്ദമാനമായ ഒരു പ്രതിരോധത്തിന്റെ സാന്നി ദ്ധ്യം അവിടെയുണ്ടാകണം. അർജന്റീനയിൽ നിലനിന്നിരുന്ന യാഥാർത്ഥ്യ ങ്ങളുടെ ആത്മാവുകണ്ടെത്താനാണ് ഹുവാൻ ശ്രമിച്ചുകൊണ്ടിരിക്കുന്നത്. മൗലികമായ അവബോധം ശരിക്കും അവിടത്തെ മനുഷ്യർക്കു മുന്നി ലൊരു കണ്ണാടിപോലെ രൂപാന്തരപ്പെടണം.

മനസ്സിന്റെ ഇതുപോലുള്ള ഒരവസ്ഥയ്ക്ക് വിളംബരങ്ങളോ അധി ക്ഷേപങ്ങളോ ആവശ്യമായിവരുന്നില്ല. പ്രശ്നങ്ങളുടെ അടിസ്ഥാനകാര ണങ്ങൾ തേടുന്ന ഹുവാൻ വേദനയും കോപവുമൊക്കെ മാറ്റിവെക്കേ ണ്ടതായിവരും. അതിന്റെ വേരുകൾ തേടിപ്പോകുന്ന കവിയുടെ മുന്നിൽ പലതും ത്യജിക്കേണ്ടതായി വരുന്നുണ്ട്. അപകീർത്തിയുടെ വെറുപ്പുള വാക്കുന്ന പൂർണ്ണതയെയും അവമതിയെയും ഒരു മൗലികശക്തിയായി രൂപാന്തരപ്പെടുത്താൻ ഈ കവിതകൾക്ക് കഴിഞ്ഞിരിക്കുന്നുവെന്നുള്ളത് ഏറെ ശ്രദ്ധേയമായി തോന്നുന്നു. ഹുവാൻ ഗിൽമാന്റെ ഈ കവിതകളി ലൂടെ സഞ്ചരിക്കുമ്പോൾ എന്തുകൊണ്ടാണീ കവി മറ്റുള്ള ലാറ്റിനമേരി ക്കൻ കവികളിൽനിന്നു വിഭിന്നമായി മാറുന്നതെന്നും നമുക്ക് ബോദ്ധ്യ മാകും.

നിങ്ങൾക്ക് യാഥാർത്ഥ്യത്തിനുള്ളിൽ വാക്കുകളെ കുഴിച്ചുമൂടേണ്ട തായി വരും. അതോടൊപ്പം അവയെ യാഥാർത്ഥ്യം മതിഭ്രമിപ്പിക്കുന്ന രീതിയിൽ സൃഷ്ടിക്കാനും ശ്രമിക്കുക. കവിയും സുഹൃത്തുമായ ഹോസെ ഗാൽവാന്റെ വരികൾ ആദ്യമായി ഗിൽമാൻ ഓർത്തെടുക്കുന്നതും നമ്മെ

അത്ഭുതപ്പെടുത്തുന്നു. 1971–73 കാലഘട്ടം തൊട്ട് ഗിൽമാൻ രചിച്ച കവി
തകളിൽനിന്നുള്ള പ്രാതിനിധ്യമാണ് ഈ സാഹചര്യത്തിൽ വ്യക്തമായും
കാണുന്നത്.

മരണത്തെക്കുറിച്ച് ദാർശനികമായ ഒരവബോധം തന്നെ ഗിൽമാൻ
വെച്ചുപുലർത്തുന്നുണ്ട്. 'മരണങ്ങൾ' എന്ന കവിതയിൽ ഇതിന്റെ സ്ഫുര
ണങ്ങൾ കാണാം.

'തുറന്ന കത്തുകൾ' (open letters) എന്ന വിഭാഗത്തിലെ കവിത
യിൽ സൈനികഭരണകൂടത്തിന്റെ കിരാത പീഡനമേറ്റ് മരിച്ചവരെയും
അപ്രത്യക്ഷരായവരെയും കുറിച്ച് ഗിൽമാൻ രേഖപ്പെടുത്തുന്നു. അവ
രുടെ തിരോധാനത്തെക്കുറിച്ച് ഔദ്യോഗികമായി സാന്നിദ്ധ്യം കുറിക്ക
പ്പെടാതെ പോകുന്നു എന്ന ഒരു ധാരണയും അവർ പകർന്നുകൊടുത്തു,
പക്ഷേ, കവിയായ ഗിൽമാൻ അവരെ നേരിൽ കാണുന്നുണ്ട്. അതെ,
അവരുടെ ശവകുടീരങ്ങൾ മാത്രം. അവരുടെ കൊലപാതകികളുടെ
രൂപവും അദ്ദേത്തിനറിയാം. ഒരിക്കലും അവരെയെങ്ങനെ മൃത്യുവിന് കൊടു
ക്കാൻ അദ്ദേഹം തയ്യാറാകുന്നുമില്ല. ഗിൽമാൻ ഇവിടെ ചൂണ്ടിക്കാണി
ക്കുന്നത് ഏകാധിപത്യത്തിന്റെ ക്രൂരമായ മുഖമാണ്.

വിശുദ്ധ തെരേസയെക്കുറിച്ചൊരു കവിതയിൽ പ്രവാസിയായി കഴി
യുമ്പോഴത്തെ വേദനകൾ അദ്ദേഹം അനുസ്മരിക്കുന്നു. തടസ്സങ്ങൾ (In-
terruptions) എന്നത് ഈ സമാഹാരത്തിലെ ശക്തമായ ഭാഗങ്ങളിലൊ
ന്നാണ്. പരാജയത്തിന്റെ അടിക്കുറിപ്പുകളായത് കവിയെ സദാ വേദനി
പ്പിച്ചുകൊണ്ടിരുന്നു. റോമിൽ വെച്ചെഴുതിയ ഒരു കവിതയുടെ വേരുകൾ
പോകുന്നത് അസാധാരണമായ ഒരുതലത്തിലേക്കാണ്. 'തിരമാലകൾ'
എന്ന കവിതയിൽ ജന്മകാലം തൊട്ടേ മരണത്തിന്റെ നിഴലിൽ വിതുമ്പി
കഴിയേണ്ടിവരുന്ന ഒരു പുതിയ തലമുറയെക്കുറിച്ചുള്ള ഓർമ്മകളുണ്ട്.
അവർക്ക് മരണമാണ് കൂടുതൽ എളുപ്പമുള്ള വഴിയായി മുന്നിലുള്ളത്.
ഭ്രമാത്മമകമായ അന്തരീക്ഷം സൃഷ്ടിക്കുമ്പോഴും ഗിൽമാന്റെ ചിന്തകളി
ലാകെ അസ്വസ്ഥതയാണ്.

'നിഷ്കാസനം ചെയ്യപ്പെട്ടവർ' എന്ന കവിതയിൽ സ്വന്തം ഭൂമിക
വിട്ടുപോകേണ്ടിവന്ന കവിയുടെ പ്രതികരണങ്ങളാണ് നിഷ്കാസിതരുടെ
ആത്മനൊമ്പരമാണീ കവിതയിലാകെ നിറഞ്ഞുനില്ക്കുന്നത്.

'മഴ' എന്ന വളരെ ശക്തവും ഉദാത്തവുമായ കവിതയിൽ പ്രകൃതി
യോടൊപ്പം സമന്വയിക്കാൻ ശ്രമിക്കുന്ന കവിതയെയാണ് നാം കാണു
ന്നത്.

'എന്റെ മാതാവിനുള്ള കത്ത്' എന്ന കവിതയിൽ കവിയെ വിട്ടു
പോയ മാതാവിനെക്കുറിച്ചുള്ള ഓർമ്മകളാണ്. പ്രവാസിയായി പുറത്തു
കഴിയുമ്പോൾ അവരുടെ മരണശയ്യയിലേക്കെത്താൻപോലും അദ്ദേഹ
ത്തിനു കഴിയുന്നില്ല. മാതൃ-പുത്രബന്ധത്തിന്റെ അഗാധതലങ്ങളിലേക്ക്
ഇറങ്ങിച്ചെല്ലാനും ഈ കവിതയ്ക്ക് കഴിയുന്നുണ്ട്. മനുഷ്യബന്ധങ്ങളുടെ
സങ്കീർണ്ണമായ ചരിത്രമാണവിടെ കെട്ടുപിണയുന്നത്. മനുഷ്യാനുഭവ

ങ്ങൾക്കു മേലെ പ്രവാസിത്വം അതിന്റെ പൂർണ്ണമായ നിഴൽ വീഴ്ത്തിക്ക
ഴിഞ്ഞിരുന്നു. മാതാവിന്റെ മരണം കഴിഞ്ഞ് ഇരുപതു ദിവസത്തിനുശേ
ഷമാണ് അവരുടെ കത്ത് ലഭിക്കുന്നത്. കവിത വായിച്ചുതീരുമ്പോൾ
കവിയും മാതാവും പ്രതീകമായ അർജന്റീനയും നമ്മെ വേദനിപ്പിക്കുമെ
ന്നതിൽ സംശയമില്ല.

സൗന്ദര്യത്തെ വിട്ട് നീതിബോധത്തെ ഉൾക്കൊള്ളാൻ ശ്രമിച്ച
ഹുവാൻ ഗിൽമാന്റെ കവിതകൾ ലോകകവിതയിലെ ഏറ്റവും ഉദാത്ത
മായ ഒരു തലത്തെയാണ് പങ്കുവെക്കുന്നത്.

ചില ഓർമ്മകൾ
വിപ്ലവത്തിനുള്ള ഇന്ധനമാണ്

ലാറ്റിനമേരിക്കയിൽ ജനാധിപത്യപരമായി ആദ്യം തിരഞ്ഞെടുക്ക പ്പെട്ട പ്രസിഡന്റായിരുന്നു സാൽവദോർ അലൻദെ. 1973 സെപ്തംബർ 11-നു നടന്ന സൈനിക അട്ടിമറിയിലൂടെ നിഷ്കാസിതനാവുകയും കൊല ചെയ്യപ്പെടുകയും ചെയ്തു. മാർക്സിസ്റ്റ് ആശയങ്ങൾക്കൊപ്പം ചിലിയൻ ജനതയുടെ സ്വാതന്ത്ര്യത്തിനുവേണ്ടി പോരാടി വീരമൃത്യു വരിച്ച ഈ വീരനായകൻ ഇന്നും ചരിത്രവിദ്യാർത്ഥികൾക്കും ഗവേഷകന്മാർക്കും ഒരു അത്ഭുതമായിത്തന്നെ നിലനില്ക്കുന്നു. അലൻദെയെക്കുറിച്ച് ലണ്ടനിലെ യൂണിവേഴ്സിറ്റിയിൽ ബിർക് ബെക് കോളേജിൽ നിയമവിഭാഗത്തി ന്റെയും അന്തർദ്ദേശീയ കാര്യാലയത്തിന്റെയും പ്രൊഫസറായി സേവ നമനുഷ്ഠിക്കുന്ന ഒസ്കാർ ഗുവാർദിയോള റിവെര (Oscar Guardiola Rivera) രചിച്ച കൃതിയാണ് *Story of a Death Foretold*.

അലൻദെയുടെ ജനാധിപത്യഗവൺമെന്റ് ലാറ്റിനമേരിക്കയുടെ ഭാഗ ധേയംതന്നെ പുനർനിർണ്ണയിക്കുമെന്ന ആശങ്കയിൽനിന്നാണ് വൻശക്തി യായ അമേരിക്കയുടെ പിന്തുണയോടെ, അവിടെ അട്ടിമറിക്കുള്ള ഗൂഢാ ലോചനകളുടെ തുടക്കം കുറിച്ചത്. ഇതിനെ തന്റെ ജനപിന്തുണയും ഭരണസംവിധാനങ്ങളും കൊണ്ട് അദ്ദേഹം പ്രതിരോധിക്കാൻ ശ്രമിച്ചെ ങ്കിലും ചരിത്രം പരാജയത്തിന്റേതായിരുന്നു. ഒസ്കാർ ഗുവാർദിയോള റിവേര ഈ പുസ്തകത്തിലൂടെ പറയാൻ ശ്രമിക്കുന്നതും. സൈനിക അട്ടിമറിയിലൂടെ പിനോഷെ എന്ന സൈന്യാധിപൻ അമേരിക്കയുടെ പിൻബലത്തിലൂടെ അധികാരത്തിൽ വന്നതിന്റെ ചില പ്രധാന രേഖകൾ 2008 എന്ന പേരിൽ പുറത്തുവരുന്നതും ഗ്രന്ഥകാരന് ഇതിന്റെ രചന യിൽ ഏറെ സഹായകമായി ഭവിച്ചു. അമേരിക്കൻ വിദേശകാര്യ സെക്ര ട്ടറി ഹെൻറി കിസിഞ്ചർ ഒരു ശീതയുദ്ധത്തിന്റെ നിഴലിൽ ചിലിയെ

അന്റാർട്ടിക്കയ്ക്കുനേരെ ചൂണ്ടിയിരിക്കുന്ന ഒരു കടാരയായി വിശേഷി
പ്പിച്ചതും ഇവിടെ ഓർക്കേണ്ടതുണ്ട്.

ചിലിയിലെ ജനങ്ങൾ വിശ്വാസമർപ്പിച്ച് തിരഞ്ഞെടുപ്പിലൂടെ അധി
കാരത്തിലേറ്റിയ ഗവൺമെന്റ് ധീരമായ ചില സാമൂഹിക വികസനപദ്ധ
തികളും സാമ്പത്തിക പദ്ധതികളും നടപ്പാക്കാൻ തീരുമാനിച്ചതിനിടയി
ലാണ് പിനോഷെയുടെ നേതൃത്വത്തിലുള്ള സൈനിക സംഘം ഗൂഢാ
ലോചനയിലൂടെ അലൻദെയെ പുറത്താക്കിയത്. ചിലിയിൽ മഹാകവി
പാബ്ലോ നെരൂദയടക്കമുള്ള എഴുത്തുകാർ അലൻദെയെ പിന്തുണച്ചു
കൊണ്ട് മുന്നോട്ടു വന്ന ഒരു കാലഘട്ടം കൂടിയായിരുന്നു അത്.

സൈനികവിപ്ലവാന്തരീക്ഷത്തിലേക്കു വരുന്നതിനു മുൻപുള്ള ചിലി
യുടെ ചരിത്രത്തിലേക്കും ക്യൂബയടക്കമുള്ള രാജ്യത്തിൽ നടന്നു വിജ
യിച്ച വിപ്ലവത്തിന്റെ ചരിത്രവും ബാറ്റിസ്റ്റ ഏകാധിപതിയുടെ പതനവു
മൊക്കെ ഈ ഗ്രന്ഥത്തിൽ വിശദമായി ചർച്ച ചെയ്യുന്നുണ്ട്. ലാറ്റിനമേരി
ക്കയിലെ മറ്റു രാജ്യങ്ങളിലെ അവസ്ഥയുടെ സങ്കീർണ്ണതകളെക്കുറിച്ചും
ചരിത്രഗവേഷകനെപ്പോലെ ഗ്രന്ഥകാരൻ വിശകലനങ്ങൾക്ക് തയ്യാറാ
വുന്നുണ്ട്.

ചെറുപ്പക്കാരനായ അലൻദെയുടെ കർമ്മപദ്ധതികളെ ആദ്യകാല
ത്തുതന്നെ പ്രാധാന്യത്തോടെയാണ് ചിലിയൻ ജനത സ്വീകരിച്ചിരുന്നത്.
ചെറുപ്പകാലത്ത് വാൽപരെ സൊയിലെ തെരുവുകളിൽ ചെസ്സുകളിയിലും
ജീവിതത്തെക്കുറിച്ചുള്ള സംസ്കാരങ്ങളിലും ഏർപ്പെട്ടിരുന്ന ഒരു കൂട്ട
ത്തിന്റെ പ്രതിനിധിയായിരുന്നു അലൻദെ. സാധാരണക്കാരായ മനുഷ്യ
രുടെ ജീവിതമാർഗ്ഗങ്ങൾക്ക് പരിമിതികളുണ്ടായിരുന്നു. പൂർണ്ണമായും
മാനുഷികത്വത്തിന്റെ ഒരു പ്രതിനിധിയെന്ന് അവർക്ക് അവകാശപ്പെടാനും
കഴിഞ്ഞിരുന്നില്ല. ചെറുപ്പക്കാരനായ അലൻദെയെ അത്ഭുതപ്പെടുത്തിയ
യാഥാർത്ഥ്യങ്ങളായിരുന്നു ഇവ. അവയോട് പൊരുത്തപ്പെട്ടുപോകുന്ന
ശീലപ്പും ചിലിയുടെ സ്വതന്ത്രമായ ഒരു മുഖം. അതായിരുന്നു അദ്ദേ
ഹത്തെ എപ്പോഴും ആകുലനാക്കിയിരുന്നത്.

ചിലി അലൻദെയുടെ സ്വപ്നങ്ങളിൽ പുതിയ ഒരു ഭാവത്തിൽ രൂപ
വത്കൃതമായിക്കൊണ്ടിരുന്ന കാലത്തെ ഗ്രന്ഥകാരൻ വിശദമായിത്തന്നെ
ചർച്ച ചെയ്യുന്നുണ്ട്. പെറുവിയൻ ഫെമിനിസ്റ്റ് സോഷ്യലിസ്റ്റുമായിരുന്ന
ഫ്ലോറ ട്രിസ്റ്റാൻ (Flora Tristan) അലൻദെയുടെ വിഭാവനങ്ങളിൽ കാത
ലായ മാറ്റങ്ങൾ വരുത്തി. ഫ്ലോറ ട്രിസ്റ്റാന്റെ പുസ്തകങ്ങൾ ഇന്നും
ആശയസമ്പന്നതയുടെ കാര്യത്തിൽ മികച്ചു നില്ക്കുന്നവയാണ്.
സ്പാനിഷ് കാറൽ മാർക്സായി അറിയപ്പെട്ടിരുന്ന അർജന്റീനിയൻ
ഫിസിഷ്യൻ ഹുവാൻ ബി ഹുസ്റ്റോയുടെ സോഷ്യലിസ്റ്റ് ദർശനങ്ങളും
അലൻദെയിൽ സ്വാധീനം ചെലുത്തിയിരുന്നു. ലാറ്റിനമേരിക്കയിൽ അര
ങ്ങേറിയ വിപ്ലവങ്ങളുടെ പ്രചോദനം ഈ ദർശനങ്ങളായിരുന്നുവെന്നത്
അംഗീകരിക്കപ്പെട്ട ഒരു യാഥാർത്ഥ്യമാണ്. സ്പാനിഷ് ആഭ്യന്തരയുദ്ധ
ത്തിനും രണ്ടാം ലോക മഹായുദ്ധത്തിനുംശേഷം ലാറ്റിനമേരിക്കൻ

രാഷ്ട്രീയ ഭൂദൃശ്യത്തിൽ ഉണ്ടാക്കിയ മാറ്റങ്ങൾ അലൻദെയുടെ സോഷ്യ ലിസ്റ്റ് ദർശനങ്ങളിലും മാറ്റങ്ങളുണ്ടാക്കി. യൂറോപ്യൻ ചരിത്രപാഠങ്ങളും ദുരന്തങ്ങളും മനുഷ്യരാശിയെത്തന്നെ ദുഃഖത്തിലാഴ്ത്തിയ ഒരു കാലത്ത് ചിലിയുടെ ഭാവി സ്വാതന്ത്ര്യം എല്ലാം സുരക്ഷിതമായിരിക്കണമെന്ന ഒരു നിഗൂഢ താല്പര്യം അദ്ദേഹത്തിനുണ്ടായിരുന്നു. പാബ്ലോ നെരൂദയുടെ പ്രസിദ്ധമായ ഓർമ്മക്കുറിപ്പുകളിലും ഈ കാലത്തെക്കുറിച്ചുള്ള വിവര ണങ്ങളുണ്ട്.

ഏകാധിപതികളുടെ മരണത്തിന്റെ ഫാസിസ്റ്റ് നിയമങ്ങൾ അടിച്ചേ ല്പിക്കുന്ന ദുരിതങ്ങൾ സാധാരണ മനുഷ്യരിൽ ഉണ്ടാക്കുന്ന മാറ്റങ്ങളെ ക്കുറിച്ചും അദ്ദേഹം ഗാഢമായി ചിന്തിച്ചിരുന്നു.

1961 ലെ ക്യൂബൻ മിസൈൽ പ്രതിസന്ധിയും വിയറ്റ്നാം യുദ്ധവും അമേരിക്കയ്ക്ക് ചിലിക്കെതിരെ ഒരു പ്രത്യേക താല്പര്യമുണ്ടാക്കാൻ കാരണമായി. സാൽവദോർ അലൻദെയും അദ്ദേഹത്തിന്റെ ചിലിയൻ വഴിയും ശ്രദ്ധയാകർഷിച്ചതും ഇതിന്റെ അനന്തഫലമായിട്ടാണ്. ലാറ്റിന മേരിക്കയിൽ വീണ്ടും ഒരു പ്രതിസന്ധി നേരിടേണ്ടിവരിക അമേരിക്കയ്ക്ക് സഹിക്കാനാവുന്നതിലും അപ്പുറത്തായിരുന്നു. ചിലിയുടെ ജനാധിപത്യ ഗവൺമെന്റ് അവർക്കൊരു ഭീഷണിയായി ഉയർന്നതും ഇതിന്റെ വഴിയി ലായിരുന്നു. 1960–70 കാലത്ത് സംഭവിച്ചത് 1973 കാലത്ത് സംഭവിച്ചതി നേക്കാൾ വിരുദ്ധമായ ഒന്നായിരുന്നു. നെരൂദ പ്രസിഡന്റായ ഗോൺസാ ലസ് വിധേലയുടെ കാര്യത്തിൽ പ്രതിഷേധവുമായി വന്നതും ഇക്കാല ത്തായിരുന്നു. ജർമ്മനിയിലെ നാസികളുമായിട്ടാണ് വിധേല സംഘത്തെ നെരൂദ ഉപമിച്ചത്. വലിയ പ്രതീക്ഷയോടെ വന്ന ഒരു ഗവൺമെന്റ് നീതി ബോധം നഷ്ടപ്പെട്ട് ക്രൂരതയിലേക്ക് കൂപ്പുകുത്തുന്നതും ചിലിയൻ ജനത നേരിൽ കണ്ടു. അമേരിക്കയുടെ ഒരു കളിക്കോപ്പായി വിധേല മാറുകയും ചെയ്തു. വടക്കൻ മരുഭൂമിയിൽ നൂറുകണക്കിന് ഇടതുപക്ഷ പോരാളി കളെ ഒതുക്കാൻ പുറപ്പെട്ട അഗസ്തോ പിനോഷെ ഉഗാർതെ എന്ന ചെറു പ്പക്കാരനായ സൈനിക ലഫ്റ്റനന്റ് പില്ക്കാലത്ത് അലൻദെയെ അട്ടിമ റിച്ച് ഭരണം പിടിച്ചടക്കിയതെന്നും ഓർക്കണം.

സൈനിക അട്ടിമറി എന്ന പുസ്തകത്തിന്റെ രണ്ടാം ഭാഗത്തിലാണ് ചിലിയൻ അന്തരീക്ഷത്തിലെ ദുരന്തങ്ങളെക്കുറിച്ച് ഗ്രന്ഥകാരൻ വിവരി ക്കുന്നത്. മൾട്ടി നാഷണൽ ചോരദാഹികൾ ചിലിക്കുമേൽ അഴിച്ചുവിട്ട ക്രൂരതയുടെ ചരിത്രം ഇവിടെ നിറഞ്ഞു നില്ക്കുന്നു. 1961 ലെ സോവി യറ്റ് പിന്മാറ്റത്തിനുശേഷം (മിസൈൽ പ്രതിസന്ധി) അമേരിക്ക തെക്കെ അമേരിക്കയിൽ അതിന്റെ തനിനിറം കാട്ടുകയായിരുന്നു. സാർവ്വലൗകി കമായ ഒരു കുരിശു യുദ്ധമാണിവർ ചിലിക്കുനേരെ തുടങ്ങിവെച്ചത്. സോഷ്യലിസവും സാമ്പത്തിക സ്വാതന്ത്ര്യവും മാത്രമേ ഒരു പോംവഴി യായി അലൻദെക്കു മുന്നിലുണ്ടായിരുന്നുള്ളൂ. ഇത്തരം ആശയങ്ങളെ തച്ചുടയ്ക്കാൻ അമേരിക്ക അതിന്റെ എല്ലാ ശക്തികളും സമാഹരിക്കു കയും ചെയ്തു.

സൈനിക അട്ടിമറിക്കുവേണ്ടിയുള്ള പ്രവർത്തനങ്ങൾ നടത്തി മറ്റുള്ള ജനറൽമാരെ മുന്നിൽ നിർത്തി പിനോഷെ തന്ത്രപൂർവ്വം കാര്യ ങ്ങൾ നീക്കുകയായിരുന്നു. സുഹൃത്തായ വയാക്സിനെ പ്രതിരോധിച്ച് പിനോഷെ അലൻദെയുടെ വിശ്വാസം നേടിയെടുക്കാനുള്ള പദ്ധതി ആസൂ ത്രണം ചെയ്തു. പിനോഷെക്കു മുന്നിൽ ലക്ഷ്യം മാത്രമേ ഉണ്ടായിരു ന്നുള്ളൂ. അമേരിക്കൻ ചാരസംഘടനയായ സി ഐ എ 1870 ൽ ഒരു കൂട്ടം പ്രതിനിധികളെ അയച്ച് ചിലിയൻ സൈനിക മേധാവികളുമായി രഹസ്യ ചർച്ച നടത്തി. അലൻദെയുടെ പുത്രി ബിയാട്രിസിന്റെ അനുഭ വങ്ങളും ഗ്രന്ഥകാരൻ ശക്തമായി ഗ്രന്ഥത്തിൽ ഉപയോഗിച്ചിട്ടുണ്ട്.

ഒരു പ്രഭാതത്തിൽ സൈനിക ടാങ്കുകൾ പ്രസിഡൻഷ്യൽ കൊട്ടാ രത്തെ വലയം ചെയ്തപ്പോൾ തന്റെ ഡസ്കിൽ കുനിഞ്ഞുനിന്നുകൊണ്ട് അലൻദെ വിളിച്ചുപറഞ്ഞു. "മൂന്നു വഞ്ചകന്മാർ മൂന്നുവഞ്ചകന്മാർ പിനോ ഷെയും ജനറൽ ഗുസ്താഫ് ലീയും അഡ്മിറൽ ഹോസെയും ." സൈന്യ ത്തിലെ മൂന്നു വഞ്ചകന്മാർ ചേർന്ന് അലൻദെയ്ക്കു ചുറ്റും കിരാതമായ വലയം സൃഷ്ടിക്കുകയായിരുന്നു.

സെപ്തംബർ 11, 1973. രാവിലെ 8.45 ന് അലൻദെയുടെ ശബ്ദം ഒരി ക്കൽക്കൂടി ചിലിയൻ ജനതയിലേക്ക് റേഡിയോയിലൂടെ പ്രവഹിച്ചു. "ഞാൻ ലാമോണിഡയിൽ തന്നെയുണ്ടാകും. അത് എന്റെ ജീവിത ത്തിന്റെ അവസാനമാണെങ്കിൽക്കൂടി ആ വില കൊടുക്കാൻ ഞാൻ തയ്യാ റാണ്. വെടിയുണ്ടകൾകൊണ്ട് മാത്രമേ അവർക്കെന്നെ തടയാൻ കഴിയൂ. ഞാൻ മരിക്കുകയാണെങ്കിൽ നിങ്ങൾ എന്റെ ദൗത്യമേറ്റെടുക്കണം. ഒരു രാഷ്ട്രത്തിന്റെ ഭാവി നിങ്ങളുടെ കരങ്ങളിൽ സുരക്ഷിതമാക്കണം."

ഈ പ്രസംഗം ശ്രവിച്ച ചിലിയൻ ജനതയുടെ മനസ്സിൽ എന്തായി രിക്കും സംഭവിക്കുക?

അലൻദെയുടെ അവസാന രംഗങ്ങളും വളരെ ശക്തമായി ഗ്രന്ഥ കാരൻ ചിത്രീകരിക്കുന്നുണ്ട്. പ്രസിഡൻഷ്യൽ കൊട്ടാരത്തിൽ ആഞൈ തകർച്ച നേരിടുകയായിരുന്നു. റോക്കറ്റുകൾ ഉപയോഗിച്ചാണ് പിനോ ഷെയും കൂട്ടരും കൊട്ടാരത്തെ ആക്രമിച്ചത്. അലൻദെയുടെ ഡോക്ടർ ഗിയോൺ പാട്രിസിയൊ സ്വാതന്ത്ര്യത്തിന്റെ ഹാളിന്റെ കവാടം തുറന്നു കിടക്കുകയായിരുന്നു. അവിടെ ഒരു ചുവന്ന സോഫയിൽ പ്രസിഡന്റ് അലൻദെ മരിച്ചുകിടക്കുന്നതയാൾ കണ്ടു. അദ്ദേഹത്തിന്റെ തലയോട്ടി യുടെ ഒരു ഭാഗം കാണാനുണ്ടായിരുന്നില്ല. കാലുകൾക്കിടയിൽ ഫിദൽ കാസ്ട്രോ സമ്മാനിച്ച തോക്കുമുണ്ടായിരുന്നു. ചുമരിൽ ചിലിയൻ സ്വാത ന്ത്ര്യത്തിന്റെ പ്രഖ്യാപനപത്രിക തൂങ്ങിനില്ക്കുന്നുണ്ടായിരുന്നു.

പുസ്തകത്തിന്റെ അവസാനഭാഗം അലൻദെയുടെ മരണാനന്തര സംഭവങ്ങളുടെ വിശദാംശങ്ങളാണ്. മാനവരാശിയെ സ്വാതന്ത്ര്യമോഹി കളാക്കിയ ഈ മഹാപുരുഷൻ ലോകചരിത്രത്തിന്റെ ഒരു നിർണ്ണായക ഭാഗമായി രൂപാന്തരപ്പെടുന്നതിന്റെ ചിത്രം ഇതിലുണ്ട്.

യുദ്ധാനന്തര പോർട്ടൊരിക്ക

ലാറ്റിനമേരിക്കൻ സാഹിത്യത്തിലും കരീബിയൻ സാഹിത്യ ത്തിലും ഒരുപോലെ ഉൾപ്പെടുന്ന ഒരു മേഖലയിലാണ് പോർട്ടൊരിക്കൻ സാഹിത്യത്തെ സാഹിത്യലോകം തിരിച്ചറിയുന്നത്. നോവലുകളായാലും കഥകളായാലും രണ്ടു മേഖലകളിലും പൊതുവായ ഒരു അംഗീകാരം ഇവിടെനിന്നു വരുന്ന എഴുത്തുകാരുടെ രചനകൾക്കുണ്ട്. ഇവിടെയുള്ള എഴുത്തുകാരിൽ പലരും ഇംഗ്ലീഷ് ഭാഷയിലും ഫ്രഞ്ച് ഭാഷയിലും സ്പാനിഷ് ഭാഷയിലും രചന നടത്തുന്നവരാണ്. ക്യൂബൻ സാഹിത്യ ത്തെയും പലപ്പോഴും ഉൾപ്പെടുത്തുന്നത് കരീബിയൻ വിഭാഗത്തിലാണ്. പല ലോക ആന്തോളജികളിലും മൂന്നു ഭാഷകളിൽ നിന്നുള്ള രചനക ളുടെയും മഹത്തായ സാന്നിദ്ധ്യം തിരിച്ചറിയാൻ കഴിയും. മുമ്പ് വായി ച്ചിട്ടുള്ള *ഓക്സ്ഫോർഡ് ബുക്ക് ഓഫ് കരീബിയൻ ഷോർട്ട് സ്റ്റോറീ സിൽ* അലെഹൊ കാർപൽതിയറടക്കമുള്ള എഴുത്തുകാരുടെ കഥകൾക്ക് പ്രാതിനിധ്യം കൊടുത്തിട്ടുമുണ്ട്. ഗബ്രിയൽ ഗാർസിയ മാർക്കേസും റെയി നാർദൊ അരെനാസും ഹുവാൻ ബോഷും കബ്രാരെ ഇൻഫാന്റെയും അന്റോണിയോ ബെനിറ്റസ് റോങ്ങോയും പ്രതിനിധികളായി അവരുടെ കഥകൾ അവതരിപ്പിക്കുന്നുണ്ട്. പോർട്ടൊരിക്കൻ സാഹിത്യത്തിൽ നിന്നും അറിയപ്പെടുന്ന എഴുത്തുകാരുടെ നിരയിൽ പ്രധാനമായും റൊസാരിയോ ഫെറി (Rosario Ferre), അന ലിഡിയ വേഗ (Ana Lydia Vega), എഡ്വാർദൊ സനാബ്രിയ സാന്റാലിസ് (Eduardo Sanabria Santaliz) തുട ങ്ങിയ എഴുത്തുകാരുടെ രചനകൾ പരിഭാഷകളിലൂടെ പരിചയപ്പെട്ടിട്ടു ള്ളവയാണ്.

പക്ഷേ, അടുത്തകാലത്ത് വായിക്കുവാൻ കഴിഞ്ഞ പോർട്ടൊരിക്കൻ സാഹിത്യത്തിലെ നോവൽ *അടിച്ചമർത്തപ്പെട്ടവർ (The Vanquished)* പൂർണ്ണമായും അത്ഭുതപ്പെടുത്തി. ഇത് രചിച്ച എഴുത്തുകാരൻ സെസാർ

ആൻഡ്രിയു ഇഗ്ലെസിയാസ് (Cesar Andreu Iglesias) പോർട്ടൊരി ക്കയ്ക്കു വെളിയിൽ അത്രയ്ക്കൊന്നും അറിയപ്പെടുന്നില്ലല്ലോയെന്ന യാഥാർത്ഥ്യവുമായി പൊരുത്തപ്പെടുവാനും കഴിയുന്നില്ല. അമേരിക്കയിലെ യൂണിവേഴ്സിറ്റി ഓഫ് നോർത്ത് കരോലിന പ്രസ്സാണ് (University of North Carolina Press) ഈ നോവലിന്റെ ഇംഗ്ലീഷ് പരിഭാഷ പുറത്തു കൊണ്ടുവന്നിരിക്കുന്നത്.

ലാറ്റിനമേരിക്കൻ സാഹിത്യത്തെ സ്നേഹിക്കുന്നവർക്ക് ഈ നോവൽ ആസ്വാദനത്തിന്റെ പുതിയ ജാലകങ്ങൾ തുറന്നു കൊടുക്കും. 1915 ൽ പോർട്ടൊരിക്കനിൽ ജനിച്ച ഇഗ്ലെസിയാസ് 1976 ൽ നിര്യാതനാ യി. അധിനിവേശരാഷ്ട്രീയ വിഷയങ്ങളെ ലേഖനങ്ങളിലൂടെ അവതരി പ്പിച്ച ജേർണലിസ്റ്റ്, നോവലിസ്റ്റ് എന്നീ നിലകളിൽ പ്രശസ്തനായിരുന്നു അദ്ദേഹം. പോർട്ടൊരിക്കയിലെ തൊഴിലാളിവർഗ്ഗപ്രസ്ഥാനങ്ങൾ ക്കുള്ളിലും അദ്ദേഹം അവരുടെ സ്വാതന്ത്ര്യത്തിനും അവകാശസംരക്ഷ ണത്തിനുമായി പ്രവർത്തിക്കുകയും ചെയ്തിരുന്നു.

പോർട്ടൊരിക്കൻ ദേശീയതയുടെ യാഥാർത്ഥ്യങ്ങളുടെ എല്ലാ സങ്കീർണ്ണതകളും ഉൾക്കൊള്ളുവാനുള്ള ശ്രമങ്ങളിലൂടെ അവിടത്തെ സാധാരണക്കാരായ ജനതയുടെ ഉന്നമനത്തിനായി പ്രവർത്തിച്ച അനുഭ വങ്ങൾ ഒരു പരിധിവരെ അദ്ദേഹത്തിന്റെ സർഗ്ഗാത്മകമായ കഴിവുക ളെയും വികസിപ്പിച്ചു. 1950 കളിൽ അദ്ദേഹത്തിന്റെ പ്രവർത്തനങ്ങൾ കൂടു തൽ കരുത്താർജ്ജിച്ചുകൊണ്ട് പോർട്ടൊരിക്കയുടെ സ്വാതന്ത്ര്യം എന്ന ഒരൊറ്റ ലക്ഷ്യത്തിലേക്ക് എത്തിച്ചേരുകയായിരുന്നു. പാരമ്പര്യപരമായ അധിനിവേശ ജീവിതവും സംസ്കാരവും വ്യാവസായിക മുതലാളിത്ത ത്തിന് വഴിമറിക്കൊടുത്തിരുന്ന ഒരു കാലഘട്ടമായിരുന്നു അത്. അധിനി വേശവിരുദ്ധ പോരാട്ടങ്ങളുടെ ചരിത്രത്തെ ബോധപൂർവ്വം അനാവരണം ചെയ്തതിലൂടെ നോവലിന് ശരിക്കും ലാറ്റിനമേരിക്കൻ ഭൂദൃശ്യങ്ങൾക്കു ള്ളിലും ലോകമാനവികതയ്ക്കുള്ളിലും ശക്തമായ പ്രതിഫലനങ്ങൾ സൃഷ്ടിക്കുവാൻ കഴിഞ്ഞു.

1956 ലാണ് ദ *വാങ്കിഷ്ഡ്* പോർട്ടൊരിക്കയിൽ ആദ്യമായി പ്രസി ദ്ധീകരിച്ചത്. പോർട്ടൊരിക്കയിൽ യു എസ് എണ്ണകമ്പനിക്കു നേരെയു ണ്ടായ ആസൂത്രിതമായ പോരാട്ടവും നോവലിന്റെ പ്രമേയത്തിൽ ശ്രദ്ധേ യമായ ഒരു ഭാഗമായി രൂപാന്തരപ്പെടുന്നുണ്ട്. അമേരിക്കയുടെ മുതലാ ളിത്ത താല്പര്യങ്ങൾക്കായി ലാറ്റിനമേരിക്കയിൽ ഏകാധിപത്യത്തിന്റെ പിൻബലത്തോടെ ജനകീയ സമരങ്ങളെ അട്ടിമറിച്ചിരുന്ന ഒരു കാലംകു ടിയായി ആ കാലയളവിനെ ചരിത്രം രേഖപ്പെടുത്തിയിട്ടുണ്ട്. നിക്കരാഗ യിലും ഉറുഗ്വയിലും ബൊളീവിയയിലും വെനീസുലയിലുമൊക്കെ ഈ ക്യാപിറ്റലിസ്റ്റ് ഭീകരതയുടെ പീഡനങ്ങൾ ജനത നേരിട്ടനുഭവിച്ചതും കൂടി യാണ്. എല്ലാം ദേശീയ താല്പര്യങ്ങൾക്കും വിരുദ്ധമായിരുന്നുവെന്നു മാത്രം. 1950 കളിലെ പോർട്ടൊരിക്കൻ സമൂഹത്തെക്കുറിച്ച് ഫിക്ഷണൽ കഥാപാത്രങ്ങളിലൂടെ അവതരിപ്പിച്ചതുവഴി പോർട്ടൊരിക്കൻ ചരിത്ര

ത്തോടും നീതിപുലർത്തുവാൻ അദ്ദേഹത്തിനു കഴിഞ്ഞു. ഈ നോവൽ പരിഭാഷപ്പെടുത്തിയ സിഡ്നി ഡബ്ല്യു മിൻട്സ് ഒരു പ്രൊഫഷണൽ പരിഭാഷകനായിരുന്നില്ലെന്ന് സ്വയം ഏറ്റുപറയുന്നുണ്ട്. പക്ഷേ, സ്പാനിഷ് ഭാഷയിൽ നോവൽ വായിച്ചു കഴിഞ്ഞപ്പോൾ അത് ലോകഭാഷയായ ഇംഗ്ലീഷിലേക്ക് വരേണ്ടതാണെന്ന ആഗ്രഹമാണ് അദ്ദേഹത്തെ ഈ ലക്ഷ്യത്തിലേക്കു നയിച്ചത്. ഇഗ്ലെസിയാസ് തന്റെ കഥാപാത്രങ്ങളുടെ സൃഷ്ടിയിൽ വരുത്തിയ തീവ്രമായ ഭാവവും പ്രമേയത്തിന് ഏറ്റവും അനു യോജ്യമായ ഒന്നായി മാറുകയും ചെയ്തു.

അമേരിക്കൻ സൈനിക യൂണിറ്റിന്റെ നേർക്കുണ്ടായ ദേശീയവാദി കളുടെ ആസൂത്രിതനീക്കമാണ് ഈ നോവലിന്റെ പ്രമേയ പശ്ചാത്തല മായി വരുന്നത്. ശരിക്കും പിരിമുറുക്കത്തിന്റെ പിൻബലത്തോടെയെഴു തിയ ഈ നോവലിൽ മൂന്നു മധ്യവയസ്കരായ വിപ്ലവകാരികളുടെ വ്യക്തിപരമായ ഏടുകളെയാണ് അനാവരണം ചെയ്യുന്നത്. അധികാര കേന്ദ്രമായ അമേരിക്കൻ സൈനിക മേധാവി ജനറൽ കെപ്പിയെ വധി ക്കുകയെന്ന ലക്ഷ്യത്തോടെയാണ് വിപ്ലവകാരികൾ പോരാട്ടത്തിനു തയ്യാ റാവുന്നത്. മാർക്കോസ് വേഗ എന്ന കഥാപാത്രം ബിയെൻ വെൻദി യോയെ കാണുവാൻ പോകുന്നതിലൂടെ നോവൽ ആരംഭിക്കുന്നു. നിശ്ശ ബ്ദത പൂർണ്ണമായും കീഴടക്കിയിരുന്ന നഗരത്തിലൂടെ കാറോടിച്ചു പോകു മ്പോൾ മാർക്കോസിന്റെ ചിന്തയിലാകെ പോർട്ടൊരിക്കയുടെ ശപിക്ക പ്പെട്ട അവസ്ഥ മാത്രമേ ഉണ്ടായിരുന്നുള്ളൂ. ബിയെൻ വെൻദിയൊയുടെ പഴയ എപ്പാർട്ടുമെന്റിന് രണ്ടു മുറികൾ മാത്രമേ ഉണ്ടായിരുന്നുള്ളൂ. മാർക്കോസ് ജാലകത്തിലൂടെ നിശ്ശബ്ദതയിൽ മുങ്ങി നില്ക്കുന്ന നഗര ത്തിലേക്കു നോക്കി നിന്നു. ഇരുണ്ട ഛായകൾക്കുള്ളിൽ എന്തിനോ വേണ്ടി തേങ്ങുന്ന സുന്ദരമായ നഗരം അവരെ വല്ലാതെ അവസ്ഥയിലെ ത്തിച്ചുക്കഴിഞ്ഞിരുന്നു.

രാത്രിയിലെ കാറ്റ് ബിയെൻ വെൻദിയോയുടെ ചാരനിറമാർന്ന മുടി യിഴകളിൽ തലോടിക്കൊണ്ടിരുന്നു. പോർട്ടൊരിക്കയുടെ സ്വാതന്ത്ര്യം അത് മാത്രമാണ് അവരെ സങ്കീർണ്ണമായ അവസ്ഥകളിലൂടെ ജീവിതത്തിൽ പിടിച്ചുനില്ക്കാൻ പ്രേരിപ്പിച്ചുകൊണ്ടിരുന്നത്. ഡോൺ പെഡ്രോ അൽബി സുകാംപോസ് മനസ്സിൽ കൊണ്ടുനടന്ന അതേ സ്വാതന്ത്ര്യം പോർട്ടൊ രിക്കയുടെ വിശുദ്ധമായ മണ്ണിൽ ഒരൊറ്റ അമേരിക്കൻ സൈനികൻ (യാൽകി) പോലും അവശേഷിക്കാത്ത ഒരു ദിനം. അതു മാത്രമായിരുന്നു അവരുടെ ചിന്തകളിൽ നിറഞ്ഞു നിന്നിരുന്നത്.

അമേരിക്കൻ സൈനികമേധാവി ജനറൽ വിൽസണിനു നേരെയു ണ്ടായ ബോംബാക്രമണം പദ്ധതിപ്രകാരം നിർവ്വഹിക്കാനാവാതെ പരാ ജയപ്പെടുമ്പോൾ അത് ശരിക്കും രാഷ്ട്രീയമായ ഒരു പരാജയം തന്നെ യായി. ഒരു ചെറിയ കൂട്ടം ദേശീയവാദികളുടെ സ്വാതന്ത്ര്യ സ്വപ്നങ്ങളാ ണതോടെ തകർന്നുവീണത്. പോർട്ടൊരിക്കൻ കമ്യൂണിസ്റ്റ് ബൗദ്ധിക നായ ഇഗ്ലെസിയാസ് അന്നത്തെ ഭരണകൂടം ഒരുക്കിയ വിചാരണക്കു

രുക്കിലേക്ക് ഇരയായി പോകുവാനുള്ള ഊഴംകാത്ത് കഴിയുകയുമായി
രുന്നു. മക്കാർത്തി കാലഘട്ടത്തിന്റെ പരുക്കൻ നിയമങ്ങൾ ഇത്തരം പ്രവ
ണതകളെ കുരുന്നിലേ നുള്ളുവാനും തയ്യാറായി നിന്നിരുന്നു. നോവലിസ്റ്റ്
ഒരു ആന്തരികമായ പ്രവാസിത്വത്തിന് വിധേയമാവുകയും ചെയ്തു.
ആൽബർട്ട് കമ്യൂണിന്റെ *സിസിഫസ് പുരാണം* എന്ന ഗ്രന്ഥം പകർന്നു
കൊടുത്ത ആവേശവും പ്രധാന കഥാപാത്രങ്ങളുടെ സൃഷ്ടിയിൽ കാര്യ
മായ പങ്കുവഹിച്ചു. ഓരോ പോരാളിക്കും പരാജയത്തിൽ നിന്നും അനു
ഭവമുൾക്കൊണ്ട് തിരിച്ച് പോരാട്ടരംഗത്തേക്കു വരുന്നതിനുള്ള ഒരു ധീരത
അതാണ് നോവലിലും സംഭവിച്ചത്. പരാജയത്തിന്റെ ഊഴങ്ങൾ പുതിയ
അനുഭവവും കരുത്തുമായി മാറുകയായിരുന്നു. പ്രധാനമായും ഈ
നോവൽ രാഷ്ട്രീയജീവിതത്തിന്റെ അടിത്തറയിലേക്കു സാംസ്കാരികമായ
ഒരു ഫിക്ഷണൽ യാത്ര തന്നെയായി. ഫിക്ഷനിൽ കൂടി ഇത് സൃഷ്ടിച്ചെ
ടുക്കുവാനാണ് നോവലിസ്റ്റ് ശ്രമിച്ചത്. അധിനിവേശ സങ്കീർണ്ണതകളുടെ
ഇരുണ്ടവശങ്ങളും ഇതിലൂടെ ചിത്രീകരിക്കുവാൻ അദ്ദേഹത്തിനു കഴി
ഞ്ഞു. വെറുതെയൊരു ദുരന്തമായതിനെ കാണുവാനും ഇഗ്ലെസിയാസ്
തയ്യാറായില്ല. പോർട്ടൊരിക്കൽ ദേശീയവാദികളും കമ്യൂണിസ്റ്റുകളും തമ്മി
ലുണ്ടായിരുന്ന ബന്ധത്തിലെ വ്യക്തതയില്ലായ്മയും മറ്റൊരു പ്രധാന
പ്രശ്നമായിരുന്നു. ഒരിക്കൽ താൻ നിയന്ത്രിച്ചിരുന്ന പാർട്ടിഡൊ കമ്യൂ
ണിസ്റ്റുകൾക്കെതിരെ നേരിട്ടൊരു വിമർശനാത്മകമായ സമീപനത്തിനും
നോവലിൽ നോവലിസ്റ്റു തയ്യാറാകുന്നില്ല. അതേസമയം പുനർരൂപീക
രിക്കപ്പെട്ട പ്രതിയോഗികൾക്കു മുന്നിൽ തൂങ്ങിനിന്നിരുന്ന പരാജയത്തെ
മറച്ചുവയ്ക്കുവാനും ശ്രമിക്കുന്നില്ല. ഒരു പുതിയ തുടക്കം അത് പോർട്ടൊ
രിക്കയിൽ ഉണ്ടാകുമെന്ന് കഥാപാത്രങ്ങൾക്കൊപ്പം നോവലിസ്റ്റും പ്രതീ
ക്ഷിക്കുന്നു. ഒരു പരാജയത്തെ അതിജീവിച്ച നോവലിലെ സ്ത്രീയും
പുരുഷനുമായ കഥാപാത്രങ്ങൾ ഒരു ദൃഢവിശ്വാസത്തിന്റെ തടവുകാരാ
നിരുന്നു എന്ന സൂചനയയും നല്കുന്നുമുണ്ട്.

നോവലിന്റെ അവസാനം പ്രത്യക്ഷമാകുന്ന തടവറ ഒരു മൂർത്തീക
രണത്തിന്റെ പ്രതിഫലനം മാത്രമായിരുന്നില്ല. അത് പുതിയ വെല്ലുവിളി
കൾ നേരിടുവാനുള്ള യഥാർത്ഥ്യബോധം കൂടിയാണ്. അധിനിവേശാനു
ഭവങ്ങൾ അവരെ പഠിപ്പിച്ച യാഥാർത്ഥ്യങ്ങൾ പെട്ടെന്നൊന്നും ഒഴിവാ
ക്കാനാവാത്തതുമായിരുന്നു പരാജയത്തിനുള്ളിലും പ്രത്യാശയുടെ
കിരണം അതാണവരെ നയിച്ചത്. നോവലിനു ചില വ്യക്തതയില്ലായ്മ
അനുഭവപ്പെടുന്ന പ്രത്യയശാസ്ത്രപരമായ കേന്ദ്രബിന്ദുവും ഇവിടെയെ
വിടെയോ നിലനില്ക്കുന്നു.

ചരിത്രപരമായ ഒരു വിവരണത്തിന്റെയും ഫിക്ഷന്റെയുമിടയിലെ
അതിർവരമ്പുകളെ മങ്ങലോടെ നിർത്തുവാനും അദ്ദേഹം ആഗ്രഹിക്കു
ന്നില്ല. പക്ഷേ, അന്നത്തെക്കാലത്തെ റിയലിസത്തിനോട് മുഖം മറച്ചു
കൊടുക്കുവാനും അദ്ദേഹം തയ്യാറായിരുന്നില്ല.

നോവലിലെ കഥാപാത്രങ്ങൾ ഒരു വ്യക്തമായ കാലയിടബോധ

ങ്ങൾക്കുള്ളിലാണ് സഞ്ചരിക്കുന്നത്. ചരിത്രപരമായ പല രൂപങ്ങളെയും അവരുടെ യഥാർത്ഥ നാമത്തിൽ അവതരിപ്പിക്കുന്നില്ല. പക്ഷേ, ഇതി നൊരു അപവാദമായി വരുന്നത് ദേശീയനേതാവും വാഗ്മിയുമായ പെഡ്രൊ അൽബിസുകാംപോസ് മാത്രമാണ്. പ്രധാന കഥാപാത്രങ്ങ ളായ ലൂയിസ് മൂനോസ് മാറിനും മറ്റും ഇതിനെക്കുറിച്ച് ഓർക്കുന്നുണ്ടെന്നു മാത്രം. പഴയ സാൻ ഹുവാൻ നഗരത്തിലെ തെരുവുകളുടെ നാമങ്ങൾ അതേപടി കടന്നുവരുന്നുണ്ട്. ഭൂമിശാസ്ത്രപരമായ യാഥാർത്ഥ്യങ്ങളെ ഫിക്ഷന്റെ ഉള്ളിലാണെങ്കിൽപോലും അതേപടി നിലനിർത്തുന്ന ഒരു കാല്പനികമായ ആഖ്യാനം നോവലിസ്റ്റ് കൊടുക്കുന്നത് കാലാനുസൃ തമായ ഒരു നിയോഗം മാത്രമാണ്.

രണ്ടാം ലോകമഹായുദ്ധത്തിനുശേഷമുള്ള ഒരു പോർട്ടൊരിക്കയെ യാണ് ആൻഡ്രിയു നമുക്കു മുന്നിൽ അവതരിപ്പിക്കുന്നത്. അത് ചെന്നെ ത്തുന്നത് ദ്വീപിലെ ഒരു ദേശീയവിപ്ലവത്തിലും 1954 ലെ യു എസ് കോൺഗ്രസിനെതിരെയുള്ള ആക്രമണത്തിലുമാണ്. ആൽബിസു കോംപോസിന്റെ അനുയായികളാണ് ഇതിന് നേതൃത്വം കൊടുത്ത്. അമേരിക്കൻ ഇംപീരിയലിസത്തിനെതിരെയുള്ള ഒരു മഹാപ്രതിരോധ മെന്നതിനപ്പുറം പോർട്ടൊരിക്കൻ പ്രതിപക്ഷത്തിന്റെ പരാജയത്തെയും നോവൽ എടുത്തു കാണിക്കുന്നു.

ആത്യന്തികമായി പോർട്ടൊരിക്കയുടെ മോചനത്തിലും സോഷ്യലി സത്തിലുമാണ് എല്ലാ അപകടസാദ്ധ്യതകൾക്കുള്ളിലും നോവലിസ്റ്റ് വിശ്വാസമർപ്പിക്കുന്നത്. സ്നേഹത്തിന് ഒരു പുതിയ മുഖമാണ് നോവ ലിസ്റ്റ് നില്ക്കുന്നത്. മാർക്കോസിന്റെ വിവാഹജീവിതത്തെ ഒരു തടവു പോലെയാണ് നോവലിസ്റ്റ് അവതരിപ്പിക്കുന്നത്. ആത്മകഥാംശം നിറഞ്ഞ ഒന്നാണിതെന്ന് പ്രത്യക്ഷമായി തോന്നുകയില്ലെങ്കിലും കഥാപാത്രങ്ങ ളുടെ ചിത്രീകരണങ്ങളും അവരുടെ ദൈനംദിന ജീവിതവും നോവലി സ്റ്റിന്റെ ഒരു അദൃശ്യസാന്നിദ്ധ്യം തോന്നുകയും ചെയ്യുന്നുണ്ട്.

ഈ നോവലിലെ പരാജിതർ ഒരൊറ്റ അഭിലാഷത്തിനുള്ളിൽ സാന്ദ്രീ കരിക്കപ്പെട്ടവരാണ്. അത് നേടിയെടുക്കുവാൻ അവർ പരാജയപ്പെട്ടു. പക്ഷേ, അവർ ചെയ്യുവാൻ തയ്യാറായതിന്റെ പ്രാധാന്യമാണ് കൂടുതൽ ചിന്തയ്ക്കു വിധേയമാകുന്നത്.

ശാസ്ത്രത്തിന്റെ കൊളംബസ് ക്യൂബയെ വായിക്കുന്നു

പതിനെട്ടാം നൂറ്റാണ്ടിന്റെ അവസാനത്തിലും പത്തൊൻപതാം നൂറ്റാ ണ്ടിന്റെ തുടക്കത്തിലുമായി അമേരിക്കൻ ഐക്യനാടുകളിലൂടെ സ്വന്തം നിരീക്ഷണങ്ങളും ഗവേഷണങ്ങളുമായി സഞ്ചരിച്ച ഒരു മഹാപ്രതിഭയാ യിരുന്നു അലക്സാണ്ടർ വോൺ ഹാംബോൾട്ട് (Alexander von Humboldt)

സാഹസികനായ ഒരു സഞ്ചാരി, സസ്യശാസ്ത്രം, ഭൂമിശാസ്ത്രം ഭൂവിജ്ഞാനീയം, നരവംശശാസ്ത്രം, അടിമത്തത്തിനെതിരെ പോരാടിയ മനുഷ്യൻ, ചിന്തകൻ, എഴുത്തുകാരൻ എന്നീ നിലകളിലെല്ലാം തന്റെ ഗവേഷണങ്ങളിലൂടെ മാനവരാശിക്ക് പുതിയ അറിവുകളും കരുത്തും പകർന്നുകൊടുക്കാൻ കഴിഞ്ഞ വ്യക്തിയെന്നതിനപ്പുറം ഒരു മികച്ച മനു ഷ്യസ്നേഹിയുംകൂടിയായി അറിയപ്പെടാനും കഴിഞ്ഞു. അഞ്ചുവർഷ ക്കാലം നീണ്ട അമേരിക്കൻ നാടുകളിലൂടെ അദ്ദേഹം നടത്തിയ സാഹ സികയാത്രകളിലൂടെ ക്രിസ്റ്റഫർ കൊളംബസിന്റെ കാലത്തെ അനുസ്മ രിപ്പിക്കുംവിധം ചരിത്രത്തിൽ നിർണ്ണായകമായ ഒരു സ്ഥാനം നേടിയെ ടുക്കാൻ അദ്ദേഹത്തിന് കഴിഞ്ഞു. അദ്ദേഹം ക്യൂബൻ ദ്വീപസമൂഹത്തി ലൂടെ നടത്തിയ യാത്രകളും നിരീക്ഷണങ്ങളും ഗവേഷണങ്ങളും ഇതി നെല്ലാമുപരിയായി ഏറ്റവും മഹത്തായ ചില പ്രതിഫലനങ്ങളും സൃഷ്ടി പരമായ പ്രവർത്തനങ്ങളും മികച്ച രീതിയിൽ പൂർത്തിയാക്കാൻ കഴി ഞ്ഞതിന്റെ ചരിത്രരേഖകളും നമുക്കു മുന്നിലുണ്ട്. 1492 ൽ ക്രിസ്റ്റഫർ കൊളംബസ് കാലുകുത്തിയ പ്രധാന ദ്വീപസമൂഹമായിട്ടാണ് ക്യൂബ നമു ക്കുമുന്നിൽ നില്ക്കുന്നത്. പക്ഷേ, ഹാംബോൾട്ട്, ശാസ്ത്രത്തിന്റെ കൊളം ബസായിട്ടാണ് കാലത്തിലൂടെ ഏറെ അറിയപ്പെട്ടത്. കൊളംബസ് കട നുപോയ അതേ വഴികളിലൂടെ സഞ്ചരിക്കാനാണ് അലക്സാണ്ടർ

വോൺ ഹംബോൾട്ട് ആഗ്രഹിച്ചത്. 1769 ൽ ജനിച്ച ഹംബോൾട്ട് സ്പാനിഷ് തുറമുഖമായ ലാകൊറുഫിയയിൽനിന്നാണ് 1799 ൽ അമേ രിക്കൻ നാടുകളിലേക്കുള്ള കപ്പൽ കയറിയത്. കൊളംബസിനെപ്പോലെ ആദ്യമായി ക്യൂബൻ മണ്ണിൽ കാലുകുത്തണമെന്നാണ് അദ്ദേഹം ആഗ്ര ഹിച്ചിരുന്നത്. ഇത്രയും ആമുഖമായി പറഞ്ഞത് അദ്ദേഹത്തിന്റെ *പൊളി റ്റിക്കൽ എസ്റ്റേ ഓൺ ദ ഐലൻഡ് ഓഫ് ക്യൂബ* എന്ന വിവാദപുസ്ത കത്തിന്റെ ഇംഗ്ലീഷ് പരിഭാഷ അടുത്തകാലത്ത് വായിക്കാൻ കഴിഞ്ഞ തിന്റെ അനുഭവത്തിൽനിന്നാണ്.

അമേരിക്കൻ നാടുകളെക്കുറിച്ചുള്ള അലക്സാണ്ടർ വോൺ ഹംബോൾട്ടിന്റെ രചനകൾ ഒരു വലിയ ലേഖന സമൂഹമായിട്ടാണ് നമുക്കു മുന്നിൽ അവതരിപ്പിക്കപ്പെടുന്നത്. ഇവിടെ പരാമർശിക്കപ്പെടുന്ന ഗ്രന്ഥം കൂടാതെ ഏതാണ്ട് മുപ്പതുവാല്യങ്ങളായി പരന്നുകിടക്കുന്ന പുതിയ വൻകരകളിലേക്കുള്ള സഞ്ചാരത്തെ അദ്ദേഹം അവതരിപ്പിക്കു ന്നു. ക്യൂബയെ അടിസ്ഥാനമാക്കിയുള്ള ഈ രാഷ്ട്രീയലേഖനം അതു മായി തുലനം ചെയ്യുമ്പോൾ ചെറിയതാണെങ്കിലും സമ്പൂർണ്ണകൃതിക ളിലെ കേന്ദ്രബിന്ദുവായിട്ടാണ് വിലയിരുത്തപ്പെടുന്നത്. പൂർവ്വികനായ ക്രിസ്റ്റഫർ കൊളംബസ് 1492 ൽ ആദ്യമായി കാലുകുത്തിയ ഭൂമിയും ക്യൂബതന്നെയായിരുന്നു. ഇവിടെയാണ് ശാസ്ത്രത്തിന്റെ കൊളംബസായി ഹംബോൾട്ട് തന്റെ ദൗത്യം ഏറ്റെടുക്കുന്നത്. ഇതേ റൂട്ടിൽതന്നെ ഇൻഡി സിലേക്കുള്ള യാത്ര തുടങ്ങാൻ അദ്ദേഹം തീരുമാനിച്ചതും അതുകൊ ണ്ടാണ്. ഫ്രെഞ്ച് ശാസ്ത്രജ്ഞനായ എയ്മിബോൺ പ്ലാന്റ് അദ്ദേഹത്തെ അനുഗമിക്കുകയും ചെയ്തിരുന്നു. കൊളംബസിന്റെ സഞ്ചാരപഥം പിന്തു ടർന്ന ഹംബോൾട്ട് ഇടയ്ക്ക് കാനറി ദ്വീപുകളിൽ (1799 ജൂൺ 19–25) വിശ്രമിച്ചതായി രേഖപ്പെടുത്തിയിട്ടുണ്ട്. അവിടത്തെ നരവംശശാസ്ത്ര പരമായും സാമ്പത്തികമായും സാംസ്കാരികമായുമുള്ള പഠനങ്ങൾക്ക് തയ്യാറായിയെന്നതും അത്ഭുതപ്പെടുത്തുന്ന ഒരു യാഥാർത്ഥ്യമായിരുന്നു. അവിടെ നിന്ന് നേരെ ക്യൂബയെ എത്തിപ്പിടിക്കാനാണ് അദ്ദേഹം പദ്ധ തിയിട്ടത്. കരീബിയൻ ദ്വീപസമൂഹത്തിലെ പ്രധാന ദ്വീപായ ക്യൂബ അദ്ദേ ഹത്തെ കൂടുതൽ പ്രചോദിതനാക്കിയെന്നുള്ളതാണ് സത്യം. പക്ഷേ, കപ്പലിനുള്ളിൽ പൊട്ടിപ്പുറപ്പെട്ട ഒരു വലിയ ജ്വരബാധ പദ്ധതികളെയാകെ തകിടം മറിച്ചു. ഇന്നത്തെ വെനസേലയിലേക്ക് പോകാനുള്ള തീരുമാനം ക്യാപ്റ്റൻ പെട്ടെന്നെടുക്കുകയായിരുന്നു.

ക്യൂബയിൽ വെച്ച് അദ്ദേഹം പ്രധാനപ്പെട്ട നിരവധി രാഷ്ട്രീയപ്ര വർത്തകരെയും ശാസ്ത്രജ്ഞരെയും പണ്ഡിതരെയും കണ്ടു. പില്ക്കാ ലത്ത് അവർ ആത്മമിത്രങ്ങളായും സഹചാരികളുമായി രൂപപ്പെട്ടതിൽ അദ്ഭുതപ്പെടാനില്ലല്ലോ. മൂന്നുമാസത്തെ അവിടെയുള്ള വാസത്തിനു ശേഷം തെക്കെ അമേരിക്കയുടെ മറ്റു ഭാഗങ്ങളിലേക്ക് (ഇപ്പോഴത്തെ കൊളംബിയ, പെറു, ഇക്വഡോർ) സന്ദർശനത്തിനായി യാത്രയായി. ഇത് പിന്നീടൊരു രചനയ്ക്കുള്ള അടിസ്ഥാനമായിത്തീരുകയും ചെയ്തു.

ലോകത്തിലേക്കുവെച്ചേറ്റവും ഉയരം കൂടിയ അഗ്നിപർവ്വതങ്ങളിൽ കയ
റാനുള്ള ധൈര്യവും അക്കാലത്ത് അദ്ദേഹത്തിനുണ്ടായി. പിന്നീട്
മെക്സിക്കോ നഗരത്തിലേക്കു വന്ന് അതിന്റെ പ്രാന്തപ്രദേശങ്ങളെ കീഴ
ടക്കി ഖനിത്തൊഴിലാളികൾക്കിടയിൽ പ്രവർത്തിച്ചുകൊണ്ട് അവരുടെ
യാതനകളെക്കുറിച്ച് പഠിക്കാൻ അദ്ദേഹത്തിന് കഴിഞ്ഞതും ഇക്കാലത്താ
ണ്. വെരാക്രൂസ് തുറമുഖത്തു നിന്ന് വീണ്ടും ക്യൂബയിലേക്ക് മടങ്ങാ
നുള്ള തീരുമാനമുണ്ടായി. രണ്ടാമത്തെ സന്ദർശനം 1804 മാർച്ച് 19 മുതൽ
ഏപ്രിൽ 20 വരെ നീണ്ടുനിന്നു. 1920 കളിൽ ക്യൂബയെക്കുറിച്ചെഴുതാ
നുള്ള വിവരങ്ങൾ ഇക്കാലത്തു തന്നെ ശേഖരിച്ചുതുടങ്ങുകയും ചെയ്തി
രുന്നു. അദ്ദേഹം യാത്രകൾക്കിടയിൽ അമേരിക്കയിലും മദ്ധ്യേയൂഷ്യയിലും
എത്രയെത്ര സൈനികവും രാഷ്ട്രീയവുമായ പോരാട്ടങ്ങൾക്കാണ്
സാക്ഷ്യംവഹിച്ചത്.

ഇവിടെ പ്രതിപാദിക്കുന്ന ക്യൂബയുടെ രാഷ്ട്രീയാന്തരീക്ഷത്തെക്കു
റിച്ചുള്ള ഈ പുസ്തകത്തിൽ അദ്ദേഹമതിനെക്കുറിച്ച് വിശകലനം ചെയ്യു
ന്നുണ്ട്. സെയിന്റ് ഡൊമിങ്ങുവിലെ അസ്വസ്ഥതകൾ അദ്ദേഹത്തിന്റെയും
ആകുലതകളായി രൂപാന്തരപ്പെട്ടു. 1820 കളിൽ ഇതിന്റെ പ്രസിദ്ധീകരണം
ഉണ്ടായപ്പോഴും ഏതാണ്ട് ഇതിനു സമാനമായ വിപ്ലവാന്തരീക്ഷം തെക്കേ
അമേരിക്കയിലും അമേരിക്കയിലും ഉണ്ടാകാനിടയുണ്ടെന്ന സന്ദേഹവും
അദ്ദേഹത്തിനുണ്ടായിരുന്നു. തിന്മകളുടെ കറപുരണ്ട ഒരു ലോകത്തെ
വെറുപ്പോടെയാണ് അദ്ദേഹം ദർശിച്ചത്. ചില ചരിത്രകാരന്മാർ യു എസ്
ആഭ്യന്തരയുദ്ധത്തെ പ്രവചിച്ച വ്യക്തിയായും അദ്ദേഹത്തെ കാണു
ന്നുണ്ട്. യൂറോപ്പിനെയാകെ മധുരം നുണയിപ്പിച്ച ക്യൂബയുടെ പ്രശ്ന
ങ്ങളിലൂടെ കടന്നുചെല്ലുമ്പോഴും അവിടെ നിലവിലുണ്ടായിരുന്ന അവ
സ്ഥകൾ അദ്ദേഹത്തെയാകെ മാറ്റിമറിച്ചു. ക്യൂബൻ ഭൂമികയുടെ തപ്ത
നിശ്വാസങ്ങൾ ഏറ്റെടുത്ത എഴുത്തുകാരനായി സ്വയം മാറുകയായിരുന്നു
അദ്ദേഹം. സ്പാനിഷ് അധിനിവേശ ഭൂമികകളിലെ സ്വാതന്ത്ര്യദാഹത്തെ
ആളിക്കത്തിച്ചത് ഹെയിറ്റിയൻ വിപ്ലവമായിരുന്നു. അതിന്റെ വിജയം
പ്രത്യാശയുടെ പുതിയ നിനവുകളാണ് മറ്റുള്ള രാജ്യങ്ങളിൽ ഉണ്ടാക്കു
കയെന്നത് ഒരു യാഥാർത്ഥ്യമായിരുന്നു. 1807 ൽ തന്റെ സഞ്ചാരങ്ങളെ
ക്കുറിച്ച് ഹംബോൾട്ട് എഴുതുവാനാരംഭിച്ചപ്പോൾ തന്നെ സ്പാനിഷ് സാമ്രാ
ജ്യത്തിന്റെ തകർച്ചയും ആരംഭിച്ചുകഴിഞ്ഞിരുന്നു. 1820 ൽ ഈ ഗ്രന്ഥം
പുറത്തുവരുന്നതിനിടയിൽ പുതിയ ഗ്രാൻഡയും പുതിയ സ്പെയിനും
അവരുടെ മോചനം നേടിയെടുത്തുകഴിഞ്ഞിരുന്നു. ക്യൂബയിലും പോർട്ടോ
രിക്കയിലും സ്വാതന്ത്ര്യത്തിന്റെ ദാഹം ജനതയിൽ ഉത്തുംഗമായി നില
നില്ക്കുകയും ചെയ്തു. സ്പാനിഷ് അമേരിക്കയിലെ സ്വാതന്ത്ര്യപോ
രാട്ടങ്ങളുടെ പിതാവായി ഹംബോൾട്ടിന്റെ സ്ഥാനം ഏതാണ്ട് ഉറപ്പാവു
കയും ചെയ്ത കാലഘട്ടമായിരുന്നു അത്. ചില ചരിത്രകാരന്മാർ ഇത്
പരസ്യമായി പ്രഖ്യാപിക്കുകയും ചെയ്തു.

പക്ഷേ, അതേസമയം ഒരു ഒറ്റയാൾ ശാസ്ത്രകാരനും നരവംശശാ

സ്ത്രജ്ഞനും എഴുത്തുകാരനും സഞ്ചാരിയുമായി ഒരുങ്ങിമാറി നില്ക്കാ
നാണ് അദ്ദേഹം ആഗ്രഹിച്ചത്. ഹംബോള്‍ട്ടിനെ സംബന്ധിച്ചിടത്തോളം
ക്യൂബയടക്കമുള്ള അധിനിവേശ ഭൂമികകളില്‍ അടിമത്തവും അടിമവ്യാ
പാരവും ആഗോളീകരണത്തിന്റെ വിവിധ തലങ്ങളില്‍ ചലനങ്ങള്‍ സൃഷ്ടി
ക്കുകയുണ്ടായി. യൂറോപ്പും ആഫ്രിക്കയും അമേരിക്കന്‍ നാടുകളും തമ്മി
ലുള്ള വ്യാപാരബന്ധത്തിന്റെ ത്രികോണസാദ്ധ്യതകളുടെ നേട്ടവും
പോരായ്മകളുമൊക്കെ അദ്ദേഹം രേഖപ്പെടുത്തിവെക്കുന്നു. ക്യൂബന്‍
ദ്വീപസമൂഹത്തിന്റെ വ്യാപാരനേട്ടങ്ങളെക്കുറിച്ചും പോരായ്മകളെക്കുറി
ച്ചുമൊക്കെ സാമ്പത്തികമായ നേട്ടങ്ങളും കോട്ടങ്ങളും പട്ടികകളിലൂടെ
രേഖപ്പെടുത്തിയ എത്രയോ ചിത്രങ്ങളും ഗ്രാഫുകളും ഈ ഗ്രന്ഥത്തിലു
ണ്ട്. അധിനിവേശശക്തികളുടെ ചൂഷണങ്ങള്‍ക്കെതിരെ ജനപക്ഷത്ത്
നിന്നുകൊണ്ട് പോരാട്ടങ്ങള്‍ നടത്തിയത് ഈ പുസ്തകത്തിന്റെ നിരോ
ധനങ്ങള്‍ക്കുതന്നെ വഴിവെച്ചു. ഒരു വെള്ളക്കാരന്‍ കറുത്തവര്‍ഗ്ഗക്കാര
നുവേണ്ടി പോരാടിയതിന്റെ വില പിടിച്ച രൂപമായി ഇത് മാറിയതിനാല്‍
ഇതിപ്പോഴും കാലത്തെ അതിജീവിക്കുന്നു.

ഹെയിറ്റിയില്‍ വിപ്ലവകാലത്ത് സെയിന്റ് ഡൊമിന്‍ഗയിലെ പഞ്ച
സാരമില്ലുകള്‍ തകര്‍ത്തപ്പോള്‍ അതിന്റെ ലോക ക്രയ-വിക്രയരംഗ
ത്തേക്ക് ക്യൂബ ഒന്നുകൂടി സാന്നിദ്ധ്യമറിയിച്ചു. ഇതിനെക്കുറിച്ച് വളരെ
വ്യക്തമായ പഠനങ്ങളാണ് ഹംബോള്‍ട്ട് നടത്തിയിരിക്കുന്നത്. ക്യൂബയെ
ഒരു വിശ്വദീപായിട്ടാണ് അദ്ദേഹം കാണിക്കുന്നത്. ഹവാനയിലെ തുറ
മുഖത്തെ അന്നുണ്ടായിരുന്ന തിരക്കിന്റെ പിന്നിലെ സാമ്പത്തികമായ
മുന്നേറ്റം അത് ആരെയും അത്ഭുതപ്പെടുത്തുന്ന ഒന്നായി.

മറ്റുള്ള സര്‍വ്വസാധാരണമായ സഞ്ചാരസാഹിത്യത്തില്‍ നിന്നു വേറി
ട്ടൊരു മുഖം ഇതിന് ലഭിക്കുന്നതും ക്യൂബയിലെ ജനസംഖ്യയുടെ അനു
പാതം ലോകജനതയെ എത്രമാത്രം നിര്‍ണ്ണായകമാംവിധം സ്വാധീനി
ക്കുന്നു എന്ന ചോദ്യത്തിനും ഉത്തരം കണ്ടെത്താന്‍ അദ്ദേഹം ശ്രമിക്കു
ന്നുണ്ട്. ഈ ഭൂവിഭാഗത്തിന്റെ ചരിത്രാഖ്യാനനിര്‍മ്മിതിയില്‍ ക്യൂബയ്ക്കു
ണ്ടായിരുന്ന ഭൂമിശാസ്ത്രപരമായ രേഖകളും അദ്ദേഹം പരമാവധി സമാ
ഹരിക്കാന്‍ ശ്രമിച്ചതിന്റെ പിന്‍ബലവും ഈ ഗ്രന്ഥത്തിലുണ്ട്.

സ്വന്തമായ ഒരു ഭൂപടത്തിന്റെ പിന്‍ബലത്തോടെയാണ് അദ്ദേഹം
ക്യൂബയെന്ന മഹാത്ഭുതത്തെ സമീപിച്ചത്. ശരിക്കും ഇമേജും ടെക്സ്റ്റും
തമ്മിലുള്ള കരുത്തുറ്റ ഒരു സംവാദവും ഇവിടെ സംഭവിക്കുന്നു. ഒരി
ക്കല്‍ ഈ പുസ്തകം ക്യൂബയില്‍ അധിനിവേശശക്തികള്‍ നിരോധി
ച്ചത് അവര്‍ മറച്ചുവെക്കാന്‍ ശ്രമിച്ച പല യാഥാര്‍ത്ഥ്യങ്ങളും ബോധപൂര്‍വ്വം
ഹംബോള്‍ട്ട് ഇതിലൂടെ തുറന്നുപറയാന്‍ ശ്രമിച്ചതുകൊണ്ടാണ്. ഈ പരി
ഭാഷ ഒരു പുതിയ അനുഭവമായി മാറുന്നത് അതിന്റെ ശക്തിയൊന്നു
കൊണ്ടു മാത്രമാണ്.

നിശ്ശബ്ദതയുടെ കഴുകൻ ധൈര്യത്തെ കാർന്നുതിന്നും

അമേരിക്കയിലെ കെർബ് സ്റ്റോൺ പ്രസ് പുറത്തിറക്കിയിരിക്കുന്ന *Poetry like Bread Poets of the Political imagination* എന്ന കവിതാ സമാഹാരം മധ്യഅമേരിക്കൻ കവിതകളുടെ പ്രതിനിധിയെന്ന നിലയി ലാണ് 1970 കാലത്ത് ആദ്യമായി പുറത്തുവന്നത്. അടുത്തകാലത്ത് ഈ കവിതകൾക്കൊപ്പം അമേരിക്കയിൽ താമസിക്കുന്ന ലാറ്റിനോ എഴുത്തു കാരുടെ പ്രാതിനിധ്യം കൂടിയുണ്ടായപ്പോൾ കവിതകൾക്ക് മൊത്തമാ യൊരു രാഷ്ട്രീയ സ്പർശം കൂടി പകർന്നുകിട്ടി. ഈ സമാഹാരം എഡിറ്റ് ചെയ്ത മാർട്ടിൻ എസ്പദയുടെ കഠിനമായ അദ്ധ്വാനവും ഇതിന്റെ പിന്നി ലുണ്ടായിരുന്നു. നേരിട്ട് ഇംഗ്ലീഷിൽ രചിക്കപ്പെട്ട കവിതകളും സ്പാനിഷ് ഭാഷയിൽ നിന്നു പരിഭാഷ ചെയ്യപ്പെട്ട കവിതകളും ഈ സമാഹാരത്തിൽ ഒരുപോലെ സമന്വയിക്കപ്പെട്ടിരിക്കുകയാണ്. ആമുഖമായി റിഗൊബർത്ത മെൻഷുവിന്റെ 'എന്റെ രക്തസാക്ഷിയാക്കപ്പെട്ട മാതൃഭൂമി' എന്ന വളരെ ശക്തമായൊരു കവിത ആമുഖമായി ചേർത്തിട്ടുണ്ട്. നരകയാതനകൾ പങ്കിട്ട ഒരു കാലഘട്ടത്തിന്റെ ദുരന്തപൂർണ്ണമായ തലത്തിലേക്ക് വായന ക്കാരെ നയിച്ചുകൊണ്ടുപോകുന്ന ഒരു കവിതയാണിത്. രാഷ്ട്രീയ വിഭാ വനങ്ങളുടേതായ കവിത ഒരേസമയം ദർശനത്തിന്റെയും ഭാഷയുടെയും മൂല്യങ്ങൾ ഉൾക്കൊള്ളുന്ന ഒന്നാണ്. ഇങ്ങനെയുള്ള ഒരു ദിശയിൽ ചിന്തി ക്കുമ്പോൾ ആദ്യമായി വിഭാവനം ചെയ്യേണ്ടത് പുരോഗമനപരമായ സാമൂ ഹികപരിണാമത്തെക്കുറിച്ചാണ്. അതോടൊപ്പം അതിനനുയോജ്യമായ ഒരു ദർശനത്തിന്റെ സാദ്ധ്യതകൾ കണ്ടെത്തുകയും വേണം.

ഉറുഗ്വായിലെ മഹാനായ എഴുത്തുകാരൻ എഡ്വാർദോ ഗലിയാനൊ യുടെ വാക്കുകളിൽ ശരിക്കും ഈ ദർശനങ്ങളുടെ മുഴക്കം നമുക്കനുഭ വപ്പെടുന്നുണ്ട്. അദ്ദേഹത്തിന്റെ ഏറെ വിഖ്യാതമായ ലേഖനമായ

'വാക്കിന്റെ പ്രതിരോധത്തിനുള്ളിൽ' ശരിക്കും ഇതിനെക്കുറിച്ച് ചിന്തി ക്കാൻ കൂടുതൽ വക നല്കുന്ന ഒന്നാണ്. നാം ചെയ്യുന്നതെന്താണോ അതുതന്നെയാണ് നമ്മൾ. പ്രത്യേകിച്ചും നാം ചെയ്യാനുദ്ദേശിക്കുന്ന പർവ്വ തങ്ങളെ ആധാരമാക്കിയുള്ള ഒന്ന്. പ്രതിസന്ധിക്കിടയിലും മാറ്റത്തിനിട യിലും ഉണ്ടാകുന്ന സാഹിത്യം എപ്പോഴും അപകടസാദ്ധ്യതകൾക്കു ള്ളിലും അതിന്റെ കാലഘട്ടത്തിലെ സംഭവങ്ങളും മുഴുകിനില്ക്കുന്ന ഒന്നായിരിക്കും. ഇതിലൂടെ ഒരുപുതിയ യാഥാർത്ഥ്യത്തിന്റെ സൂചനകൾ ലഭിക്കുകയും ചെയ്യും. പ്രതിഭയും ധീരതയും നഷ്ടപ്പെട്ടിട്ടില്ലെങ്കിൽ പാത യിൽ കാണുന്ന സൂചനയ്ക്കുമേൽ വെളിച്ചം വീഴ്ത്തുക. സാഹിത്യം കൊണ്ടുമാത്രം ഈ പരിവർത്തനം വരുത്താനാവുമെന്നു കരുതുന്നത് വിഭ്രാന്തിയുടെയോ അധികാരഭാവത്തിന്റെയോ ലക്ഷണമാണ്. പക്ഷേ, മാറ്റങ്ങൾ സാദ്ധ്യമാക്കിത്തീർക്കാൻ സാഹിത്യത്തിന്, പ്രത്യേകിച്ചും കവി തകൾക്ക് കഴിയും. ഈ കവിതാസമാഹാരത്തിന്റെ ദൗത്യവുമിതാണെന്ന് ഗലിയാനോ സൂചിപ്പിക്കുന്നുണ്ട്. തിരിച്ചറിഞ്ഞുകൊണ്ട് കവിതകളെ ഉൾക്കൊള്ളാൻ തയ്യാറാവുക.

മറ്റൊരു രീതിയിൽ വിലയിരുത്തുകയാണെങ്കിൽ ഇത് അമേരിക്കൻ കവിതകളുടെ സമാഹാരവുമാണ്. ലാറ്റിനമേരിക്കൻ വംശജരായ കവി കൾ ഇംഗ്ലീഷിലും സ്പാനിഷിലുമെഴുതിച്ചേർത്ത കവിതകൾ.

ക്ലാരിബെൽ അലിഗ്രിയയുടെ (Claribel Alegria) ആദ്യത്തെ കവി തയിൽത്തന്നെ ഈ സമാഹാരം എന്തിനെ പ്രതിനിധാനം ചെയ്യുന്നുവെന്ന് വ്യക്തമാക്കിത്തരുന്നുണ്ട്. തൊഴിൽപരമായി ഒരു കവിതയെന്ന നിലയിൽ അറിയപ്പെടാൻ നിയോഗിക്കപ്പെട്ട കവി നിരവധി തവണ ഒരു കാക്കയായി രൂപാന്തരപ്പെടാൻ വിധിക്കപ്പെട്ടവളാണ്. നിക്കരാഗ്വക്കാരിയായ ഈ കവ യിത്രിയുടെ ശബ്ദം നിക്കരാഗ്വൻ മോചനസമരത്തിന്റെ വളരെ ശക്തമായ പ്രതിധ്വനിയാണ്. എൽസാൽവദോറിന്റെ സ്വാതന്ത്ര്യത്തിനുവേണ്ടിയും അവർ പോരാടി. വീനസ് ഡിമിലൊയുമായി ഒരിക്കലും കവി സ്ഥാനഭ്രം ശത്തിന് ശ്രമിക്കുന്നില്ല. ഗോപുരത്തിലെ ജാലകത്തിനരികിൽ കഴിയു മ്പോഴും അവൾ വിരസതയിൽ മുങ്ങിമരിക്കുകയാണ്. ഓരോ പ്രഭാത ത്തിലും അവർ സൂര്യനെയും ധൂളികൾ നിറഞ്ഞ താഴ്വാരങ്ങളെയും അഗ്നിപർവ്വതങ്ങളെയും യുദ്ധക്കെടുതികൾ വരുത്തിയ നാശനഷ്ട ങ്ങൾക്കും സാക്ഷ്യം വഹിക്കുന്നു. പക്ഷേ, അപ്പോഴേക്കും ഒരു വാഗ്ദ ത്തഭൂമിയുടെ ചിത്രം അവരുടെ മനസ്സിൽ നിറഞ്ഞു നില്ക്കുകയും ചെയ്യു ന്നുണ്ട്. ഇവരുടെ തന്നെ രാത്രിസന്ദർശനങ്ങൾ, നദികൾ, പാലത്തിൽ നിന്ന് തുടങ്ങിയ കവിതകളും ഈ സമാഹാരത്തെ ഏറെ ശ്രദ്ധേയമാ ക്കുന്നു.

കാലിഫോർണിയയിൽ താമസമാക്കിയിരിക്കുന്ന നിക്കരാഗ്വൻ കവി ജിയൊകോൺട ബെല്ലിയുടെ കവിതകൾ ലോകനിലവാരമുള്ളവയാണ്. കവിതകൾ കൂടാതെ നോവലുകളും ചെറുകഥകളും ഒരു വിഖ്യാത ഓർമ്മ ക്കുറിപ്പും അവർ രചിച്ചിട്ടുണ്ട്. *ഫ്രം ഈവ്സ് റിബ്* എന്ന പ്രശസ്തമായ

കവിതാസമാഹാരത്തിൽ നിന്ന് എടുത്തിട്ടുള്ള കവിതകളാണതിൽ ഉൾക്കൊള്ളിച്ചിരിക്കുന്നത്. 'മറ്റുള്ളവരുടെ രക്തം' എന്ന കവിതയിലേക്കു തന്നെ നമുക്ക് ശ്രദ്ധിക്കേണ്ടിയിരിക്കുന്നു. മരിച്ചുപോയവരെക്കുറിച്ചുള്ള കവിതകളാണ് ഞാൻ വായിക്കുന്നത്.

ഞാൻ അതിജീവിക്കപ്പെട്ടു. കരയാനും ചിരിക്കാനും വേണ്ടി ഞാൻ ജീവിച്ചു. ഒരു ട്രക്കിന്റെ പിൻഭാഗത്തുനിന്ന് ഞാനലറിവിളിച്ചു. അന്ന് ഞങ്ങൾ മതാഗയിൽ എത്തിച്ചേർന്ന ദിവസമായിരുന്നു. നമ്മുടെയൊക്കെ ശരീരത്തിലെ രക്തം നമ്മെ അന്യോന്യം സ്നേഹിക്കാൻ അനുവദിക്കുന്നുണ്ടോ? അത് നമ്മുടെ സ്വന്തം രക്തം തന്നെയാണോ! നിക്കരാഗ്വൻ ജനതയുടെ സ്വാതന്ത്ര്യസമരത്തിന്റെ ഓർമ്മകൾ അമ്പവിറക്കുന്ന കവി യെയാണ് ഇവിടെ നാം കാണുന്നത്. രാഷ്ട്രീയപരമായ വിഭാവനങ്ങൾ സൃഷ്ടിക്കുന്ന ഭാഷ മിക്കവാറും ശുദ്ധവും സുദൃഢവും അടിയന്തരമായി വ്യക്തമായ ദിശാബോധവും ഉൾക്കൊള്ളുന്നവയാണ്. ഈ ഭാവനകൾ പേറുന്ന കവികൾക്ക് രൂപാലങ്കാരത്തിന്റെ പിൻബലവും സ്വന്തമായുണ്ട്. കലാപരമായ സിദ്ധിയിലൂടെയാണവർ ഇത് നേടിയെടുക്കുന്നത്. ഒരു മുഖം കണ്ടെത്തുന്നതിലൂടെ നിരവധി മുഖങ്ങളാണവർ തിരിച്ചറിയുന്നത്. ഒരു നിമിഷത്തിന്റെ കണ്ടെത്തലിലൂടെ ഒരു നൂറ്റാണ്ടിനെയാണവർ അറി യാൻ ശ്രമിക്കുന്നത്. ഈ സമാഹാരത്തിലെ മറ്റൊരു പ്രശസ്തനായ നിക്ക രാഗ്വൻ കവി എണസ്റ്റോ കാർഡിനൽ പിടിക്കപ്പെട്ടതിനുശേഷം സ്വത ന്ത്രരാക്കപ്പെട്ട തത്തകൾ പ്രതീകവല്ക്കരിക്കുന്നു. നിക്കരാഗ്വയിലെ പോരാളികളായ വിപ്ലവകാരികളെയാണ് റോ ക്യൂഡാൽടൺ എന്ന കവി യുടെ പീഡനത്തിരയാകുന്ന ഇരകളുടെ അനുഭവങ്ങൾ ആരെയും പേടി പ്പെടുത്തുന്നവയാണ്.

ഈ സമാഹാരത്തിലെ നിരവധി കവികളുടെ കവിതകളിൽ പീഡ നമൂറകളുടെ ഭീകരതാളം ശരിക്കും അനുഭവപ്പെടുന്നുണ്ട്. ജിമ്മി സാന്റി യാഗോ ബാക്കായുടെ കവിതകളിൽ സംഗീതത്തിന്റെ ഈ മുഴക്കം നിറ യുന്നുണ്ട്. ന്യൂമെക്സിക്കോയിലെ കവിയായ സാന്റിയാഗോയുടെ അനു ഭവങ്ങൾ അദ്ദേഹത്തിന്റെ കവിതകളിലും തുടിച്ചു നില്ക്കുന്നു. സാമൂ ഹികമായ ഭീകരത കവിയുടെ തിരിച്ചറിയലുകളിലൂടെയാണ് ലക്ഷ്യം കണ്ടെത്തുന്നത്. ഈ സമാഹാരത്തിലെ മിക്കവാറും കവികളും ആക്ടി വിസ്റ്റുകളോ രാഷ്ട്രീയമായി പ്രശ്നങ്ങളിൽ ഇടപെടുന്നവരോ ആണ്. ജാക്ക് ഹിർഷ്മാനും സാറാ മെനീഫിയും സാൻഫ്രാൻസിസ്കോയിലെ ഭവന രഹിതരായ മനുഷ്യർക്കു വേണ്ടി പോരാട്ടം നടത്തുന്നവരാണ്. പ്രവാസ കവിയായ വിക്ടർ മോൺടെജോ റോയൽ ജനതയുടെ യാതന കൾക്കെതിരെ പോരാട്ടം നടത്തുന്നവനാണ്.

1967 ൽ ഏകാധിപത്യ ഭരണകൂടം (ഗ്വാട്ടിമാല) ചുട്ടെരിച്ചുകൊന്ന പ്രതിഭാസമ്പന്നനായ കവി ഒട്ടോറെനെ കാസ്റ്റലൊയുടെ കവിതകളാണ് ഈ സമാഹാരത്തിന്റെ ഏറ്റവും ശ്രദ്ധേയമായ അവസ്ഥയെന്ന് പറയു ന്നതിൽ യാതൊരു തെറ്റുമില്ല. ഗറില്ലാ പ്രസ്ഥാനത്തിലൂടെ വളർന്നുവന്ന

കവിയെ തടവിലിട്ട് പീഡിപ്പിക്കുകയും 1966 ൽ ഗ്വാട്ടിമാലയിലേക്ക് മട ങ്ങിവന്നപ്പോൾ ചുട്ടുകൊല്ലുകയുമാണുണ്ടായത്. കാസ്റ്റെല്ലോയുടെ മൂന്ന് ശക്തമായ രചനകൾ അതിലുൾപ്പെട്ടിരിക്കുന്നു.

ഇനിയും ജനിക്കാതിരിക്കുന്നവർക്കുവേണ്ടി നമ്മുടെ കാലത്തിന്റെ ആവേശജനകമായ കഥ പറഞ്ഞപ്പോൾ അവർക്കുവേണ്ടി ഞങ്ങൾ നേര ത്തെതന്നെ പുറത്തേക്ക് വരുമെന്നാണ് അവർ മറുപടി പറഞ്ഞത്. അങ്ങനെ അവരുടെ മുൻഗാമികൾ അനുഭവിച്ച യാതനകളെക്കുറിച്ചറി യാൻ കഴിയുമെന്നവർ വിശ്വസിച്ചു. പക്ഷേ, ഈ ലോകത്തെ കണ്ണുകളി ലൂടെ തിരിച്ചറിയുന്നത് എത്രയോ സുന്ദരമാണ്. അതും ഇതുവരെ മുള യ്ക്കാത്ത മിഴികളിലൂടെ. നിങ്ങൾ നേടിയെടുത്ത വിജയത്തിന്റെ ആഹ്ലാ ദങ്ങൾ തണുപ്പിലും ഇരുട്ടിലും പുതിയ വഴികൾ തുറന്നു വരുന്നു.

അരാഷ്ട്രീയവാദികളായ ബുദ്ധിജീവികൾ എന്ന കവിതയിലൂടെ കാസ്റ്റെല്ലോ അവരെ നീതിക്കുമുൻപിൽ കൊണ്ടുവരാൻ നിയോഗിതരായ സാധാരണക്കാരായ മനുഷ്യരെക്കുറിച്ചാണ് ചിന്തിക്കുന്നത്. രാജ്യം സാവ ധാനം അന്ത്യശ്വാസം വലിച്ചുകൊണ്ടിരുന്നപ്പോൾ അവരെന്താണ് ചെയ്തത്. ഒരു മധുരാഗ്നിപോലെ ചെറിയതും ഒറ്റയ്ക്കുമായി അത് കെട്ട ടങ്ങിയതിന്റെ നിശ്വാസങ്ങൾ മാത്രം അവശേഷിച്ചപ്പോൾ നീണ്ട ഈ കവിത അവസാനിക്കുന്നതിങ്ങനെയാണ്. "നിശ്ശബ്ദതയുടെ കഴുകൻ നിങ്ങളുടെ ധൈര്യത്തെ കാർന്നുതിന്നും. നിങ്ങളുടെതന്നെ ദുരന്തങ്ങൾ നിങ്ങളുടെ ആത്മാവിൽ നുള്ളിനോവിക്കും. അതോടെ നിങ്ങൾ നിശ്ശബ്ദ രാവുകയും ചെയ്യും. നമുക്ക് മുന്നോട്ടു നീങ്ങാം." 'രാജ്യമേ' എന്ന നീണ്ട കവിതയും റെനെ കാസ്റ്റെല്ലോ കവിതയുടെ രാഷ്ട്രീയ വിഭാവനങ്ങളുടെ സൂക്ഷ്മത പങ്കുവെക്കുന്നവയാണ്. ഈ കവി ആധുനിക ലാറ്റിനമേരി ക്കൻ കവിതയുടെ തിളക്കമാർന്ന പ്രതീകമായിരുന്നു. കാസ്റ്റെല്ലോയെ ചുട്ടെരിച്ചുവെങ്കിലും ഗ്വാട്ടിമാലയിലെ ജനങ്ങൾ കാസ്റ്റെല്ലോ കവിതകളെ നെഞ്ചിലേറ്റി നടന്നു. കാലം ഈ കവിക്കു മുന്നിൽ ആദരവോടെ തലകു നിച്ച് നില്ക്കുകയാണ്. ഈ സമാഹാരത്തിലെ കവിതകൾ അധിക്ഷേപ ത്തിന്റെ ദർശനങ്ങൾ ചൊരിയുന്നതോടൊപ്പം പലതിനെയും അംഗീകരി ക്കാനും തയ്യാറാകുന്നവയാണ്. പ്രത്യാശിക്കാനുള്ള മനുഷ്യന്റെ കഴിവിനെ ഒരിക്കലും ഈ കവിതകൾ നിഷേധിക്കുന്നില്ല. കവിതകളിലൂടെ ഒരുപ്ര വാചകശബ്ദം മുഴങ്ങിക്കേൾക്കുന്നു. കവികൾ ശരിക്കും സാദ്ധ്യതകളെ ക്കുറിച്ചാണ് പാടുന്നത്. അതോടൊപ്പം ആത്യന്തികമായ നീതിബോധ ത്തെക്കുറിച്ചും അവർ ബോധവാന്മാരാണ്. അവിടെയാണ് ക്ലാരിബൽ അലിഗ്രയയുടെയും ജിയോ കോൺടാബെല്ലിയുടെയും ഓട്ടോറെൻ കാസ്റ്റെല്ലോയുടെയും പ്രസക്തിയേറുന്നത്.

റോക്യൂഡാൽട്ടന്റെ ഒരു കവിതയിൽ നിന്നാണ് ഈ സമാഹാര ത്തിന്റെ ശീർഷകവും തെരഞ്ഞെടുത്തിരിക്കുന്നത്.

"ഈ ലോകം സുന്ദരമാണെന്ന് ഞാൻ വിശ്വസിക്കുന്നു. അപ്പം പോലെ കവിത ശരിക്കും എല്ലാവർക്കും വേണ്ടിയുള്ളതാണ്."

വാക്കുകളുടെ ഭൂദൃശ്യങ്ങൾ

ലാറ്റിനമേരിക്കൻ നോവൽ സാഹിത്യത്തിലെ മഹാദ്ഭുതങ്ങളായ ഗബ്രിയൽ ഗാർസിയ മാർക്കേസിന്റെ *ഏകാധിപതിയുടെ ശരത് കാലം (Autumn of the Patriarch)* ഔഗസ്തോ റൊ അബസ്തോസിന്റെ (Augusto Roa Bastos) *ഐ ദി സുപ്രീം (I the Supreme)* എന്നീ നോവലു കളുടെ രചനകൾക്ക് പ്രചോദനം നല്കിയെന്ന് അവർ തന്നെ അവകാശപ്പെട്ട നോവലാണ് *സ്വേച്ഛാധിപതി ബാൻദെരാസ് (Tyrant Banderas)* ഇതിന്റെ സ്രഷ്ടാവായ റാമോൺ ഡെൽവാല്ലെ – ഇൻക്ലാൻ (Romon Del-Valle Inclan) 1866 ൽ ഗലീസിയയിലെ കുലീന കുടുംബത്തിലാണ് ജനിച്ചത്. പിതാവിന്റെ ആഗ്രഹപ്രകാരം അദ്ദേഹം നിയമപഠനം നടത്തിയെങ്കിലും പിതാവിന്റെ മരണശേഷം മാഡ്രിഡ് നഗരത്തിലേക്കു പോയി പത്രപ്ര വർത്തകനായും നിരൂപകനായും ജോലിചെയ്തു. 1895 ലാണ് സ്പെയി നിൽ വെച്ച് ആദ്യത്തെ കഥാസമാഹാരം പ്രസിദ്ധപ്പെടുത്തുന്നത്. മാഡ്രി ഡിലെ കഫെകളിൽ നിത്യസാന്നിദ്ധ്യമായിരുന്ന അദ്ദേഹത്തിന് ഒരു നിരൂ പകനുമായുള്ള പോരാട്ടത്തിനിടയിൽ ഒരു കൈ നഷ്ടപ്പെട്ടുവെന്ന ദുര ന്തവും നേരിടേണ്ടതായിവന്നു. കവി, നാടകകൃത്ത്, നോവലിസ്റ്റ്, നിരൂപ കൻ, പത്രപ്രവർത്തകൻ എന്നീ മേഖലകളിൽ അദ്ദേഹം തന്റെ പ്രതിഭ തെളിയിച്ചു. *ഗീതകങ്ങൾ, മാർക്കേസ് ബ്രാഡൊമിന്റെ ഓർമ്മക്കുറിപ്പുകൾ* തുടങ്ങിയ രചനകളും എടുത്തുകാണിക്കേണ്ടതായിട്ടുണ്ട്. സ്പാനിഷ് മാഡോണിസിമോയുടെ പ്രധാന വക്താവായിട്ടാണ് അദ്ദേഹം അറിയപ്പെ ട്ടിരുന്നത്. ഇതുകൂടാതെ നാടകകൃത്ത്, നടൻ, സംവിധായകൻ എന്നീ നിലകളിൽ സ്പാനിഷ് നാടകവേദിയെ സമ്പന്നമാക്കുന്നതിലും പ്രധാന പങ്കുവഹിച്ച വ്യക്തിയായി അദ്ദേഹം അറിയപ്പെടുന്നു. മെക്സിക്കോയിൽ കഴിഞ്ഞതിന്റെ അനുഭവങ്ങളിൽ നിന്നാണ് *സ്വേച്ഛാധിപതി ബാൻദെരാസ്* എന്ന നോവൽ രചിച്ചത്. അന്ന് മെക്സിക്കോ പൂർണ്ണമായും വിപ്ലവത്തിന്റെ

കടുത്ത നോവിൽപ്പെട്ട് വലയുകയായിരുന്നു. താൻ രൂപം കൊടുത്ത ആധുനിക രചനാസങ്കല്പത്തിന്റെ സത്തയായിട്ടാണ് *സേച്ഛാധിപതി ബാൻദെരാസ്* എന്ന നോവൽ രചിക്കപ്പെട്ടത്. ഈ നോവലിന് നിരവധി പരിഭാഷകൾ വന്നിട്ടുണ്ടെങ്കിലും ഒരു നൂറ്റാണ്ടിനുശേഷമാണ് അമേരിക്കയിലെ *ന്യൂയോർക്ക് റിവ്യൂ ബുക്സ് (New York Review Books)* 2012 ൽ നോവലിന്റെ ഏറ്റവും മികച്ച ഇംഗ്ലീഷ് പരിഭാഷ ലോകമെമ്പാടും മുള്ള സാഹിത്യാസ്വാദകർക്കായി പുറത്തിറക്കിയിരിക്കുന്നത്. പ്രശസ്ത പരിഭാഷകനായ പീറ്റർ ബുഷ് (Peter Bush) പരിഭാഷപ്പെടുത്തിയിരിക്കുന്ന ഈ നോവലിന് നോവലിസ്റ്റും പരിഭാഷകനും നിരൂപകനും ചിന്തകനുമൊക്കെയായ ആൽബർട്ടൊ മാൻഗ്വലാണ് ആമുഖമെഴുതിയിരിക്കുന്നത്.

നോവലിന്റെ കഥ നടക്കുന്നത് ഒരു സാങ്കല്പിക ലാറ്റിനമേരിക്കൻ രാജ്യത്തിലാണ്. അവിടത്തെ ഒരു സ്വേച്ഛാധിപതിയുടെ ഭരണകാലത്തിന്റെ ശക്തമായ ചിത്രീകരണമാണ് ഈ നോവലെന്ന് പറയുന്നതായും ശരി. പത്തൊൻപതാം നൂറ്റാണ്ടിലെ ലാറ്റിനമേരിക്കൻ ഭൂഖണ്ഡത്തിലാകെ സ്വേച്ഛാധിപത്യ ഭരണകൂടങ്ങൾ ശിഥിലമാക്കിയ ഒരന്തരീക്ഷമാണുണ്ടായിരുന്നത്. പിന്നീട് ഇരുപതാം നൂറ്റാണ്ടിലും വളരെയേറെ ഏകാധിപത്യ ഭരണകൂടങ്ങളും അവർക്കെതിരെയുണ്ടായ ജനകീയ സമരങ്ങളും സ്വാതന്ത്ര്യം പുനഃസ്ഥാപിക്കലുമൊക്കെ ചരിത്രത്തിൽ നാം ദർശിച്ചുകഴിഞ്ഞതാണ്.

ലാറ്റിനമേരിക്കൻ സാഹിത്യത്തിലുണ്ടായ പല മികച്ച രചനകളും മാജിക്കൽ റിയലിസംപോലുള്ള നൂതന പ്രവണതകളും കടന്നുവന്നത് ഈയൊരു ദുരന്തപൂർണ്ണമായ അന്തരീക്ഷത്തിൽ നിന്നാണ്. ചിലിയിലും മെക്സിക്കോയിലും അർജന്റീനയിലും ഗ്വാട്ടിമാലയിലും ബ്രസീലിലും പരാഗ്വായിലും പെറുവിലുമൊക്കെ ഇതിന്റെ നിദാനങ്ങൾ നമുക്ക് എടുത്തുകാണിക്കാൻ കഴിയും. നൂറ്റാണ്ട് പിന്നിട്ടിട്ടും ഈ നോവൽ ഇപ്പോഴും ചർച്ചചെയ്യപ്പെടുകയും കൂടുതൽ ശക്തമായ വായനയ്ക്ക് വിധേയമാവുകയും ചെയ്യുന്നത് അതിന്റെ മൗലികമായ സാഹിത്യഗുണം കൊണ്ടാണ് ഏകാധിപത്യത്തെക്കുറിച്ചുള്ള ഇരുപതാം നൂറ്റാണ്ട് ദർശിച്ച ആദ്യത്തെ നോവലെന്ന നിലയിലും ഇത് ഇന്നും ശ്രദ്ധപിടിച്ചുപറ്റുന്നു.

നോവലിന്റെ ആരംഭത്തിൽ സ്വേച്ഛാധിപതിക്കെതിരെ വിപ്ലവം നയിക്കുന്ന ഇന്ത്യൻ വംശജരുടെ ഒരു നിഗൂഢമായ നീക്കത്തെക്കുറിച്ച് നോവലിസ്റ്റ് സൂചിപ്പിക്കുന്നുണ്ട്. നല്ല നിലാവെളിച്ചമുള്ള രാത്രിയിൽ ചതുപ്പ് നിലങ്ങളിലൂടെയാണവർ കടന്നുപോകുന്നത്. ചക്രവാളത്തിന്റെ പിറുപിറുക്കലുകൾപോലും നിശ്ശബ്ദതയിൽ വ്യക്തമായി കേൾക്കാമായിരുന്നു. അവരുടെ മുഖങ്ങളിൽ പ്രകടമായിരുന്ന ആവേശത്തിന്റെ വെളിച്ചം രാത്രിയുടെ ഏകാന്തതയിൽ ചാന്ദ്രവെളിച്ചത്തിൽ ഒരേ ലക്ഷ്യത്തിനായി സമർപ്പിക്കപ്പെട്ടതായിരുന്നു. സ്വാതന്ത്ര്യത്തിന്റേതായ വെളിച്ചം.

ഏകാധിപതികളുടെ സാർവ്വലൗകികമായ സ്വഭാവവിശേഷങ്ങൾ ലാറ്റിനമേരിക്കയിലെപ്പോലെ ആഫ്രിക്കൻ ഭൂഖണ്ഡത്തിലും ബർലിൻ ചുമ

രിന്റെ തകർച്ചയ്ക്കു മുൻപുള്ള റഷ്യയിലെയും കിഴക്കൻ യൂറോപ്പി
ലെയും ഏകാധിപത്യങ്ങൾക്കുണ്ടായിരുന്നതായി നമുക്കു കാണുവാൻ
കഴിയും. ഇത് നൂറ്റാണ്ടുകളായി നിരവധി ചോദ്യങ്ങൾക്ക് ഉത്തരം
നല്കാതെ മനുഷ്യരാശിയെ വിഷാദത്തിന്റെ സന്തതികളാക്കി മാറ്റുന്നു.
ബാൽദെരെയും ചൂഷണത്തിലൂടെ സാധാരണക്കാരുടെ ജീവിതസ്വപ്ന
ങ്ങളെ തകർക്കുന്നത് വലിയ ഒരു കിരാത സമൂഹത്തിന്റെ പിൻബല
ത്തോടെയാണ്. വിപ്ലവത്തെ നേരിടുവാനുള്ള തയ്യാറെടുപ്പുകൾ അവരുടെ
ക്യാമ്പിലും സജീവമായി നിലനില്ക്കുന്നു. ഇവർക്ക് പിന്തുണയുമായി
അമേരിക്കൻ മുതലാളിവർഗ്ഗത്തിന്റെ നിഗൂഢശക്തി പ്രവർത്തിക്കുന്നു.

നിക്കരാഗ്വയിലും ബൊളീവിയയയിലും വെനസേലയിലും ചിലിയിലു
മൊക്കെ നാമിതിന്റെ ദാരുണവശങ്ങൾ ശരിക്കും അറിഞ്ഞിട്ടുള്ളതാണ്.
ഈ കിരാത ഭരണത്തോടു ചേർന്നുപോകാനാവാതെ നിർബന്ധിതപ്ര
വാസിത്വം ഏറ്റുവാങ്ങിപ്പോകുന്ന എഴുത്തുകാരും ബൗദ്ധിക സമൂഹവു
മുണ്ട്. അതോടെ രാജ്യം ഏകാധിപതിയുടെ ക്രൂരമായ കരങ്ങളിലേക്ക്
ഒറ്റപ്പെടുകയോ വലിച്ചെറിയപ്പെടുകയോ ആണ്. പക്ഷേ, ഈ നോവലിൽ
ശരിക്കും പ്രതിരോധങ്ങൾ നാമ്പെടുക്കുന്നതിന്റെ സൂചനയായിട്ടാണ് വിപ്ല
വത്തിന്റെ മുഴക്കം ഉയർന്നുകേൾക്കാൻ തുടങ്ങിയത്.

കാർലോസ് ഫുയൽതെസ് എഴുതിയതുപോലെ "ലാറ്റിനമേരിക്ക
യിലെ ഇരുപത്തേഴ് രാജ്യങ്ങളിലും ഓരോ സ്വേച്ഛാധിപതിയുടെ വാഴ്ച
കാലാനുസൃതമായി വന്നുഭവിച്ചിട്ടുണ്ട്. അവിടത്തെ എഴുത്തുകാർ ഇതി
നെക്കുറിച്ച് നോവലുകൾ രചിക്കുവാനും നിർബന്ധിതരാകുന്നു. റാമോൺ
ഡെൽ വാല്ലെ ഇൻക്ലാൻ ഈ കാര്യത്തിൽ ഒരു വലിയ പിതാമഹനാണ്."

പത്തൊൻപതാം നൂറ്റാണ്ടിന്റെ ആദ്യപാദത്തിൽത്തന്നെ താളം
തെറ്റിയ ഒരു ഭരണക്രമത്തിന്റെ ദുഷിതമായ അധികാരസീമയെ അതിന്റെ
എല്ലാ മറയും നീക്കി ഈ നോവലിലൂടെ അദ്ദേഹം അനാവരണം ചെയ്യു
കയാണ്. 1892 ൽ മെക്സിക്കോ സന്ദർശിച്ച കാലത്തെ അനുഭവങ്ങൾ
അന്ന് ഏറെ അറിയപ്പെട്ടുകഴിഞ്ഞിരുന്ന എഴുത്തുകാരനായി മാറിയ
റാമോൺ ഇൻക്ലാനിന് തന്റെ നോവൽ സങ്കല്പത്തിലെ പ്രമേയവുമായി
സമന്വയിപ്പിക്കാൻ കഴിഞ്ഞു. പ്രിമോഡി റിവേരയുടെ ഏകാധിപത്യം
സ്പെയിനിൽ നിലനിന്നിരുന്ന കാലത്ത് (1923–30) അധിനിവേശ രാജ്യ
മായ മെക്സിക്കോയിലും അതിന്റെ പ്രതിഫലനങ്ങൾ സൃഷ്ടിച്ചു. റിവേര
വിരുദ്ധ ചെയ്തികൾക്ക് നോവലിസ്റ്റിന് കുറച്ചുകാലം തടവറയിൽ കഴി
യേണ്ടതായും വന്നു. മെക്സിക്കൻ ഭൂദൃശ്യങ്ങളിൽ ഇത് ഏകാധിപത്യ
പ്രതിരോധം സൃഷ്ടിക്കുമോയെന്ന് അയാൾ ഭയപ്പെട്ടിട്ടുണ്ടായിരിക്കണം.

സാന്റോസ് ബാൻദെരാസ് എന്ന ഏകാധിപതിയുടെ സൃഷ്ടിയിൽ
തന്റെ അനുഭവങ്ങളിൽ നിന്നു കിട്ടിയ ഊർജ്ജം പകർന്നുകൊടുക്കാൻ
നോവലിസ്റ്റിനും കഴിഞ്ഞിരുന്നു. ബാൻദെരാസിന്റെ ഇത്തരമൊരു ചിത്രീ
കരണത്തിലൂടെ ആ കഥാപാത്രത്തെ തികച്ചും ആധുനികമായ രീതിയി
ലാണ് നോവലിസ്റ്റ് അവതരിപ്പിക്കുന്നത്. പുറത്തുനിന്നുള്ള ആരവം ജന

റലിന്റെ കാതുകളിലെത്തി. "സ്പെയിൻ നീണാൾ വാഴട്ടെ. ലാറ്റിൻ വർഗ്ഗം നീളാൾവാഴട്ടെ. ജനറൽ ബാൻദെരാസ് നീണാൾവാഴട്ടെ," അതിന്റെ മുഴക്കം തെരുവുകളെ കൂടുതൽ ഭ്രാന്തമായ ഒരവസ്ഥയിലാക്കി.

അതേസമയം നീതിക്കും സ്വാതന്ത്ര്യത്തിനും വേണ്ടി പോരാടുന്ന സാധാരണക്കാരായ വിപ്ലവകാരികൾ രാജ്യത്തിന്റെ നിഗൂഢതയിലെവി ടെയോ ഏകാധിപതിയുടെ പതനം മാത്രം നെഞ്ചിലേറ്റി ജനതയെ അതി നായി ഉയർത്തിവിടാനുള്ള തിരക്കിലായിരുന്നു. ചെറുപ്പക്കാരനായ വിപ്ല വകാരി നാഷിറ്റെയുടെ ചിന്തകളിൽ നാടിന്റെ മോചനമല്ലാതെ മറ്റൊന്നുമുണ്ടായിരുന്നില്ല. ആത്മഹത്യയിലേക്ക് നാടിനെയും ജനങ്ങ ളെയും തള്ളിവിടുന്ന ഏകാധിപതിയുടെ കാലം അവസാനിക്കുന്നതിന്റെ മുഴക്കം റിപ്പബ്ലിക്കിന്റെ ഭൂമിയിൽ ഒടുങ്ങാതെ പുതിയൊരു പ്രഭാതത്തിന്റെ വരവിനായി അലഞ്ഞുനടന്നുകൊണ്ടിരുന്നു.

സാന്റോമോണിക്ക തടവറകളിൽ ജനറൽ ബാൻദെരാസിന്റെ കാപാ ലിക സമൂഹത്തിന്റെ പീഡനമേറ്റ് തളരുമ്പോഴും മരണത്തെ തൊട്ടുമു ന്നിൽ കാണുമ്പോഴും നാവിൽ തൊട്ടു നനയ്ക്കാൻ ഒരുതുള്ളി ജലം പോലും ലഭിക്കാതെ പോരാട്ടചരിത്രത്തിന്റെ ദുഃഖസ്മൃതിയിലേക്ക് കട ന്നുപോയവർ അവരുടെ പ്രത്യാശകളും മോഹങ്ങളും അടങ്ങാത്ത സ്വാത ന്ത്ര്യദാഹത്തിന്റെ കഥകളും നിശ്ശബ്ദമായി മനസ്സിൽ ചേർത്തുവെച്ചുകൊ ണ്ടിരുന്നു. ജനറലിന്റെ രഹസ്യനിർദ്ദേശങ്ങൾക്കൊപ്പം വാടിക്കരിയുന്ന മനുഷ്യരുടെ തപ്തനിശ്വാസങ്ങൾ അനാവരണം ചെയ്തു. സാന്റാമോ ണിക്കയിലെ കോട്ടകൾക്കുള്ളിൽ പ്രതിരോധിക്കാനാവാതെ തകർന്നു വീണ മനുഷ്യരുടെ വിലാപങ്ങൾ പുറത്ത് വിപ്ലവത്തിന്റെ ശക്തമായ സ്രോതസ്സുകൾക്ക് വഴിയൊരുക്കിയത് ബാൻദെരാസ് അറിയാതെ പോവു കയായിരുന്നു.

അവസാനത്തെ പിടിച്ചുനില്പിനുവേണ്ടി പൊരുതിയ ബാൻദെ രാസിന്റെ പതനം അനിവാര്യമായ ഒരവസ്ഥയായി അവിശ്വാസത്തിന്റെ നിഴലിൽ സ്വന്തം പുത്രിയെപോലും തടവിലിട്ട ഒരേകാധിപതി മരിക്കു ന്നതിനു മുമ്പ് അതിന്റെ വാതിലുകൾ തുറന്നുനോക്കുന്നുണ്ട്. ബാൻദെ രാസ് ബാസ്റ്റാർഡിന്റെ പുത്രിയെന്ന നിലയിൽ ഒരുപക്ഷേ, ഇരുപതുവർഷം മുമ്പ് അയാൾ ജന്മംകൊടുത്ത പുത്രിയെയും അവർ വെറുതെ വിട്ടു വെന്നു വരില്ല. കാവൽ നിന്നിരുന്ന പരിചാരകരുടെ എതിർപ്പ് അവഗണി ച്ചുകൊണ്ട് അയാൾ നെഞ്ചിൽ ഒളിപ്പിച്ച കഠാരി പുറത്തെടുത്ത് മുടിയിൽ പിടിച്ചുപൊക്കി കൊല ചെയ്യുകയായിരുന്നു. ഒരു പതിനഞ്ചു തവണ അയാൾ അവളെ കുത്തിക്കാണും. കൊല ചെയ്യപ്പെട്ട ഏകാധിപതിയുടെ ശിരസ്സ് വിപ്ലവകാരികൾ ഒരു തൂക്കുമരത്തട്ടിലേറ്റി പരേഡ് മൈതാനത്ത് പ്രദർശിപ്പിച്ചിരുന്നു.

ഈ നോവലിൽ ഇംഗ്ലീഷിലേക്ക് പരിഭാഷപ്പെടുത്തിയ പീറ്റർ ബുഷ് തനിക്കുണ്ടായ തീവ്രമായ അനുഭവങ്ങളെക്കുറിച്ച് സൂചിപ്പിക്കുന്നുണ്ട്. റാമോൺ, ഡെൽവാല്ലെ, തുൻക്ലാൻ എന്ന നോവലിസ്റ്റ് വാക്കുകളുടെ

ഭൂദൃശ്യത്തെയാണ് ജീവിതത്തിലേക്കു കൊണ്ടുവന്നിരിക്കുന്നത്. അതിനു പിന്നിൽ കഥ പറച്ചിലിന്റെ ഫിക്ഷന്റെ ചാരുത ഒന്നു വേറെതന്നെ. മാർക്വേസും റോ അബസ്തോസും അസ്തുരിയാസുമൊക്കെ ബാൻദെ രാസിൽ ആകൃഷ്ടനായെങ്കിൽ അതുതന്നെയാണ് നോവലിന്റെയും നോവ ലിസ്റ്റിന്റെയും മഹത്ത്വം.

ഗ്രെഗറി റെബസ്സയുടെ പരിഭാഷാ ജീവിതം പരിഭാഷയും അതിന്റെ അസംതൃപ്തികളും

സമകാലീന ലോകസാഹിത്യത്തിലെ അജ്ഞാതരായ നായകന്മാ രാണ് പരിഭാഷകരെന്നു ചിന്തിക്കുമ്പോൾ അവരിൽ വച്ചേറ്റവും മികച്ച നായകനായി ഗ്രെഗറി റെബസ്സയെ നമുക്ക് അംഗീകരിക്കാം. റെബസ്സ യുടെ ഏറ്റവും മികച്ച പരിഭാഷയിലൂടെ ലോകപ്രശസ്തനായ ഗബ്രിയൽ മാർക്കേസ് ഇദ്ദേഹത്തെ വിശേഷിപ്പിച്ചത് ഇംഗ്ലീഷ് ഭാഷയിലെ ഏറ്റവും നല്ല ലാറ്റിനമേരിക്കൻ എഴുത്തുകാരനായിട്ടാണ്. ഒരു പരിഭാഷകനെന്ന നിലയിൽ ഗ്രെഗറി റെബസ്സ ചെലുത്തിയ സ്വാധീനം എല്ലാ കണക്കുകൂ ട്ടലുകൾക്കും അപ്പുറത്താണ്. മാർക്കേസിന്റെ *ഏകാന്തതയുടെ നൂറുവർഷ ങ്ങളും* കുലപതിയുടെ *ശരത്കാലവും* ഹൂലിയോ കോർത്തസാറിന്റെ *ഹോപ്സ്കോച്ചുമൊക്കെ* പരിഭാഷയിലൂടെ ലോകസാഹിത്യത്തിനു പരി ചയപ്പെടുത്തിക്കൊടുത്തത് ഗ്രെഗറി റെബസ്സയാണ്. ഇവരെ കൂടാതെ എത്രയോ മികച്ച ലാറ്റിനമേരിക്കൻ എഴുത്തുകാരുടെ കൃതികൾക്ക് റെബ സ്സയുടെ പരിഭാഷയിലൂടെ ഒരു യഥാർത്ഥ പുനർസൃഷ്ടിയുടെ ആത്മാവ് കണ്ടെത്തുവാൻ കഴിഞ്ഞു. അസ്തൂരിയാസും ഹോസെ ലെസാമ ലൂമയും ദിമട്രിയോ അഗ്ഗിലേര മാൾടയും ഒസ്മാൻലിൻസും ക്ലാരിസ ലിഷ്പെക്തോമും ഹുവാൻ ഗോയിറ്റ് സോളയും ഷോർഷ് അമാദുവു മൊക്കെ അവരിൽ ചിലർ മാത്രമാണ്. സ്പാനിഷും പോർച്ചുഗീസും സാഹിത്യം അത്രമേൽ റെബസ്സയോടു കടപ്പെട്ടിരിക്കുന്നു. ലാറ്റിനമേരി ക്കൻ സാഹിത്യത്തിന്റെ ഈ പുനരാവിഷ്കരണം ശരിക്കും ലാറ്റിനമേരി ക്കൻ നാടുകൾക്കുതന്നെ ഒരു പുതിയ രൂപം പകർന്നുകൊടുക്കുകയാ യിരുന്നു. പലപ്പോഴും അദ്ദേഹത്തിന്റെ ഇംഗ്ലീഷ് പരിഭാഷയുടെ നിലവാരം മൂലകൃതിയുടേതിനേക്കാൾ കൂടുതൽ മൂല്യമുള്ളവയായിരുന്നുവെന്ന് പ്രധാന കൃതിയുടെ രചയിതാക്കൾ തന്നെ സാക്ഷ്യപ്പെടുത്തുകയും ചെയ്തിട്ടുള്ളതാണ്. ഗ്രെഗറി റെബസ്സയുടെ ഇംഗ്ലീഷ് ഭാഷയിൽ രചിച്ച

ഒരു പുസ്തകമായ *ഇതു രാജ്യദ്രോഹമാണെങ്കിൽ* പരിഭാഷയും അതിന്റെ അസന്തുഷ്ടികളും ഒരു ഓർമ്മക്കുറിപ്പ് (*If this be Treason Translation and Its Discontents A Memoir*) അടുത്ത കാലത്ത് വായിക്കുവാൻ കഴിഞ്ഞത് റെബസ്സയുടെ എഴുത്തിന്റെ ഏറ്റവും പുതിയ ലോകത്തിലേക്കു കടന്നുചെല്ലുവാനുള്ള ഒരു അപൂർവ്വ നിയോഗമായിരുന്നു. അമേരിക്കയിലെ വിഖ്യാതമായ ന്യൂ ഡയറക്ഷൻ ബുക്സ് (New Direction Books) ആണ് ഈ ഗ്രന്ഥം പ്രസിദ്ധപ്പെടുത്തിയിരിക്കുന്നത്. ശരിക്കും ഇതൊരു പരിഭാഷാനുസ്മരണമായിട്ടാണ് വായനക്കാരിലേക്ക് എത്തിച്ചേരുന്നത്.

ഈ കൃതിയിലൂടെ താൻ എങ്ങനെയാണ് പരിഭാഷയുടെ രംഗത്തേക്കു കടന്നുവന്നതെന്നും വിവർത്തനസാഹിത്യത്തിന്റെ വിപുലമായ സാദ്ധ്യതകളെക്കുറിച്ചും അല്പം നർമ്മബോധത്തോടെതന്നെ വളരെ ഗൗരവമായി അദ്ദേഹം വിശകലനം ചെയ്യുന്നു.

പരിഭാഷയോട് അദ്ദേഹത്തിന് വൈകാരികമായ ഒരടുപ്പമാണുണ്ടായിരുന്നത്. സ്വന്തം മൗലികമായ ഒരു രചനപോലെതന്നെ അതിനെ സ്വീകരിക്കുവാനുള്ള അർപ്പണബോധവും അദ്ദേഹത്തിനുണ്ടായിരുന്നു. പരിഭാഷകരുടെ പരിഭാഷകൻ എന്ന പേരിൽ വിശേഷിപ്പിക്കപ്പെടുന്ന റെബസ്സയുടെ ജോലിപരമായ, പലരും മൂടിവയ്ക്കുവാൻ നിർബ്ബന്ധിതമാവുന്ന, നിഗൂഢതകൾപോലും, തെല്ലും കാപട്യമില്ലാത്ത അദ്ദേഹം തുറന്നു സമ്മതിക്കുന്നുണ്ട്. പിൽക്കാലത്ത് പല പ്രശസ്ത എഴുത്തുകാരും അദ്ദേഹത്തിന്റെ പരിഭാഷയ്ക്കുവേണ്ടി കാത്തിരിക്കുവാൻ പോലും തയ്യാറായിരുന്നു. ഗൂഢാക്ഷരലേഖകൻ (Cryptographer) എന്ന രീതിയിലുള്ള അതിവിശാലമായ പരിചയസമ്പത്ത് പരിഭാഷകനെന്ന രൂപത്തിൽ തികച്ചും നൂതനമായ സാദ്ധ്യതകൾ അദ്ദേഹത്തിനു തുറന്നു കൊടുത്തു. പരിഭാഷയ്ക്കനുയോജ്യമായ വാക്കുകൾ സ്വീകരിക്കുവാനും നിത്യഹരിത വാക്കുകളുടെ പ്രലോഭനങ്ങളുടെ ലോകം തുറന്നു തരുവാനും റോബസ്സയ്ക്കു സാധിച്ചത് അദ്ദേഹം നേടിയെടുത്ത വിജയങ്ങളുടെ വ്യാപ്തിനെ നമുക്കു മനസ്സിലാക്കിത്തരുന്നു. പരിഭാഷയിലൂടെ ഒരു പുതിയ വായനാ സംസ്കാരത്തിനെയാണ് അദ്ദേഹം പങ്കുവച്ചത്. ഇപ്പോൾ വരുന്ന നിലവാരം കുറഞ്ഞ പരിഭാഷകളും വായനയെ വിരസമാക്കുമ്പോൾ റെബസ്സയുടെ പരിഭാഷയെക്കുറിച്ച് നാം വീണ്ടും വീണ്ടും ഓർത്തുപോകും. ഇന്നത്തെ സമകാലീന സാഹിത്യത്തിൽ ഒരു പരിഭാഷകനുള്ള അത്യാവശ്യമായ ഭാഗം ഉദാഹരണങ്ങൾ സഹിതമാണ് അദ്ദേഹം വിശകലനത്തിനു വിധേയമാക്കുന്നത്. പ്രത്യേകിച്ചും ലോകപ്രശസ്തനായ ഒരു പരിഭാഷകന്റെ രചനയാകുമ്പോൾ അദ്ദേഹത്തിന്റെ ഓർമ്മയിൽ മുൻകാലങ്ങളിൽ അദ്ദേഹം നടത്തിയ സൃഷ്ടിപരമായ യാത്രകളുടെ അനുഭവങ്ങളും അതിലുണ്ടായിരിക്കും.

നിർഭാഗ്യവാനായ വീടുപണിക്കാരൻ

പരിഭാഷകനെ ഒരു ദ്രോഹിയായി ചിത്രീകരിച്ചുകൊണ്ടുള്ള ഒരു തുട

ക്കമാണ് ഗ്രന്ഥത്തിനുള്ളത്. അയാൾ നിർഭാഗ്യവാനായ വീടുപണിക്കാ രനെക്കാൾ മോശമായ അവസ്ഥയിൽ നില്ക്കുന്നവനാണ്. അയാളൊരു തത്ത്വദീക്ഷയില്ലാത്തവനുമാണ്. എവിടെയാണ്, ആർക്കൊക്കെയാണ് ഈ ദ്രോഹം ചെയ്തിരിക്കുന്നതെന്ന ഒരന്വേഷണത്തിനും റെബസ്സ തയ്യാറാ വുന്നുമുണ്ട്. അതോടെ ഒരു കിങ്കരന്റേതുപോലുള്ള ഒട്ടും ശ്രദ്ധിക്കപ്പെ ടാത്ത നിശ്ശബ്ദത മേഖലയിലേക്ക് അയാൾക്കു പിൻവാങ്ങുകയും ചെയ്യാം. ദ്രോഹം ചെയ്തുകഴിഞ്ഞാൽ പിന്നെ അവിടെ വഞ്ചകന്റെ ആവശ്യ കതയ്ക്കും മങ്ങലേല്ക്കുന്നു. പരിഭാഷയെക്കുറിച്ചുള്ള ആമുഖമായ ചിന്ത കളിലാണ് ഇതെല്ലാം റെബസ്സ അവതരിപ്പിക്കുന്നത്. ഏറ്റവും കടുത്ത വഞ്ചന വാക്കുകളോടാണു സംഭവിക്കുന്നത്. വാക്ക് ഭാഷയുടെ ഏറ്റവും സൂക്ഷ്മമായ സത്തയുമാണെന്നുള്ള വിശ്വാസത്തിൽ നില്ക്കേ ഇത് ഭാഷയ്ക്കു നേർക്കുള്ള വഞ്ചന കൂടിയായി മാറുന്നു. ഭാഷകൾ സംസ്കാ രത്തിന്റെ ഉല്പന്നങ്ങളാകുമ്പോൾ ഒരു സംസ്കാരത്തിനെതിരെയുള്ള ദ്രോഹങ്ങളുമായത് സ്വയം രൂപാന്തരപ്പെടുകയാണ്. പിന്നീടാണ് പരിഭാ ഷയിൽ ഏർപ്പെട്ടിരിക്കുന്ന വ്യക്തികൾക്കു നേരെയുള്ള വഞ്ചനയിലേക്കു നാം എത്തിച്ചേരുന്നത്. ഇതിൽ ആദ്യത്തെ ഇരയായിത്തീരുന്നത് നാം പരിഭാഷപ്പെടുത്തുന്ന ഗ്രന്ഥത്തിന്റെ കർത്താവു തന്നെയാണ്. ഒരു പരി ഭാഷകന്റെ വ്യക്തിപരമായ വിഹ്വലതകളിലേക്കു കടന്നുചെന്നുകൊണ്ട് റെബസ്സ തന്റെ ഓർമ്മകളുടെ ഏറെ തീവ്രമായ തലങ്ങളിലേക്ക് വായന ക്കാരെ കൂട്ടിക്കൊണ്ടുപോകുന്നു. പരിഭാഷപ്പെടുത്തിക്കഴിഞ്ഞ് സംതൃപ്തി ലഭിച്ച പല കൃതികളും പില്ക്കാലത്ത് വീണ്ടുമതിനെക്കുറിച്ചു ചിന്തിക്കു മ്പോൾ ഒരു പൂർണ്ണത അവകാശപ്പെടാനില്ലെന്ന ദുഃഖം അവശേഷിപ്പിക്കു ന്നുണ്ടെന്ന് അദ്ദേഹം സമ്മതിക്കുന്നുണ്ട്. ഒന്നുകൂടി മെച്ചപ്പെടുത്തുവാൻ ചില മാറ്റങ്ങൾ വരുത്തുവാൻ കഴിയുമായിരുന്നു. ഒരു പരിഭാഷകൻ ഒരി ക്കലും തന്റെ ജന്മവാസനകളെ വഞ്ചിക്കുവാൻ തയ്യാറാകരുത്. സ്വയ മൊരു ശ്രദ്ധാപൂർവ്വമായ ആത്മവിശ്വാസം അയാൾക്കുണ്ടായിരിക്കുകയും വേണം. വാക്കുകൾ ഉപയോഗിക്കുന്നതിനു മുൻപുള്ള ജാഗ്രതയും കൈവിടരുത്. ശരിക്കും ഉപയോഗിക്കേണ്ട ഒരു വാക്ക് കുറച്ചുകൂടി മിക ച്ചതല്ലാത്ത ഒരു നിലവാരമുള്ള വാക്കിനെക്കാൾ സ്വീകാര്യമാണ്. വാക്കു കളിലൂടെയുള്ള ഒരു അന്വേഷണവും സഞ്ചാരവും ഒരു മികച്ച പരിഭാഷ കന്റെ വ്യക്തിഗതമായ ചിന്തകളിലൂടെയും ഭാവനയിലൂടെയും മാത്രമേ സാഫല്യം കൈവരിക്കുവാൻ കഴിയൂ. വാക്കുകളെ പിന്തുടർന്ന് യഥാ സ്ഥാനത്ത് യോജിപ്പിച്ച് സമന്വയിപ്പിച്ചാൽ മാത്രമേ സൃഷ്ടിപരമായ തല ങ്ങൾക്ക് തികച്ചും മൗലികതയുടെ ഒരു സ്പർശം കൊടുക്കുവാൻ കഴി യൂ.

എങ്ങനെ പരിഭാഷകനായി?

പരിഭാഷയിലേക്കുള്ള റെബസ്സയുടെ കടന്നുവരവിനെക്കുറിച്ച് യാദൃ ച്ഛികമായി ഒന്നിനെ കണ്ടെത്തുവാനുള്ള കഴിവു മാത്രമായിട്ടാണ്

അദ്ദേഹം വിലയിരുത്തുന്നത്. കാര്യങ്ങൾ വേണ്ടതുപോലെ മുന്നിൽ വന്നു പെടുമ്പോൾ അതിനെ തിരിച്ചറിയുവാൻ കഴിയുന്ന ഒരവസ്ഥയാണിത്. അല്ലെങ്കിൽ 1942 ൽ സൈനിക സേവനത്തിലേക്കു വന്ന അദ്ദേഹം യാദൃ ച്ഛികമായി പരിഭാഷാരംഗത്തേക്കുവന്നതിന്റെ പിന്നിലെ നിഗൂഢതകൾ ഗ്രന്ഥത്തിൽ അദ്ദേഹം വിവരിക്കുന്നുണ്ട്. ഒഡീസ്സിയെന്ന പേരിൽ യൂറോ പ്പിലെയും ലാറ്റിനമേരിക്കയിലെയും രചനകൾ പരിചയപ്പെടുത്തേണ്ടിവ ന്നപ്പോഴാണ് അതിനുവേണ്ട രചനകൾ ഭാഷാന്തരം ചെയ്തു പ്രസിദ്ധ പ്പെടുത്തുവാനുള്ള സാഹചര്യമുണ്ടായത്. സ്പാനിഷിലും പോർച്ചുഗീ സിലുമുള്ള രചനകൾക്കായിട്ടാണ് എഡിറ്റർ റെബസ്സയെ ചുമതലപ്പെടു ത്തിയത്. ലാറ്റിനമേരിക്കയിലെ സാഹിത്യത്തിനുണ്ടായ നവോത്ഥാന കുതിച്ചുകയറ്റം അനവധി മികച്ച രചനകൾ ഒരുക്കി പരിഭാഷയ്ക്കു വേണ്ടി കാത്തുകിടന്ന ഒരു കാലമായിരുന്നു അത്. ബ്രസീലിൽ പര്യ ടനം നടത്തുവാനുള്ള നിയോഗവും റെബസ്സയ്ക്കുണ്ടായത് കൂടുതലായി രചനകളിലേക്കു കടന്നുചെല്ലുവാനുള്ള അവസരമുണ്ടാക്കി. കൊളംബിയ യൂണിവേഴ്സിറ്റിക്കുവേണ്ടി ദാൽടൻ ട്രെമിസാനിന്റെ കഥകൾ പരിഭാഷ പ്പെടുത്തുവാനുള്ള നിയോഗവും അങ്ങനെ വന്നുചേർന്നതാണ്. 'ദ് കോർപ്സ് ഇൻദ് പാർലർ' എന്ന കഥ ഒഡീസ്സിയിൽ പ്രസിദ്ധപ്പെടുത്തു കയും ചെയ്തു. പ്രസിദ്ധ ബ്രസീലിയൻ എഴുത്തുകാരി നെലിദപിനോ ണിന്റെ സൗഹൃദം നേടുവാൻ കഴിഞ്ഞതു റെബസ്സയുടെ ജീവിതത്തെ ഏറെ സ്വാധീനിച്ചു. വിഖ്യാതനായ ഷോർഷു അമാദുവിനെ നേരിൽ കാണുവാനും പരിചയപ്പെടുവാനും സാധിച്ചതും നിർണ്ണായകമായ ഒരു യാഥാർത്ഥ്യമായി. യാദൃച്ഛികമായി കണ്ടെത്തുവാൻ കഴിഞ്ഞതിനെ ശരിക്കും സ്വീകരിക്കുവാനും അദ്ദേഹം തയ്യാറായി. ഗ്രന്ഥത്തിലെ ഒന്നാം ഭാഗത്തു ചേർത്തിരിക്കുന്ന അഞ്ചു ലേഖനങ്ങളും ഏതു രീതിയിലാണ് റെബസ്സ ഈ രംഗത്തേക്കു കടന്നുവന്നത് എന്നതിനെക്കുറിച്ചുള്ള ഓർമ്മ കളായിട്ടാണ് അവതരിപ്പിച്ചിരിക്കുന്നത്. ഭാഷാപഠനത്തിനുള്ളിൽ അന്നു ണ്ടായിരുന്ന വിദ്യാഭ്യാസരീതികളിൽ പരിഭാഷയ്ക്കു ശരിക്കും നല്ല പ്രധാ ന്യമാണു കൊടുത്തിട്ടുണ്ടായിരുന്നത്. 'ഞാനും എന്റെ ചുറ്റുപാടും' എന്ന ലേഖനത്തിൽ അദ്ദേഹം വിശദമായിത്തന്നെ ഇതിനെക്കുറിച്ച് വിശകലനം ചെയ്യുന്നുണ്ട് ഗാർസിയ മാർക്വേസിൽ നിന്നു ലഭിച്ച പരിഭാഷയുടെ മിക വിനെക്കുറിച്ചുള്ള പ്രശംസയും അംഗീകാരവും ഒരു പരിഭാഷകനെന്ന നിലയിൽ നിർണ്ണായകമായ ഒന്നായിരുന്നുവെന്ന് റെബസ്സ ഓർമ്മിക്കു ന്നുണ്ട്. സ്പാനിഷ് മൂലകൃതിയെക്കാൾ കൂടുതൽ പരിഭാഷ നന്നായി യെന്നു പ്രശംസിച്ചപ്പോൾ തീർച്ചയായും അതിന്റെ അംഗീകാരം ഇംഗ്ലീഷ് ഭാഷയ്ക്കുള്ളതാണെന്ന് അദ്ദേഹം വിശ്വസിക്കുന്നു.

വായനയും പരിഭാഷയും

കോർത്താസാറിന്റെ ഹോപ്സ്കോച്ച് എന്ന നോവൽ വായനയുടെ കൂടെത്തന്നെ പരിഭാഷപ്പെടുത്തിയതാണെന്ന് റെബസ്സ തെല്ലും കാപട്യ

മില്ലാതെ പറയുമ്പോൾ തകരുന്നത് പരിഭാഷയുടെതന്നെ അടിസ്ഥാന പ്രമാണങ്ങളാണ് ചില സ്വാതന്ത്ര്യങ്ങൾ എടുക്കേണ്ടിവന്നത് കോർത്ത സാർ വായിച്ച് അംഗീകാരം തന്നതായും റെബസ്സ സൂചിപ്പിക്കുന്നുണ്ട്. പരിഭാഷയിലൂടെ വിവിധ സമൂഹങ്ങൾക്കിടയിലെ സാംസ്കാരിക സമ ന്വയം സാദ്ധ്യമായിത്തീരുന്നതും ശരിക്കും പ്രാധാന്യം നല്കേണ്ട ഒന്നാ ണെന്ന് റെബസ്സ നമ്മെ ഓർമ്മിപ്പിക്കുന്നു. പരിഭാഷകൻ നിറവേറ്റുന്ന ഈ ദൗത്യം വളരെ ഗൗരവമായിത്തന്നെ സമൂഹവും മനുഷ്യരാശിയും കാണുകയും വേണം. ഒരു മനുഷ്യൻ സമൂഹത്തിൽ സ്വയം അവനായി ത്തീരുവാനെടുക്കുന്ന കാലത്തെക്കുറിച്ച് സ്പാനിഷ് ചിന്തകനായ ഒർടെഗ ബെഗാസറ്റിന്റെ വാക്കുകൾ ഉദ്ധരിച്ചുകൊണ്ട് റെബസ്സ വിശദീകരിക്കു ന്നുണ്ട്.

ഗ്രന്ഥത്തിന്റെ രണ്ടാം ഭാഗത്തിൽ റെബസ്സ പരിഭാഷപ്പെടുത്തിയ പുസ്തകങ്ങളെക്കുറിച്ചുള്ള ആസ്വാദനങ്ങളാണ്. വസ്തുവിവരപട്ടിക (Bill of Materials) എന്ന ശീർഷകം തന്നെ ഉചിതമായ ഒന്നായി. ഗ്രിഗറി റെബസ്സ പരിഭാഷപ്പെടുത്തിയ നോവലുകൾ, ചെറുകഥകൾ, കവിതകൾ, ലേഖനങ്ങൾ (സ്പാനിഷും പോർച്ചുഗീസും) എന്നിവയിലൂടെയുള്ള ഒരു സഞ്ചാരമാണ്. ഓരോ ഗ്രന്ഥകാരന്റെയും ശൈലിയുടെ പ്രത്യേകതകളും പരിഭാഷചെയ്ത കാലത്തെ അനുഭവങ്ങളും ഇവയിലുടനീളം കടന്നു വരുന്നുണ്ട്. പരിഭാഷയുടെ ഓർമ്മക്കുറിപ്പുകളും ആസ്വാദനവുമായി അതിനെ വിശേഷിപ്പിക്കുന്നതിലും തെറ്റില്ല. ഒരു നല്ല പരിഭാഷ എപ്പോഴും ഒരു നല്ല വായനയുമായിത്തീരുന്നതെങ്ങനെയാണെന്ന് ഇതിന്റെ സാക്ഷ്യ പ്പെടുത്തലായും ഇതിനെ അംഗീകരിക്കണമെന്നും അദ്ദേഹം ആവശ്യ പ്പെടുന്നു. മറ്റൊരു ഭാഷയിലുള്ള കൃതിയെ നമ്മുടെ ഭാഷയിൽ വായിച്ചെ ടുക്കുന്നു എന്നതാണ് പരിഭാഷയിൽ പ്രധാനമായും സംഭവിക്കുന്നത്. അതും നമ്മുടേതായ മാത്രം വാക്കുകളിലൂടെ മൂലകൃതിയുടെ പുനർസൃഷ്ടി അരങ്ങേറുകയും ചെയ്യുന്ന മന്ത്രവിദ്യയാണിത്.

കോർത്തസാറിന്റെ ആറു രചനകൾ റെബസ്സ പരിഭാഷപ്പെടുത്തി യിട്ടുണ്ട്. ഇവയിൽ *ഹോപ്സ്കോച്ചും എ മോഡൽകീറ്റും എ ചേഞ്ച് ഓഫ് ലൈറ്റ് ആൻഡ് അദർ സ്റ്റോറീസും എമ്മാനുവൽ ഫോർ മാനുവലും* പ്രത്യേകം എടുത്തുപറയേണ്ടവയാണ്. പ്രത്യേകിച്ചും ഹോപ്സ്കോ ച്ചിന്റെ ഏറ്റവും സങ്കീർണ്ണമായ രചനാരീതി, പരിഭാഷയിലും വെല്ലുവിളി കളുയർത്തി. ആത്യന്തികമായി കോർത്തസാറിന്റെ സംതൃപ്തിക്കപ്പുറം മറ്റൊന്നുമുണ്ടായിരുന്നില്ലെന്ന് റെബസ്സ വിശ്വസിക്കുന്നു.

ഗ്വാട്ടിമാലയിലെ സാഹിത്യ നൊബേൽ ജേതാവായ അസ്തുരിയാ സിന്റെ *മൂലാറ്റ, സ്ട്രോങ് വിൻഡ്, ഗ്രീൻ പോപ്പ്* എന്നീ നോവലുകള ടക്കം നാലു നോവലുകൾ റെബസ്സ പരിഭാഷപ്പെടുത്തിയിട്ടുണ്ട്. *ഹോപ്സ്കോച്ചിനു* ശേഷമാണ് അസ്തുരിയാസിന്റെ രചനകളിലേക്ക് റെബസ്സ കടന്നുചെന്നത്. ഓരോ കൃതിയുടെയും മികച്ച ആസ്വാദനമെന്ന രീതിയിലും ആ ലേഖനങ്ങൾ വായനക്കാരനെ തൃപ്തനാക്കുകയും

ചെയ്യും. അസ്തുരിയാസിനെ ഒരിക്കലും നേരിൽ കാണാനാവാത്തതിന്റെ ദുഃഖവും അദ്ദേഹം പങ്കുവയ്ക്കുന്നുണ്ട്.

ബ്രസീലിയൻ എഴുത്തുകാരി ക്ലാരിസ് ലിസ്പെക്തോറിന്റെ ഒരു നോവൽ (*ദി ആപ്പിൾ ഇൻ ദ് ഡാർക്ക്*) റെബസ്സ പോർച്ചുഗീസ് ഭാഷ യിൽനിന്നു പ്രസിദ്ധപ്പെടുത്തിയിട്ടുണ്ട്. ഷാമോ ഗുമേരിയ റോസ്സയുടെ *ദ് ഡെവിൾ ടു പെ ഇൻ ദ് ബാക് ലാന്റ്സ്* പരിഭാഷപ്പെടുത്താൻ കഴിയാ ത്തതിന്റെ ദുഃഖവും അദ്ദേഹം ഏറ്റുപറയുന്നുണ്ട്. ബ്രസീലിൽ വച്ചു നടന്ന ഒരു സാഹിത്യ സെമിനാറിൽ വച്ചാണ് ആദ്യമായി അദ്ദേഹം ലിസ്പെ ക്തോറിനെ കണ്ടുമുട്ടുന്നത്. പോർച്ചുഗീസ് ഭാഷയിൽനിന്നുള്ള ആദ്യത്തെ പരിഭാഷയും ഇതായിരുന്നു. വളരെ ശുദ്ധവും ലളിതരവുമായ ആഖ്യാന രീതിയുടെ ഉടമയായിരുന്നു ലിസ്പെക്തോർ. അതിനെ പിന്തുടരുന്ന ഒരു പരിഭാഷകന് കാര്യങ്ങൾ എളുപ്പമാവുകയും ചെയ്യും. 'ഗണിതശാസ്ത്ര പ്രഫസറിന്റെ കുറ്റകൃത്യം' എന്ന ഒരു ചെറുകഥയും അവരുടേതായി റെബസ്സ പരിഭാഷപ്പെടുത്തിയിട്ടുണ്ട്.

2010 ലെ നൊബേൽ ജേതാവായ മരിയോ ബർഗാസ് ല്യോസയുടെ *ഹരിതഭവനവും (Green House)* കത്തീഡ്രൽ ബാറിലെ സംവാദങ്ങളും റെബസ്സ പരിഭാഷപ്പെടുത്തിയ നോവലുകളാണ്. ഹരിതഭവനം എന്ന നോവലും മുൻപു വായിക്കാത്ത നോവലായിരുന്നു. ആമസോൺ കാടു കളിലെ പിയൂറൽ മരുഭൂമി പശ്ചാത്തലമാക്കി ചെയ്ത ഈ നോവൽ ലോക നോവലിലെ ഒരു സുപ്രധാന കണ്ണിയാണ്. രണ്ടു നോവലിലെയും രാഷ്ട്രീ യമായ തലങ്ങളും ല്യോസയുടെ രചനയുടെ അസാധാരണമായ മൂല്യ ത്തെയാണ് എടുത്തുകാണിക്കുന്നത്. ല്യോസയുടെ *വാർ ഓഫ് ദി എന്റ് ഓഫ് ദ് വേൾഡ്* പരിഭാഷപ്പെടുത്താൻ കഴിയാതെ പോയത് ഒരു വലിയ നഷ്ടമായും അദ്ദേഹം കരുതുന്നു. ബാഹ്യ പിന്നാമ്പുറങ്ങളിലെ പരാജയ പ്പെട്ട ഒരു വിപ്ലവത്തിന്റെ കഥയാണിത്. കൊളംബിയ സർവ്വകലാശാല യ്ക്കുവേണ്ടി *ബ്രസീലിയൻ സാഹിത്യത്തിന് ഒരാമുഖം (An Indtroduction to Brazilian Literature)* എന്ന ഒരേയൊരു നിരൂപണ ഗ്രന്ഥവും റെബസ്സ പരിഭാഷപ്പെടുത്തി. *ആഫ്രാനിയോ കോട്ടിൻഹോ (Afranio Cutoniho)* പോർച്ചുഗീസ് ഭാഷയിൽ രചിച്ച വിഖ്യാതമായ ഒരു ഗ്രന്ഥമാണിത്. ഫിക്ഷനിൽനിന്നുള്ള ഈ മാറ്റം ശരിക്കും ഒരു പുതിയ ചുവടുമാറ്റം തന്നെയായിരുന്നു.

സ്പാനിഷ് എഴുത്തുകാരൻ (യൂറോപ്പ്) ഹുവാൻ ഗോയിറ്റ് സോളോ യുടെ *സ്വത്വത്തിന്റെ ചിഹ്നങ്ങൾ (Marks of Identity)* എന്ന വിഖ്യാത മായ നോവൽ പരിഭാഷപ്പെടുത്തിയതിന്റെ അനുഭവങ്ങൾ റെബസ്സ പങ്കു വയ്ക്കുന്നു. നൊബേൽ പുരസ്കാരം നേടുവാൻ നല്ല സാദ്ധ്യതയുള്ള എഴുത്തുകാരനാണ് ഗോയിറ്റ് സോളോ.

റെബസ്സ ഏറ്റവും കൂടുതൽ കൃതികൾ പരിഭാഷപ്പെടുത്തിയിട്ടുള്ളത് ഗാർസിയ മാർക്കേസിന്റേതാണ്. മാർക്കേസും റെബസ്സയും ഒരുപോലെ ഇതിലൂടെ ലോകപ്രശസ്തരാവുകയും ചെയ്തു. ഏകാന്തതയുടെ നൂറു

വർഷങ്ങൾ ലീഫ്സ്റ്റോമും മറ്റു കഥകളും കുലപതിയുടെ ശരത്കാലവും ക്രോണിക്കിൾ ഓഫ് എ ഡെത്ത് ഫോർടോൾഡും നിഷ്ക്കളങ്കയായ എരൻറിറയും മറ്റു കഥകളുമൊക്കെ ഈ ഒത്തുചേരലിന്റെ സൃഷ്ടികളാ ണ്. വളരെ വിശദമായ ഒരു ചർച്ചയിലേക്കാണ് ഈയൊരു ലേഖനത്തി ലൂടെ റെബസ്സ കടന്നുചെല്ലുന്നത്. റെബസ്സയുടെ സ്വതന്ത്രവേള കൾക്കായി ഗാർസിയ മാർക്വേസ് കാത്തിരിക്കുവാനും തയ്യാറായിരുന്നു. മൂലഗ്രന്ഥകാരനും പരിഭാഷകനും തമ്മിലുള്ള ആത്മബന്ധം ഇവിടെ പരി ഭാഷയിലൂടെ അത്ഭുതങ്ങൾ സൃഷ്ടിച്ചു.

ഇവ കൂടാതെ ബ്രസീലിലെ ഡാൽടൻ ട്രെവിസാന്റെ കഥകളും ക്യൂബൻ സാഹിത്യകാരൻ ഹോസെലെ സാമലീലയുടെ പാരഡൈസോ എന്ന നോവലും ദിമിട്രിയൊ അഗിലേറ മാൾടയുടെ *ഏഴു സർപ്പങ്ങളും ഏഴു ചന്ദ്രന്മാരും (Seven Serpents and Seven Moons)* എന്ന പ്രശസ്ത നോവലും ബ്രസീലിയൻ ഒസ്മാൽ ലീൽസിന്റെ *ആവ്ലവോറയും (Avalovora)* മെക്സിക്കൻ ലുയിസ് റാഫേൽ സാൻയസിന്റെ *മാഷോ കമാഷോസ് ബിറ്റ്* എന്ന നോവലുമൊക്കെ പരിഭാഷപ്പെടുത്തിയ കാലം ഒരു പുനരാസ്വാദനത്തിലൂടെ റെബസ്സ തിരിച്ചുകൊണ്ടുവരുന്നു. ബ്രസീ ലിയൻ മാസ്റ്റർ നോവലിസ്റ്റ് ഷോർഷ് അമാദുവിന്റെ നോവലുകളുടെ പരി ഭാഷയും റെബസ്സയിലെ പരിഭാഷകന്റെ പരിഭാഷയിലെ സുപ്രധാന കാലത്തെ പ്രതിനിധീകരിക്കുന്നവയാണ്. പ്രസിദ്ധരായ അഞ്ചു നാടക കൃത്തുക്കളുടെ നാടകങ്ങളും റെബസ്സ പരിഭാഷപ്പെടുത്തിയിട്ടുണ്ട്. റെബ സ്സയെപ്പോലുള്ള ഒരു പരിഭാഷകൻ തുറന്നുകൊടുത്തത് ലാറ്റിനമേരിക്ക യുടെ സാഹിത്യവസന്തത്തിന്റെ ഉദ്യാനത്തിലേക്കുള്ള ജാലകങ്ങളാണ്. അതിനു നാം എന്നും അദ്ദേഹത്തോടു കടപ്പെട്ടിരിക്കുന്നു.

വായനക്കാരേ, നിങ്ങളിപ്പോൾ ബോർഹസിന്റെ ക്ലാസിലാണ്

ലാറ്റിനമേരിക്കൻ സാഹിത്യത്തിലെ മഹാദ്ഭുതമായിരുന്ന ബോർഹ സിനെ ഒരു പ്രാദേശിക സാഹിത്യപ്രതിഭയായി മാത്രം ആർക്കും ഒരു ക്കിനിർത്താനാവില്ല. 1966 ഒക്ടോബർ 14-ാം തീയതി മുതൽ 1966 ഡിസം ബർ 14-ാം തീയതി വരെ നീണ്ടുനിന്ന അദ്ദേഹത്തിന്റെ ഇംഗ്ലീഷ് സാഹി ത്യത്തെക്കുറിച്ചുള്ള ഒരു പ്രഭാഷണ പരമ്പരയിൽനിന്നും രൂപം കൊണ്ട ഗ്രന്ഥത്തിന്റെ ഇംഗ്ലീഷ് പരിഭാഷ *Professor Borges A Course on English Literature* അടുത്ത കാലത്ത് വായിക്കാൻ കഴിഞ്ഞ മികച്ച രചന കളിലൊന്നാണ്.

സ്പാനിഷ് ഭാഷയിൽ നടത്തിയ ഈ പ്രഭാഷണങ്ങളെ ഒരു ചെറിയ കൂട്ടം വിദ്യാർത്ഥികൾ (ഇംഗ്ലീഷ് സാഹിത്യം) റെക്കോഡ് ചെയ്ത് ഇതിൽ പങ്കെടുക്കാൻ കഴിയാതെ പോയ മറ്റു വിദ്യാർത്ഥികൾക്കുവേണ്ടി തയ്യാ റാക്കിയതായിരുന്നു.

ഒരു നൂറ്റാണ്ടിൽനിന്നും മറ്റൊരു നൂറ്റാണ്ടിലേക്കുള്ള അദ്ദേഹത്തിന്റെ യാത്ര ഇംഗ്ലീഷ് സാഹിത്യചരിത്രത്തെ സ്നേഹിക്കുന്നവർക്ക് വലിയ സാദ്ധ്യതകളാണ് തുറന്നു കൊടുത്തിരിക്കുന്നത്. ഈ ഗ്രന്ഥത്തിന്റെയും ഇംഗ്ലീഷ് പരിഭാഷ വായിക്കുന്നവർ ആരായാലും അവർക്ക് പ്രൊഫസർ ബോർഹസിന്റെ ക്ലാസ്മുറിയിൽ ഇരിക്കുന്ന അനുഭവമാണ് ഉണ്ടാവുക.

ആദ്യത്തെ പ്രഭാഷണം ആംഗ്ലോ സാക്സൺ കവിതകളുടെയും വിജ്ഞാനസ്രോതസ്സുകളുടെയും പാരമ്പര്യക്രമങ്ങളെക്കുറിച്ചുള്ള ഒരന്വേ ഷണമാണ്. ഏതാണ്ട് ഏഴാം നൂറ്റാണ്ടിന്റെ അവസാനമോ എട്ടാം നൂറ്റാ ണ്ടിന്റെ ആദ്യത്തിലോ ആയിട്ടാണ് ഇംഗ്ലീഷ് സാഹിത്യം ആരംഭിച്ച് വിക സിതമാകാൻ തുടങ്ങിയത്. ഇതിന്റെ ഭാഗമായിട്ടാണ് ആംഗ്ലോ സാക്സൻ കവിതയും ഗദ്യവും ചർച്ചാ വിഷയമാകുന്നത്. ഇതിന് സഹായകമായി

ബോർഹസും വാസ്ക്യൂസും ചേർന്നെഴുതിയ *മദ്ധ്യകാല ജർമ്മനിക്
സാഹിത്യം (Medieval Germanic Literature)* വിദ്യാർത്ഥികൾക്കേറെ
സഹായകരമാകും എന്നദ്ദേഹം സൂചിപ്പിക്കുന്നുണ്ട്. സാഹിത്യപരമായി
പ്രാധാന്യമുള്ള ഒന്നാണെങ്കിൽക്കൂടി ക്ലാസുകൾക്കിടയിൽ സാമൂഹിക
സാമ്പത്തിക രാഷ്ട്രീയതലങ്ങൾ കൂടി കാര്യമായി സ്പർശിക്കേണ്ടിവരു
മെന്ന് ആദ്യമേതന്നെ അദ്ദേഹം പറയുന്നുണ്ട്. അന്നത്തെ യൂറോപ്പും ഇംഗ്ല
ണ്ടുമായുള്ള ചരിത്രബന്ധങ്ങൾക്കും ആക്രമണങ്ങൾക്കും വിജയപരാജ
യങ്ങൾക്കും സാഹിത്യത്തിൽ വന്ന നിർണ്ണായകമായ സ്വാധീനത്തെക്കു
റിച്ചും ഇവിടെ വിശകലനം ചെയ്യുന്നുണ്ട്.

ഇതിഹാസ കവിതയായ ബേവുൾഫിനെക്കുറിച്ചുള്ള ഭാഗം ഇതി
നെക്കുറിച്ചുള്ള എല്ലാ ഭാവങ്ങളും അർത്ഥതലങ്ങളും പകർന്നുതരുന്ന
ഒന്നാണ്. പഴയ ഇംഗ്ലീഷ് സാഹിത്യത്തിൽ ഉണ്ടായ ഏറ്റവും വലിയ
കാവ്യാത്മകമായ നേട്ടമായിട്ടാണ് ഇതിനെ വിലയിരുത്തുന്നത്. എ ഡി
700 നും 750 നും ഇടയ്ക്കുള്ള ഒരു കാലത്താണിത് സൃഷ്ടിക്കപ്പെട്ടി
ട്ടുള്ളതെന്ന് വിശ്വസിക്കുന്നു. രണ്ടു ഭാഗങ്ങളായി തിരിച്ചിരിക്കുന്ന ഇതിന്റെ
ആദ്യഭാഗം ഡെന്മാർക്കിലാണ് സംഭവിക്കുന്നത്. രണ്ടാം ഭാഗം ഫൈജ
ലാക്ക് രാജാവിന്റെ യുദ്ധത്തിനിടയിൽ സംഭവിക്കുന്ന മരണ
ത്തോടെയാണ്. അദ്ദേഹത്തിന്റെ പുത്രനും മരിച്ചതോടെ ബേവുൾഫിന്റെ
അധികാരത്തിലേക്കുള്ള സാദ്ധ്യതയാണ് തെളിയുന്നത്. 50 വർഷത്തെ
ഭരണത്തിനൊടുവിൽ ഒരു ഡ്രാഗൺ രാജ്യത്ത് നാശം വിതയ്ക്കുകയും
തകർക്കുകയും ചെയ്തു. അദ്ദേഹം ഡ്രാഗണെ കൊല്ലുകയും വല്ലാതെ
മുറിവേല്ക്കുകയും ചെയ്യുന്നു. കവിത അവസാനിക്കുന്നത് രാജാവിന്റെ
ശവസംസ്കാരത്തോടും ദുഃഖത്തോടുമാണ്. ബോർഹസ് ഒരുസാധാരണ
സൃഷ്ടിയായ ഈ കാവ്യത്തിന്റെ അന്തസത്തയെയാണ് നമുക്കു മുന്നിൽ
അവതരിപ്പിക്കുന്നത്. മദ്ധ്യകാലത്തെ ഒരു ചക്രവർത്തിയുടെ ദുരന്തപൂർണ്ണ
മായ ജീവിതകഥയാണിതിലുള്ളത്. ഇതിന്റെ ശൈലിതന്നെ ഒരു പഴയ
കാപാലിക സ്വഭാവത്തിലുള്ള കാവ്യസൃഷ്ടിയായിട്ടാണ്. ഒരു പഴയ ഇതി
ഹാസകഥയാണ് കവി തന്റെ പുതിയ കാവ്യത്തിന് അടിസ്ഥാനമായിട്ടെ
ടുത്തിരിക്കുന്നത്. ലാറ്റിൻ ഭാഷയുടെ ഒരു വിന്യാസക്രമമാണ് ഇതിനു
വേണ്ടി കവി ഉപയോഗിച്ചിരിക്കുന്നത്. ആംഗ്ലോ സാക്സൺ സാഹിത്യ
ത്തിലെ ഈ ഇതിഹാസത്തെ വായനക്കാർക്കു മുന്നിൽ അതിന്റെ എല്ലാ
പ്രാധാന്യത്തോടെയും ബോർഹസ് തന്റെ ക്ലാസിലൂടെ അവതരിപ്പിക്കു
മ്പോൾ ഒരിക്കൽക്കൂടി നമുക്ക് ഈ കൃതിയുമായി ചേർന്നുപോകാൻ
കഴിയും. വേറൊരു ക്ലാസിൽ വില്യം വേഡ്സ്വർത്തിന്റെ *കാവ്യജീവിത
ത്തിലേക്കാണ്* പ്രഭാഷകൻ കടന്നുചെല്ലുന്നത്.

സാമുവൽ ടെയ്ലർ കോൾറിഡ്ങ്ങിന്റെ ജീവിതത്തിലേക്കുള്ള ജാല
കങ്ങൾ തുറക്കുന്ന പ്രദക്ഷിണഭാഗം ഏറ്റവും ശ്രദ്ധേയമായ ഒന്നാണ്.
വ്യക്തിപരമായ ഒരു ജീവിതത്തിന്റെ വികാസത്തെക്കുറിച്ച് മോഹിക്കാത്ത
കോൾറിഡ്ങ് എന്ന കവിയുടെ നിഗൂഢതകൾ ബോർഹസ് ഓർത്തെടു

ക്കുന്നതും നോക്കൂ. ഏറെ ശ്രദ്ധേയമായിരിക്കുന്നു. അവസാനകാലത്തെ കോളറിഡ്ഗിനെ ഇറ്റാലിയൻ മഹാകവി ദാന്തെയുമായിട്ടാണ് ഉപമിച്ചിരിക്കുന്നത്.

വില്യം ബ്ലേക്കിന്റെ കവിതകൾ ഇംഗ്ലീഷ് സാഹിത്യത്തിൽ വരുത്തിയ സ്വാധീനത്തെയും മാറ്റങ്ങളെയും കുറിച്ചുള്ള ബോർഹസിന്റെ പ്രഭാഷണം ആ കാലഘട്ടത്തിലേക്കുള്ള ഒരു തിരിച്ചുപോക്കായി അനുഭവപ്പെട്ടു. തികച്ചും വ്യക്തിപരമായ ഒരു കവിയായിരുന്നു ബ്ലേക്ക്. ലാറ്റിനമേരിക്കൻ കവി റുബൽ ദാരിയോടാണ് ബോർഹസ് അദ്ദേഹത്തെ തുലനം ചെയ്യാൻ ശ്രമിക്കുന്നത്. ബ്ലേക്കിനെ സംബന്ധിച്ചിടത്തോളം രണ്ട് ലോകങ്ങളാണുണ്ടായിരുന്നത്. ഒന്നാമത്തേത് അനശ്വരതയുടെ പ്രതീകമായ സ്വർഗ്ഗവും രണ്ടാമത്തേത്, നമ്മുടെ പഞ്ചേന്ദ്രിയങ്ങളാൽ അറിയുന്ന, ഒരുതരം ഭ്രമാത്മകതയുടെ രൂപമായറിയപ്പെടുന്ന വിശ്വവും കടന്നുവരുന്നു. ഒന്നാമത്തേത് സർഗ്ഗാത്മകഭാവനയുടെ ലോകമാണ്. ഇവിടെയാണ് റൊമാന്റിക്കുകളും അദ്ദേഹവുമായുള്ള വൈരുദ്ധ്യം നിലനില്ക്കുന്നത്. ഒരു ട്രെൻഡിലും അവകാശപ്പെടാനാവാത്തതാണ് ബ്ലേക്കിന്റെ രചനകൾ. ഓരോ ഇംഗ്ലീഷുകാരനും ഒരു ദ്വീപാണ്. ഇത് ബ്ലേക്കിനെ സംബന്ധിച്ചിടത്തോളവും ശരിയാണ്. വളരെ വിഖ്യാതമായ ഒരു ചൊല്ലാണിത്. നാസിസത്തിന്റെ വരവിനെ മുൻകൂട്ടി ദർശിച്ച പൂർവ്വഗാമിയായ കവി തോമസ് കാരിയലിനെക്കുറിച്ചുള്ള ഭാഗവും ശ്രദ്ധേയമായി. വായനക്കാരെ അദ്ഭുതപ്പെടുത്തിയ കവിയാണ് അദ്ദേഹം. ഒരുപക്ഷേ, വാൾട്ട് വിറ്റ്മാനെ പോലെയോ വിക്ടർ യൂഗോയെപ്പോലെയോ കിവേദയെപ്പോലെയോ പ്രതിഭയുള്ള കവി.

വിക്ടോറിയൻ കാലഘട്ടത്തെക്കുറിച്ച് വളരെ വിശദമായ ഒരു ചർച്ചയ്ക്കാണ് ബോർഹസ് തയ്യാറാകുന്നത്. ചാൾസ് ഡിക്കൻസ് എന്ന എഴുത്തുകാരനെക്കുറിച്ച് ഇത്രയ്ക്ക് തീവ്രമായ ഒരു പഠനം വന്നിട്ടുണ്ടായെന്ന് സംശയിക്കേണ്ടിയിരിക്കുന്നു.

കവി റോബർട്ട് ബ്രൗണിങ്ങിന്റെ ജീവിതത്തെയും രചനകളെയും ആസ്പദമാക്കി ബോർഹസ് അവതരിപ്പിച്ച ക്ലാസും കവിയുടെ കാലത്തിലേക്കുള്ള ഒരു മടക്കയാത്രയായി. ഇംഗ്ലണ്ടിലെ ഏറ്റവും അറിയപ്പെടാതെ കിടക്കുന്ന (Obscure) കവിയെന്നാണ് ബ്രൗണിങ്ങിനെക്കുറിച്ച് അദ്ദേഹം വിശേഷിപ്പിക്കുന്നത്.

ദാന്തെ ഗ്രബ്രിയൽ റോസറ്റിയെന്ന കവിയുടെ ജീവിതവും കവിതകളും മറ്റൊരു ക്ലാസിൽ വിഷയമായി വരുന്നുണ്ട്. അത്രയ്ക്കൊന്നും അറിയപ്പെടാത്ത ഈ കവിയുടെ രചനകളിലൂടെയുള്ള യാത്ര ഒരു പുതിയ അനുഭവമായി രൂപാന്തരപ്പെട്ടു. *അനുഗ്രഹിക്കപ്പെട്ട ഡാമോ സെൽ* എന്ന അദ്ദേഹത്തിന്റെ വിഖ്യാത രചനയെ ആസ്പദമാക്കിയാണ് ബോർഹസ് അദ്ദേഹത്തെ വിശകലനം ചെയ്തത്.

വില്യം മോറിസ് ആർ എൽ സ്റ്റീവൻസും അടുത്ത അദ്ധ്യായങ്ങളുടെ തലങ്ങളിലൂടെ അതിലേക്കെത്തിച്ചേരുന്ന ബോർഹസ് തന്റെ

ബാല്യകാലം തൊട്ടേ സ്നേഹിച്ച ഇംഗ്ലീഷ് സാഹിത്യത്തിന്റെ സ്രോത സ്സുകളെ തേടിയാണിതിൽ നിലനില്ക്കുന്നത്.

അവസാനകാലത്ത് അദ്ദേഹത്തെ ബാധിച്ച അന്ധതയുടെ വേദന കൾ വിസ്മരിച്ചുകൊണ്ടു നടത്തിയ ഈ പ്രഭാഷണപരമ്പര അനർഗ്ഗള മായ ഒരു പ്രവാഹമാണ്. ബോർഹസ് ഇവിടെ നമുക്കു മുന്നിൽ അനശ്വ രതയുടെ പടവുകൾ കയറി നില്ക്കുന്നു.

നഗരത്തെ തടവിലാക്കിയ കഥകൾ

ആയിരത്തിത്തൊള്ളായിരത്തി അൻപത്തിയൊന്നിനും 1961 നും ഇട യ്ക്കുള്ള പത്തുവർഷക്കാലത്ത് റിയോദിജെനിറൊ നിവാസികൾ ഓരോ ദിവസത്തെയും സായാഹ്ന പത്രത്തിന്റെ പേജുകൾ തുറക്കുന്നത് നെൽസൺ റൊഡ്രിഗിസ് (Nelson Rodrigues) എന്ന പ്രശസ്ത കഥ കാരന്റെ 'സാഹചര്യങ്ങൾക്കൊത്ത ജീവിതം' (Life as it is) എന്ന കഥാ പരമ്പര വായിക്കാൻ വേണ്ടിയായിരുന്നു. തിരക്കേറിയ ബസ് യാത്രയ് ക്കിടയിലും ട്രോളിയിലെ സഞ്ചാരത്തിനിടയിലും ക്രോസ്‌വേഡ് പസ്സിൽ നിന്നു തൊട്ടുതാഴെയായി ഒരു പതിവു കോളമായിത് ലക്ഷക്കണക്കിന് ആസ്വാദകരെ സംതൃപ്തിപ്പെടുത്തിയിരുന്നു. ആരാണീ നെൽസൺ റോഡ്രിഗിസ്? ലാറ്റിനമേരിക്കൻ സാഹിത്യത്തിൽ അത്രയ്ക്കൊന്നും അറി യപ്പെടാത്ത ഒരു നാമമാണിത്.

1912 ആഗസ്ത് മാസം 23–ാം തീയതി ബ്രസീലിലെ റീസെഫിലാ ണദ്ദേഹം ജനിച്ചത്. ചെറുകഥ, നാടകം, സിനിമാ സ്ക്രിപ്റ്റ് എന്നീ ശാഖ കളിൽ മികച്ച സ്ഥാനം നേടിയെടുക്കുകയും ചെയ്തു. *പാപമില്ലാത്ത സ്ത്രീ (The Woman without Sin* 1941) എന്ന ആദ്യനാടകത്തിന് സമ്മി ശ്രമായ പ്രതികരണമാണ് ലഭിച്ചത്. ബ്രസീലിയൻ തീയേറ്ററിന്റെ നിർണ്ണാ യക സാന്നിദ്ധ്യമായി കരുതപ്പെടുന്ന *വിവാഹവസ്ത്രം (The Wedding Dress)* എന്ന നാടകം ഒരു മാസ്റ്റർപീസായി ആസ്വാദകരും നിരൂപകരും വിലയിരുത്തുന്നു. 1950 കളിൽ ബ്രസീലിയൻ സ്റ്റേജിന്റെ ക്ലാസിക്കായി കരുതപ്പെടുന്ന പതിനേഴു പൂർണ്ണനാടകങ്ങളും അദ്ദേഹം രചിക്കുകയു ണ്ടായി. പക്ഷേ, ലൈഫ് ആസ് ഇറ്റ് ഈസ് എന്ന പരമ്പരയാണ് അദ്ദേ ഹത്തെ വൻ വിജയത്തിലെത്തിച്ചത്. അമേരിക്കയിലെ ഹോസ്റ്റ് പ്രസാധ കർ ഇപ്പോളിതിന്റെ പൂർണ്ണരൂപം പുസ്തകമായി പ്രസിദ്ധപ്പെടുത്തിയി രിക്കുന്നു. അലക്സ് ലാഡാണ് ഇതിന്റെ ഇംഗ്ലീഷിലേക്കുള്ള പരിഭാഷ

നിർവ്വഹിച്ചിരിക്കുന്നത്.

1988 ൽ റിയോദിജെനിറോയിൽ അന്തരിക്കുമ്പോൾ നെൽസൺ റോഡ്രിഗിസിന് ലാറ്റിനമേരിക്കൻ സാഹിത്യത്തിലും ലോകസാഹിത്യത്തിലും പ്രതിഭ തെളിയിക്കാനും കഴിഞ്ഞു. അൻപത്തിയെട്ട് കഥകൾ സമാഹരിച്ചിരിക്കുന്ന ഈ കൃതിയിലൂടെ നെൽസൺ റോഡ്രിഗിസ് ഒരു ലാറ്റിനമേരിക്കൻ ഒ ഹെൻറി എന്ന പിൻഗാമിസ്ഥാനവും ആസ്വാദകമന സ്സുകളിൽ നേടിയെടുക്കാൻ കഴിഞ്ഞത് ഓരോ കഥയുടെയും അവസാനം നിലനിർത്തുന്ന വ്യാവർത്തനം (Twist) കൊണ്ടാണ്. സമാഹാരത്തിലെ എല്ലാ കഥകൾക്കും തീരെ പ്രതീക്ഷിക്കാത്ത ഒരു പിരിമുറുക്കം കൊടു ക്കാൻ കഴിഞ്ഞത് നെൽസൺ റോഡ്രിഗിസിന്റെ രചനയുടെ സവിശേ ഷതയായി കാണുന്നു.

വിവാഹവസ്ത്രം എന്ന നാടകത്തിലൂടെ ഏറെ പ്രശസ്തനായതി നുശേഷമാണ് ഈ കഥാ പരമ്പരയ്ക്ക് അദ്ദേഹം തുടക്കം കുറിച്ചത്. അൾട്ടിമാ ഹോറാ (Ultima hora) എന്ന പത്രത്തിൽ അന്നത്തെ കുറ്റകൃ ത്യങ്ങളെ ആശ്രയിച്ചുകൊണ്ടൊരു ഫിക്ഷൻ കോളം ചെയ്യാൻ പത്രാധി പർ നെൽസൺ റോഡ്രിഗിസിനോട് ആവശ്യപ്പെടുകയായിരുന്നു. പത്ര വാർത്തകളിൽനിന്നും സ്വതന്ത്രമായ ഒരു തെരഞ്ഞെടുക്കൽ സ്വീകരി ക്കാനുള്ള സ്വാതന്ത്ര്യവും അദ്ദേഹത്തിനുണ്ടായിരുന്നു. ജേർണലിസവും ഫിക്ഷനും കൂട്ടിക്കലർത്തി അന്ന് ബ്രസീലിൽ നിലവിലുണ്ടായിരുന്ന ക്രോണിക്കാസിന്റെ പാരമ്പര്യം തുടരാനാണ് അദ്ദേഹം ആഗ്രഹിച്ചത്. ഫ്രാൻസിൽ ആരംഭിച്ച് ബ്രസീലിലേക്കു വന്ന ഈ രീതി പ്രശസ്ത സാഹിത്യകാരി ക്ലാരിസ് ലിഷ്പെക്തോവും പിന്തുടർന്നിരുന്ന ഒന്നാണ്. ഹ്രസ്വവും സരസവുമായ ചിത്രീകരണത്തിലൂടെ ആസ്വാദകമനസ്സുകളെ വളരെയേറെ ആകർഷിക്കാൻ ഇതിന് സാധിച്ചിരുന്നു. പത്രമാധ്യമങ്ങൾ വളരെ ഫലപ്രദമായി ഇതിനെ ഉപയോഗിക്കുവാനും തയ്യാറായി. പക്ഷേ, ഇവിടെ കഥാകാരനായ നെൽസൺ ജേർണലിസം ഭാഗത്തെ വിട്ടുകൊണ്ട് ഫിക്ഷന് കൂടുതൽ പ്രാധാന്യം കൊടുക്കുകയാണുണ്ടായത്. ഈ സമാ ഹാരത്തിലെ കഥകൾ ഒന്നൊന്നായി പുറത്തുവന്ന കാലഘട്ടം റിയോദി ജെനിറോയിൽ സാഹിത്യത്തിലെ വസന്തകാലമായിരുന്നു. ലൈഫ് ആസ് ഇറ്റ് ഈസ് ജനഹൃദയങ്ങളിൽ അത്രമേൽ സ്വാധീനം ചെലുത്തിയിരു ന്നു. ഇതിലെ രചനകൾ ചെറുകഥകളായിട്ടാണ് അറിയപ്പെട്ടിരുന്നതെ ങ്കിലും ശരിക്കുമവ ക്രോണിക്കാസിന്റെ സ്വഭാവഗുണങ്ങൾ പങ്കുവെക്കു ന്നവയായിരുന്നു. ഇതിലെ കഥാപാത്രങ്ങൾ ശരിക്കും സാധാരണക്കാരുടെ പ്രതിനിധികളായിരുന്നു.

പതിന്നാലാമത്തെ വയസ്സിൽ പിതാവിന്റെ പത്രത്തിലാരംഭിച്ച കോളം രചനയിലൂടെയാണദ്ദേഹം കൂടുതൽ മികച്ച തലങ്ങളിലേക്ക് സ്വയം കട ന്നുചെന്നത്.

മനുഷ്യന് സഹജമായുള്ള കള്ളംപറയുന്നശീലം കഥകളിലൂടെ അദ്ദേഹം കൂടുതൽ അന്വേഷണത്തിന് വിധേയമാക്കുകയായിരുന്നു. എത്ര

മാത്രം സർഗ്ഗാത്മകവൈഭവം അദ്ദേഹത്തിനുണ്ടായിരുന്നു എന്നതിന്റെ തെളിവുകളായി ഇതിലെ കഥകളെ നാം കാണേണ്ടിയിരിക്കുന്നു. 'മഹാനായ വിധുരൻ' (Great Widower), 'സ്മാരകമണ്ഡപം' (The Mausoleum) എന്നീ കഥകളിൽ സമാനമായ പ്രമേയത്തിന്റെ സാന്നിദ്ധ്യം എടുത്തു കാണിക്കാൻ കഴിയും. പക്ഷേ, കഥാകാരനായ റോഡ്രിഗിസ് കൗശലത്തോടെയുള്ള ടിസ്റ്റുകൾ കഥാവാസാനം നല്കി ആവർത്തനവിരസത ബോധപൂർവ്വം ഒഴിവാക്കുന്നുണ്ട്.

'ശിശുരോഗവിദഗ്ദ്ധർ' എന്ന ആദ്യത്തെ കഥയിൽത്തന്നെ ശരിക്കും നർമ്മം പുരണ്ട ഒരു ടിസ്റ്റ് നമുക്ക് ദർശിക്കാൻ കഴിയും. വിവാഹിതയായ ഒരു സ്ത്രീയെ പ്രലോഭനത്തിൽ കുടുക്കി വീഴ്ത്താൻ ശ്രമിക്കുന്ന മെനിസസ് എന്ന കഥാപാത്രം റിയോദി ജനിറോയിലാണ് ജീവിക്കുന്നത്. ശിശുരോഗ വിദഗ്ദ്ധന്റെ ഭാര്യയായ സ്ത്രീ ഭർത്താവിന്റെ അറിവോടെയാണ് അയാൾക്ക് വിധേയയാകുന്നതെന്ന് കഥാവസാനമാണ് മെനിസസ് അറിയുന്നത്. രണ്ടായിരം ക്രൂസിറോസാണ് തന്റെ നിരക്കായി ഭർത്താവ് സ്വീകരിക്കുന്നതെന്ന് അവൾ വെട്ടിത്തുറന്നു പറയുമ്പോൾ മെനിസസ് തകർന്ന് പൊട്ടിക്കരയുകയാണ്. ജാലകത്തിലൂടെ നോക്കുമ്പോൾ ഭാര്യയെ കൊണ്ടുപോകാൻവേണ്ടി കാത്തുനില്ക്കുന്ന ഭർത്താവിനെയും അയാൾ കാണുന്നു. കാപട്യം നിറഞ്ഞ ജീവിതത്തിന്റെ നാഗരികതയുടെ മുഖമാണിവിടെ നെൽസൺ ഇതിലൂടെ ചിത്രീകരിക്കുന്നത്.

പലപ്പോഴും ഈ കഥകൾ ദുഃഖകരവും നികൃഷ്ടവുമായ ചിന്തകളെയാണ് ജനിപ്പിക്കുന്നതെന്ന ഒരു ആരോപണമുയർന്നിട്ടുണ്ട്. പക്ഷേ, നെൽസൺ റോഡ്രിഗിസ് പച്ചയായ ജീവിതയാഥാർത്ഥ്യങ്ങളെയാണ് മുന്നിൽ കാണുന്നത്. ഭാവനയുടെ ചിറകിലേറി അവയിലൂടെ സഞ്ചരിക്കാനും നെൽസൺ സദാ തയ്യാറാണ്. മനുഷ്യൻ ജനിക്കുമ്പോൾ തൊട്ട് ദുഃഖം കാണുകയും അനുഭവിക്കുകയും ചെയ്യുന്നു. ശ്മശാനത്തിലേക്കുള്ള യാത്രയിൽവരെ അത് തിരന്മുകയും ചെയ്യുന്നില്ലേയെന്നാണ് റോഡ്രിഗിസ് ചോദിക്കുന്നത്.

സഹിക്കാനാവാത്ത രീതിയിൽ രോഗഗ്രസ്തമായ കഥാപ്രമേയങ്ങൾ ഈ രചനകളിൽ കാണപ്പെടുന്നുണ്ടെങ്കിലും വായനക്കാരെ അത്ഭുതപ്പെടുത്തുന്ന ജീവിതയാഥാർത്ഥ്യങ്ങളുടെ നൈരന്തര്യം ഇവയിലുണ്ട്. ക്രോണിക്കാസിന്റെ ഒരു പ്രത്യേകസ്വഭാവം കൂടിയാണിത്. തൊട്ടിൽ മുതൽ ചുടലവരെ ദുഃഖമേറ്റുവാങ്ങാൻ വിധിക്കപ്പെട്ട മനുഷ്യന്റെ ജീവിതം ശരിക്കും ഒരു പ്രഹേളികയാണെന്നാണ് നെൽസൺ റോഡ്രിഗിസിന്റെ പക്ഷം.

വായനയിലൂടെ റിയോദി ജനിറോ നഗരത്തിന്റെ ഒരു യഥാർത്ഥ ഭൂദൃശ്യം നമുക്കു കാട്ടിത്തരാനും അദ്ദേഹം ശ്രദ്ധിക്കുന്നു. ഈ കഥയിൽ അത് അത്രയ്ക്ക് സ്വാധീനം ചെലുത്തുന്നുമുണ്ട്. റിയോ നഗരത്തിന്റെ ഏറ്റവും വശ്യമായ ഇടങ്ങൾ കഥകളിൽ അന്തരീക്ഷം സൃഷ്ടിക്കുന്നുവെന്നുള്ളതും പ്രത്യേകം സൂചിപ്പിക്കേണ്ടിയിരിക്കുന്നു. ഫിക്ഷനിൽ ഇത്

സാധിച്ചെടുക്കുകയെന്നത് നഗരത്തിനെ അത്രമേൽ സ്നേഹിക്കുന്ന ഒരു ഴുത്തുകാരനു മാത്രമേ സാധിക്കൂ. ഡിവൈൻ കോമഡി നിശ്ശബ്ദനായ ഭർത്താവ്, അയൽക്കാരന്റെ ഭാര്യ, മനസ്സാക്ഷിയില്ലാത്ത മിസ്സറി വുമൺ, അന്ധനായ പൂച്ച, ഇരട്ടകൾ, ആമാശയ വീക്കം എന്നിങ്ങനെ എത്രകഥ കൾ വേണമെങ്കിലും റോഡ്രിഗ്വിസിന്റെ മാത്രം കഥകളായി എടുത്തു കാണിക്കാൻ കഴിയും.

'പക' (Splite) എന്ന കഥയിൽ സ്ത്രീ–പുരുഷ ബന്ധത്തിന്റെ നിഗൂ ഡതലങ്ങൾ അനാവരണം ചെയ്യുന്ന സന്ദർഭങ്ങളുണ്ട്. ശക്തമായ സംഭാ ഷണങ്ങളിലൂടെയാണ് കഥ വികസിക്കുന്നത്. മാരിലിൻ എന്ന സ്ത്രീക ഥാപാത്രത്തിന്റെ ശബ്ദം ഒന്നു ശ്രദ്ധിക്കൂ. ഒരു രണ്ടു വർഷത്തിൽ കൂടു തൽ ഒരു സ്ത്രീക്കും ഒരു പുരുഷനെ സഹിക്കാൻ കഴിയില്ല. പക്ഷേ, ഭർത്താവ് റാഫേലിനെ കഴിഞ്ഞ മൂന്നുവർഷമായി അവൾ സ്നേഹി ക്കുന്നു. കണ്ണാടിക്കു മുന്നിൽ ചെന്നുനില്ക്കേ സ്വന്തം വിളറിയ പ്രതി രൂപം കാണുമ്പോൾ അവൾക്ക് സംശയമായി. സ്നേഹത്തിന്റെ ഭംഗം വന്നിരിക്കുന്നു. പിറ്റേദിവസം പ്രഭാതത്തിൽ എയർപ്പോർട്ടിൽ വെച്ച് ഭർത്താവിനെ യാത്രയാക്കുമ്പോൾ അവൾക്ക് പൂർണ്ണമായും മോചനം അനുഭവപ്പെടുന്നു. കഥാവസാനം തിരിച്ചുവരുന്ന ഭർത്താവ് അവർക്കിട യിൽ വിടവുണ്ടാക്കിയ സുഹൃത്ത് ലിയൊകാഡിയൊയെ വെടിവെച്ചുകൊ ല്ലുകയാണ്. മരിക്കുമ്പോൾ ഒരു സൗഹൃദസ്മിതം കാട്ടാൻ പോലും അയാളെ റാഫേൽ അനുവദിച്ചില്ല. ശരിക്കും റോഡ്രിഗ്വിസിന്റെ സ്പർശ മുള്ള ഒരസാധാരണ കഥയാണിത്. 'പാപം പോലെ വിരൂപം' (Ugly as sin) എന്ന കഥയെക്കുറിച്ചും പ്രത്യേകം സൂചിപ്പിക്കേണ്ടിയിരിക്കുന്നു. കമി താക്കൾക്കിടയിലെ സ്നേഹവും വഞ്ചനയും അതുവഴിയുണ്ടാകുന്ന ദുര ന്തങ്ങളും കഥാപാത്രങ്ങളും ജീവിതത്തിലൂടെ അവതരിപ്പിക്കുമ്പോൾ അത് നമ്മെ ശരിക്കും അസ്വസ്ഥരായിത്തീർക്കും.

റിയോ നഗരത്തെയും അവിടത്തെ ലക്ഷക്കണക്കിന് മധ്യവർഗ്ഗക്കാ രായ ജനത്തെയും വൈകാരികമൂർച്ഛയിൽ ഒരു ദശാബ്ദക്കാലത്തോളം ആമഗ്നമാക്കിയ നെൽസൻ റോഡ്രിഗ്വിസ് എന്ന എഴുത്തുകാരൻ ലോക സാഹിത്യത്തിലേക്കും സാർവ്വലൗകിക പ്രമേയങ്ങളിലൂടെ കടന്നുചെല്ലു കയായിരുന്നു. ഇതിലെ നിരവധി കഥകൾ സിനിമയായും വന്നിട്ടുണ്ട്. റോഡ്രിഗ്വിസ് നമ്മെ കൂട്ടിക്കൊണ്ടുപോകുന്ന ഇടങ്ങൾക്ക് അസ്തിത്വമി ല്ലെന്ന് നടിക്കാനാണ് നാം കൂടുതൽ ഇഷ്ടപ്പെടുക. പക്ഷേ, അവ റിയോ യിൽ തന്നെ ഉണ്ടെന്ന് അദ്ദേഹം നമുക്കു മനസ്സിലാക്കിത്തരുകയും ചെയ്യുന്നു. യൂജിൻ ഒനീലിന്റെയും ദസ്തയെവ്സ്കിയുടെയും പ്രകടമായ സ്വാധീനം ഒരുപക്ഷേ, നമുക്കു കണ്ടെത്താൻ കഴിയും. വായനക്കാരെ മുഷിപ്പിക്കാത്ത രീതിയിൽ ഒരേ അളവുകളിൽ കഥ അവതരിപ്പിക്കാനുള്ള അദ്ദേഹത്തിന്റെ അസാധാരണമായ കഴിവും അംഗീകരിക്കപ്പെടണം. ഇരു പതാം നൂറ്റാണ്ട് ദർശിച്ച അപൂർവ്വങ്ങളിൽ വച്ച് അപൂർവ്വമായ ഒരു സാഹി ത്യപ്രതിഭയാണ് റോഡ്രിഗ്വിസ്.

മഹാനഗരത്തിന്റെ ചരിത്രസ്മൃതികൾ

ലാറ്റിനമേരിക്കൻ സാഹിത്യത്തിൽ പ്രതിഭയുണ്ടായിരുന്നിട്ടും ലോക സാഹിത്യത്തിൽ അർഹിക്കുന്ന പരിഗണന കിട്ടാതെപോയ നിരവധിയെ ഴുത്തുകാരുണ്ട്. അർജന്റീനിയൻ എഴുത്തുകാരനായ ഏണസ്റ്റോ സബാറ്റോ (Ernesto Subatto)യെ പെടുത്തേണ്ടിവരുന്നതും ഇവരുടെ കൂട്ട ത്തിലാണെന്നത് ദുഃഖകരമായ ഒരവസ്ഥയാണ്. 2011 ഏപ്രിൽ മാസത്തിൽ അന്തരിച്ച ഈ മഹാപ്രതിഭയെ നൊബേൽ പുരസ്കാര സമിതിയും ഒരി ക്കലും പരിഗണിക്കുകയുണ്ടായില്ല. ബോർഹസിനുണ്ടായ അതേയനു ഭവം സബാറ്റോയ്ക്കുമുണ്ടായി.

ഒരു ഊർജ്ജതന്ത്ര നിപുണനെന്ന രീതിയിൽ ആദ്യം മികവ് തെളി യിച്ച സബാറ്റോ 1930 കളിൽ പാരീസിലെ ക്യൂറി ലബോറട്ടറീസിൽ ജോലി ചെയ്തിരുന്ന കാലത്താണ് സർ റിയലിസ്റ്റ് പ്രസ്ഥാനവുമായി അടുത്തിട പഴകിയത്. ഇതിനുശേഷമാണ് സാഹിത്യത്തോടുള്ള താല്പര്യം അദ്ദേ ഹത്തിനുണ്ടായത്. *ദി ടണൽ* എന്ന ആദ്യത്തെ നോവൽ 1948 ലാണ് പ്രസിദ്ധീകരിച്ചത്. മറ്റുള്ളവരിൽ അവിശ്വാസം കാണുന്ന ഒരു പ്രത്യേക തരം മാനസികവിഭ്രാന്തിയുള്ള ഒരു ചിത്രകാരന്റെ കാഴ്ചപ്പാടിലൂടെ ലോകത്തെ കാണുന്ന പ്രമേയമാണീ നോവലിലുള്ളത്. സ്നേഹവും അര ക്ഷിതത്വബോധവുമാണ് അയാളെ അയുക്തികമായ ഒരു ലോകത്തേക്കു നയിക്കുന്നത്. പ്രിയകാമുകിയെ കൊന്നതിന് തടവിൽ കിടക്കേണ്ടി വരുന്ന അയാളുടെ ഓർമ്മകളായിട്ടാണ് നോവൽ അനാവരണം ചെയ്യപ്പെടുന്നത്.

രണ്ടാമത്തെ നോവലായ *നായക്മാരെയും ശവകുടീരങ്ങളെയും കുറിച്ച് (On Herones and Tombs)* 1961 ൽ പുറത്തുവന്ന ഒരു സ്ത്രീക ഥാപാത്രത്തോട് മൂന്നു പുരുഷകഥാപാത്രങ്ങൾ വേറിട്ട രീതികളിൽ ബന്ധ പ്പെടുന്ന ഒരു തരം ഒബ്സെഷന്റെ രീതിയാണിതിൽ അവലംബിച്ചതിരി

ക്കുന്നത്.

സബാറ്റോയുടെ മാസ്റ്റർപീസ് നോവലായിട്ടാണ് ആസ്വാദകലോകം ഇതിനെ വിലയിരുത്തുന്നത്. ഇതിലും മനുഷ്യമനസ്സിന്റെ ഭ്രാന്തമായ അവസ്ഥ പലതിനും കാരണമായി ഭവിക്കുന്നു. നോവലിന്റെ മൂന്നാം ഭാഗ മായ റിപ്പോർട്ട് ഓഫ് ദി ബ്ലൈൻഡ് വളരെയധികം വിവാദങ്ങൾക്ക് വഴിയൊരുക്കുകയും ചെയ്തു. സർറിയലിസത്തിന്റെ സ്വാധീനം ഈ നോവലിൽ ശരിക്കനുഭവപ്പെടുന്നുണ്ട്. അന്നത്തെ അർജന്റീനിയൻ സമൂ ഹത്തിലും യൂറോപ്യൻ സംസ്കാരത്തിന്റെ തീവ്രമായ സ്വാധീനമുണ്ടാ യിരുന്നു.

മൂന്നാമത്തെ നോവലായ *ഇരുട്ടിന്റെ മാലാഖ (The Angel of Darkness)* 1974 ലാണ് പ്രസിദ്ധീകരിച്ചത്. ഇതിനുശേഷം മൂന്നു നോവലു കൾ കൂടി രചിച്ചെങ്കിലും ആത്മസംതൃപ്തി ലഭിക്കാത്തതിനാലാവാം അവയെ നശിപ്പിച്ചുകളഞ്ഞ ഒരു പൂർവ്വകാലമാണദ്ദേഹത്തിനുണ്ടായിരു ന്നത്. തൊണ്ണൂറ്റിയൊൻപതാം വയസ്സിൽ അന്തരിക്കുമ്പോൾ സബാറ്റോക്ക് ശരിക്കും ആന്ധ്യം ബാധിച്ചിരുന്നു. താൻ സ്നേഹിച്ച ലോകത്തെ കാണാ നാവാതെ കാലം കഴിക്കേണ്ടിവന്ന ദുരന്തം ഇപ്പോൾ ഓർമ്മ മാത്രമായി അവശേഷിക്കുന്നു. മറ്റു രണ്ട് നോവലുകളിൽനിന്നും തികച്ചും വ്യത്യ സ്തമാണ് *ഇരുട്ടിന്റെ മാലാഖ.* അടുത്തകാലത്ത് ഇത് ഒന്നുകൂടി വായി ച്ചപ്പോഴാണ് സബാറ്റോയെന്ന നോവലിസ്റ്റ് ഒന്നുകൂടി വ്യക്തമായി മന സ്സിനെ കീഴടക്കിയത്. ഈ നോവൽ ന്യൂയോർക്കിലെ ബാലന്റൈൻ പ്രസാ ധകർ 1991 ലാണ് ഇംഗ്ലീഷ് പരിഭാഷയായി അവസാനം പുറത്തുകൊ ണ്ടുവന്നത്. ആൻഡ്രൂ ഹർലിയുടെ (Andrew Hurley) മികച്ച പരിഭാ ഷയും കൂടിയായപ്പോൾ വായന ഉദാത്തമായ അനുഭവമായി മാറുകയും ചെയ്തു.

ആദ്യത്തെ രണ്ടു നോവലുകൾ കൊണ്ടുതന്നെ ലാറ്റിനമേരിക്കൻ സാഹിത്യത്തിന്റെ സമകാലിക നവോത്ഥാനത്തിനു വഴിയൊരുക്കിയ സബാറ്റോ മൂന്നാമത്തെ നോവലിൽ പ്രധാന കഥാപാത്രമായി അദ്ദേഹം സൃഷ്ടിച്ച ചില പ്രധാനകഥാപാത്രങ്ങൾക്കൊപ്പം രംഗത്തുവരുകയും ചെയ്യുന്നു.

സബാറ്റോ പ്രസിദ്ധീകരിച്ച കൃതികളിൽ അദ്ദേഹത്തിനാകെക്കൂടി പറയാനുണ്ടായിരുന്നത് ജീവിതത്തെയും മരണത്തെയും കുറിച്ചും ആകാംക്ഷയെക്കുറിച്ചും പ്രത്യാശയെക്കുറിച്ചും ഒറ്റപ്പെടലിനെക്കുറിച്ചുമാ യിരുന്നു. അസ്ഥിരത്വമെന്ന അവബോധത്തെക്കുറിച്ചോ അങ്ങനെയൊര വബോധമില്ലാതെയുള്ള ചിന്തകളും അതോടൊപ്പമുണ്ടായിരിക്കും.

ഇരുട്ടിന്റെ മാലാഖ എന്ന പേരിലുള്ള ഈ നോവൽ തത്ത്വചിന്തക പരമോ രാഷ്ട്രീയപരമായോ ഉള്ള സംവാദങ്ങളുടെ രീതിയിലാണ് അവ തരിപ്പിച്ചിരിക്കുന്നത്. സാഹിത്യത്തിലെ റിയലിസ്റ്റിക്ക് തലവുമായി ഈ സൃഷ്ടിക്ക് വലിയ കടപ്പാടോ ബന്ധമോ ഒന്നും തന്നെയില്ല. 1980 കളിൽ (അർജന്റീനയിൽ ബന്ധമോ ഒന്നും തന്നെയില്ല) 1980 കളിൽ അർജന്റീ

നയിൽ ജനാധിപത്യം മടങ്ങി വന്നപ്പോൾ സൈനികഭരണകൂടം നടത്തിയ ക്രൂരതകളെക്കുറിച്ചന്വേഷിക്കാനുള്ള മനുഷ്യാവകാശ സമിതിയുടെ അദ്ധ്യക്ഷനായി സബോറ്റോ നിയമിതനായി.

1973 ന്റെ ആരംഭകാലത്ത് ബ്യൂനസ് അയേഴ്സ് നഗരത്തിൽ അരങ്ങേറിയ ചില സംഭവപരമ്പരകളിലൂടെയാണ് ഇരുട്ടിന്റെ മാലഖ ആരംഭിക്കുന്നത്. ഹീറോസ് ആൻഡ് ടോംബ്സിലെ ഒരു പ്രധാന കഥാപാത്രമായ ബ്രൂണോ ജനുവരി അഞ്ചാം തീയതി ഗുയിദൊക്കും യുനിനുമിടയിലുള്ള ഒരു മൂലയിലെ വാതിലിൽ നില്ക്കുമ്പോഴാണ് സബാറ്റോ തെരുവിലൂടെ നടന്നുവരുന്നത് അവൻ കാണുന്നത്. നോവലിസ്റ്റും കഥാപാത്രവുമായി നേരിൽകണ്ടുമുട്ടുന്ന അപൂർവ്വ സന്ദർഭം. നോവൽ രചനയിലൂടെ ബ്രൂണോയും സബാറ്റോയും ആജീവനാന്ത സുഹൃത്തുക്കളായി മാറുകയും ചെയ്തുകഴിഞ്ഞിരുന്നു. പക്ഷേ, ഇത്തവണ നേരിട്ടൊരു നോട്ടം കൈമാറി സബാറ്റോ മുന്നോട്ടു നീങ്ങുകയയാണുണ്ടായത്. സബാറ്റോ ബോധപൂർവ്വം ഒഴിഞ്ഞുമാറുന്നതായി ബ്രൂണോയ്ക്ക് തോന്നിയില്ലെങ്കിലും അവർക്കിടയിലെ ചില തെറ്റിദ്ധാരണകൾ ഇതിന് കാരണമായി ഭവിച്ചിരിക്കാം. പിന്നീട് ധൈര്യം സംഭരിച്ച് വീട്ടിലേക്ക് വിളിച്ചുവെങ്കിലും കുറച്ച് ദിവസത്തേക്കിനി അയാൾ പുറത്തുപോകുന്നില്ലയെന്ന ഉത്തരമാണ് ലഭിച്ചത്. 1973 കാലത്തെ ബ്യൂനസ് അയേഴ്സ് നഗരം ആകർഷണങ്ങളുടെ അവസാനിക്കാത്ത പ്രവാഹം പകരുന്ന ഒന്നായിരുന്നുവെങ്കിലും ഭരണകൂടത്തിന്റെ അഴിമതി നിറഞ്ഞ കടന്നുകയറ്റംകൊണ്ട് ശ്രദ്ധേയമായ ഒന്നായിരുന്നു. രാഷ്ട്രീയപരമായ പ്രത്യാശകൾ മനസ്സിൽ സൂക്ഷിച്ചതിന്റെ പേരിൽ ലളിതജീവിതം നയിക്കുന്ന ലോലഹൃദയനായ ചെറുപ്പക്കാരൻ പീഡനമുറകളാൽ കൊലചെയ്യപ്പെടുന്നുണ്ട്. ബ്യൂനസ് അയേഴ്സ് നഗരത്തിൽ ലോകോയെന്നു പേരുള്ള കുടിയനായ ഒരു ബഹിഷ്കൃതർ രാത്രിയിലെ ആകാശച്ചുമരിലൂടെ നിരവധി ശിരസ്സുകളുള്ള വേതാളം കടന്നുപോകുന്നതായി കണ്ടു. ഇത് അയാൾക്കുമാത്രം അനുഭവപ്പെടുന്ന ഒരു വെളിപാടായിട്ടാണ് സബാറ്റോ അവതരിപ്പിച്ചിരിക്കുന്നത്. ആകെ വൃത്തികേടായിക്കിടക്കുന്ന ഒരു അപ്പാർട്ട്മെന്റിൽ വിഖ്യാതരായ എഴുത്തുകാരുടെ വികൃതമായ ചിത്രങ്ങൾക്കിടയിൽ നാഷൊയെന്ന മതഭ്രാന്തനായ ചെറുപ്പക്കാരൻ ശപിക്കപ്പെട്ട രൂപങ്ങളുടെ പീഡനങ്ങൾ ഏറ്റുവാങ്ങി കഴിയുന്നു. അവന്റെ പ്രിയപ്പെട്ട സഹോദരി അവനെ വഞ്ചിക്കുകയായിരുന്നു. അവന്റെ ഏറ്റവും പ്രിയപ്പെട്ട എഴുത്തുകാരനായ സബാറ്റോ ഇതിനെ മദ്ധ്യവർഗ്ഗ സമൂഹത്തിന്റെ ആസക്തിയും സംതൃപ്തിക്കു വേണ്ടി വില്ക്കുവാനും തയ്യാറായി.

സബാറ്റോ ശരിക്കും പ്രത്യേകിച്ചൊരു അടുക്കും ചിട്ടയുമില്ലാതെയാണ് കഥാപാത്രങ്ങളെയും സംഭവങ്ങളെയും സ്വീകരിക്കുന്നത്. പക്ഷേ, അവയ്ക്കിടയിൽ വർത്തിക്കുന്ന നിഗൂഢമായ കണ്ണികളാണ് ഇതിനെ സമ്പന്നമാക്കുന്നത്. നഗരത്തിലെ തിന്മകളാൽ ആവരണം ചെയ്യപ്പെട്ട ഒരു തലത്തിലേക്കാണ് സബാറ്റോ വായനക്കാരെ കൂട്ടിക്കൊണ്ടുപോകുന്നത്.

തിന്മയുടെ ഭൂഗർഭ സ്വഭാവമുള്ള ഒരു ശൃംഖലയിലൂടെയാണ് സബാറ്റോ ഇതിനെ അവതരിപ്പിക്കുന്നത്. ബ്യൂനസ് അയേഴ്സ് നഗരം അത്രമേൽ ഈ നോവലിൽ അതിന്റെ വർണ്ണരാജികളും ഇരുൾ മൂടിയ തലങ്ങളും ഉൾക്കൊള്ളുന്നുണ്ട്. അവിടെയുള്ള പീഡനങ്ങളും മതഭ്രാന്തന്മാരുടെ സൈ്വരം കെടുത്തലുകളും മനുഷ്യത്വമില്ലാത്ത സമൂഹത്തെ മൂടി നില്ക്കുന്ന ആലസ്യത്തെയും ധീരതയോടെ പ്രതിരോധിക്കുവാനാണ് സബാറ്റോ ശ്രമിക്കുന്നത്.

അനാഗരികമായ റുൾഫോലോകം

ഒരു നോവലും ഒരു ചെറുകഥാസമാഹാരവും മാത്രം പ്രസിദ്ധീക രിച്ചുകൊണ്ട് ലാറ്റിനമേരിക്കൻ സാഹിത്യത്തിലും ലോകസാഹിത്യ ത്തിലും സമുന്നതമായ ഒരു പദവി നേടിയെടുത്ത എഴുത്തുകാരനാണ് മെക്സിക്കോയിലെ ഹുവാൻ റുൾഫോ. *പെദ്രോപരാമോ (Pedroparamo)* എന്ന നോവലിന്റെ രചനയിലൂടെ വിപ്ലവാനന്തര മെക്സിക്കൻ സാഹി ത്യത്തിലെ സുവർണ്ണമുത്തായി അദ്ദേഹം മാറുകയായിരുന്നു. 1955 ൽ പുറത്തുവന്ന ഈ ചെറിയ നോവൽ ലോകമെമ്പാടുമുള്ള ആസ്വാദക രെയും നിരൂപകരെയും അത്ഭുതപ്പെടുത്തി. ലാറ്റിനമേരിക്കൻ എഴുത്തി ന്യുള്ളിലെ മാജിക്കൽ റിയലിസത്തിന്റെ പൂർവ്വഗാമിയായി അദ്ദേഹം മാറു കയും ചെയ്തു. ലാറ്റിനമേരിക്കൻ എഴുത്തിന്റെ ഏറ്റവും ആധുനികസ കേതങ്ങളാണ് റുൾഫോ പ്രധാനമായും ഉപയോഗിച്ചതെന്ന് നിരൂപകർ വിലയിരുത്തുന്നു.

1918 ൽ മെക്സിക്കോയിലെ ജാലിസ്കോയിൽ ജനിച്ച റുൾഫോ തന്റെ ആദ്യത്തെ കഥകൾ പ്രസിദ്ധീകരിച്ചത് 1940കളിൽ ഗുവാദലായാര യിലെ ചെറിയ മാഗസിനുകളിലായിരുന്നു. പിന്നീടദ്ദേഹം മെക്സിക്കോ നഗരത്തിലേക്ക് താമസം മാറ്റി. അവിടെവെച്ചാണ് അദ്ദേഹത്തിനേറെ പ്രശസ്തി നേടിക്കൊടുത്ത പ്രശസ്ത നോവലും *കത്തിയെരിയുന്ന സമ തലവും മറ്റുകഥകളും (The Burning Plain and Other Stories* (El llano en llamas. 1953) പ്രസിദ്ധീകരിക്കപ്പെട്ടത്. ഇതിനിടയിൽ രണ്ടാമ തൊരു നോവൽ *Lacordillers* എന്ന പേരിലൊരു നോവൽ അദ്ദേഹം രചിച്ചുകൊണ്ടിരുന്നു. നിരവധി വർഷത്തെ പരിശ്രമത്തിലൂടെ ഏതാണ്ട് എഴുതി പൂർത്തിയാക്കിയ നോവലിനെക്കുറിച്ച് പ്രസാധകരുടെ അറിയിപ്പും പുറത്തു വന്നിരുന്നു. റുൾഫോയുടെ ഒരു ആത്മമിത്രമായ ഡോക്ടർ

അത് രഹസ്യമായി വായിച്ചുകൊണ്ടിരുന്നുവെന്ന തിരിച്ചറിയവിൽ അദ്ദേ
ഹമത് കത്തിച്ച് കളയുകയായിരുന്നുവെന്ന് പരക്കെ വിശ്വസിച്ചിരുന്നു.
എഴുത്തുകാരന്റെ സർഗ്ഗാത്മക സ്വാതന്ത്ര്യത്തിലേക്കുള്ള കടന്നാക്രമണ
മായി അദ്ദേഹമതിനെ കണ്ടിട്ടുണ്ടാകണം. *El llano en llamas* ഇംഗ്ലീഷ്
പരിഭാഷ കത്തുന്ന സമതലവും മറ്റുകഥകളും എന്നപേരിൽ അമേരിക്ക
യിലെ ടെക്സാസ് യൂണിവേഴ്സിറ്റി പ്രസാധകരാണ് പുറത്തിറക്കിയിരി
ക്കുന്നത്. നിരൂപകരുടെ ഭാഗത്തുനിന്ന് കൂടുതൽ ശ്രദ്ധ പതിഞ്ഞിരുന്നത്
പെദ്രോപരാമോയെന്ന നോവലിൽത്തന്നെയായിരുന്നു. പക്ഷേ, റുൾഫോ
തന്റെ രചനയുടെ ഏറ്റവും മികച്ച മുഹൂർത്തങ്ങളായി കണ്ടിരുന്നത് അതി
നുമുമ്പെഴുതിയ കഥകളിൽ തന്നെയായിരുന്നു. പതിനഞ്ചു കഥകൾ ഈ
സമാഹാരത്തിൽ ഉൾപ്പെടുത്തിയിട്ടുണ്ട്. ഇവയിൽ 'മക്കാരിയോ', 'താല്പ,'
'കത്തുന്ന സമതലം,' 'എന്നെ കൊല്ലരുതെന്ന് അവരോട് പറയൂ.' 'ലൂവിന'
തുടങ്ങിയ കഥകൾ ലോക ചെറുകഥാസാഹിത്യത്തിലെ മികച്ച കഥക
ളിൽ ഉൾപ്പെടുത്താവുന്നവയാണ്. റുൾഫോ തന്റെ കഥകളിൽ പലപ്പോഴും
ഒരു ചെറിയ സംഭവത്തിന്റെ വിപുലീകരണമായോ അല്ലെങ്കിൽ ഒരു കഥാ
പാത്രത്തിന്റെ ആത്മാവലോകനമായോ പ്രമേയത്തെ വികസിപ്പിച്ചെടുക്കു
ന്നത് കാണാം. ഇത് റുൾഫോയെ കഥയുടെ അർത്ഥതലങ്ങളെ കൂടു
തൽ പ്രകാശമാനമാക്കുവാൻ സഹായിക്കുന്നു. പ്രത്യേകിച്ചും ഒരു മനു
ഷ്യന്റെ ജീവിതത്തിലുണ്ടാകുന്ന തീവ്രമായ നിരാശാബോധത്തിന്റെ
ചിത്രീകരണത്തിലേക്ക് വരുമ്പോളാണിത് സംഭവിക്കുന്നത്.

റുൾഫോയുടെ രചനാലോകം തന്നെ ശരിക്കും അനാഗരികമായ
ഒന്നാണ്. ഇത് പലപ്പോഴും നമുക്ക് ഒറ്റപ്പെട്ടു മാറി നില്ക്കുന്ന ഒന്നായനു
ഭവപ്പെടും. 'താല്പയിലും ലൂവിനയിലും നായകളൊന്നും കുരുക്കുന്നില്ല.'
'അവർ അവനെ ഒറ്റയ്ക്കു വിട്ടിട്ടുപോയ രാത്രി' എന്നീ കഥകളിൽ നിന്നും
തിരിച്ചറിയുവാൻകഴിയും. മറ്റെല്ലാമണ്ഡലങ്ങളിലും മനുഷ്യൻ ഇതേ വേദ
നയും നൊമ്പരവും മാനസികമായ വ്യഥകളും അനുഭവിക്കുന്നുണ്ടെങ്കിലും
റുൾഫോ അവയെ തന്റെ പ്രമേയങ്ങളിൽ ഉൾക്കൊണ്ടപ്പോൾ അത്ലാറ്റി
നമേരിക്കൻ ജീവിതയാഥാർത്ഥ്യങ്ങൾക്കപ്പുറം ആധുനിക മനുഷ്യന്റെ
വ്യഥയും ദുഃഖവുമൊക്കെയായി രൂപാന്തരപ്പെടുന്നത് കാണാം.

കഥാപാത്രങ്ങളുടെ ദുരന്തപൂർണ്ണമായ ജീവിതവും അവരുടെ
വൈകാരികമായ തകർച്ചയുടെ തലങ്ങളും ഏകാന്തതയും മരണവു
മൊക്കെ കഥകളുടെ വികാസങ്ങളിൽ തുടർച്ചയായ സ്വാധീനം ചെലു
ത്തുന്നതു കാണാം. തവളകൾ പുറത്തേക്കുവരുന്നതും കാത്ത് ഓടയുടെ
അരികിലിരിക്കുന്ന മക്കാരിയോയുടെ രൂപം മുൻപറഞ്ഞ ഏകാന്തരൂപ
ങ്ങളുടെ പ്രതീകം തന്നെയാണ്. രാത്രി മുഴുവൻ ആക്രോശിച്ചുകൊണ്ടി
രുന്ന അവരുടെ സാന്നിദ്ധ്യം തലതൊട്ടമ്മയുടെ ഉറക്കം കെടുത്തുന്ന ഒന്നാ
യിരുന്നു. കത്തുന്ന ഒരു സമതലത്തിൽ ജീവിക്കേണ്ടി വരുന്ന ഒരു സമൂ
ഹത്തിന്റെ ചിത്രീകരണത്തിലൂടെ അവരുടെ ജീവിതത്തിലെ പരുക്കൻ
യാഥാർത്ഥ്യങ്ങളെയാണ് റുൾഫോ ഈ കഥകളിലൂടെ അനാവരണം

ചെയ്യുവാൻ ശ്രമിക്കുന്നത്. ശത്രുവിനോടുള്ള പേരാട്ടങ്ങളിൽ അവർക്ക് ശകാരവും ഏറ്റുവാങ്ങേണ്ടതായിവരുന്നു. പറഞ്ഞറിയിക്കാനാവാത്ത വിധം അക്രമോത്സുകമായ അന്തരീക്ഷത്തിന്റെ ഭീതിയിലാണവർ ജീവിതം കഴിച്ചുകൂട്ടുന്നത്. അവരുടെ നിർദ്ദോഷമുഖങ്ങളിൽ ആധിയും വ്യാധിയും നിറയുന്നതിന്റെ കറുത്ത നിഴല്പാടുകളും റുൾഫോ അവത രിപ്പിക്കുന്നുണ്ട്. കൊലപാതകങ്ങളും നിഷിദ്ധമായ സംഗമങ്ങളും പര സ്ത്രീ-പുരുഷബന്ധങ്ങളും വരുത്തിക്കൂട്ടുന്ന ദുരന്തങ്ങൾക്ക് സമൂഹ ത്തിൽ പൊരുത്തക്കേടുകൾ നിറയ്ക്കുവാൻ മാത്രമേ കഴിയൂ. എല്ലാം അക്രമങ്ങളുടെയും അഭിലാഷങ്ങളുടെയും അഗ്നിയിലാണ് എരിഞ്ഞട ങ്ങുന്നത്.

ഈ കഥകളിലെ കഥാപാത്രങ്ങൾക്ക് ദുഃഖവും യാതനകളും ഒരി ക്കലും അന്യമായിത്തീരുന്നില്ല. സ്നേഹത്തിന്റെയോ സഹാനുഭൂതിയു ടെയോ ഒരു കാലത്തിന് അറുതി വന്നിരിക്കുന്നുവെന്നവർ ഭയപ്പെടുന്നു. സ്നേഹം എന്ന വികാരം ഈ കഥകൾക്കുതന്നെ പൊതുവെ അന്യമാണ് എന്നേ വിശ്വസിക്കുവാൻ കഴിയൂ. പക്ഷേ, പെദ്രോപരാമോയിൽ പ്രധാ ന്യമുള്ള ഒരു ഭാഗം ഇതിന് ഉൾക്കൊള്ളുവാനും കഴിഞ്ഞു. തന്റെ കഥക ളിൽ പല കഥാപാത്രങ്ങളെയും റുൾഫോ വളരെ താഴെക്കിടയിൽ നിന്നും തെരഞ്ഞെടുത്തിട്ടുള്ളതാണ്. അവരുടെ ഭൂമികയിൽ ദൃശ്യങ്ങൾപോ ലെതന്നെ അവ മിക്കവാറും മേഘാവൃതമായി വിഷാദച്ഛായയിൽ ആവ രണം ചെയ്യപ്പെട്ട ഒരു നിലയിലുമായിരിക്കും. അപൂർണ്ണതയുടെ പ്രതീക ങ്ങളാണവർ എന്നുവിശേഷിപ്പിക്കുന്നതിലും തെറ്റില്ല.

ഒരു പൂർണ്ണച്ഛായയോടെ ആർക്കും അവരെ കാണുവാൻ കഴിയു ന്നില്ല. ശിരോവസ്ത്രങ്ങൾ ധരിച്ച് ഏതോ കറുത്ത ഭൂതകാലത്തിന്റെ പ്രതി നിധികളാണെന്നേ ആർക്കും തോന്നുകയുള്ളൂ. 'ലൂവിന' എന്ന കഥയിലെ വിഷാദച്ഛായയുള്ള കിഴവികളുടെ രൂപം വായനയെ ഗൗരവമായിട്ടെടുക്കു ന്നവർക്ക് മറക്കുവാനും കഴിയില്ല. അവിടെ സുനിശ്ചിതമായ ഒന്നിന്റെ സാന്നിദ്ധ്യമുണ്ട്. സർവ്വവ്യാപിയായ മരണത്തിന്റെ വിഷാദച്ഛായ അര് ജീവിതത്തിനുമേൽ ആധിപത്യം നേടിക്കഴിഞ്ഞിരുന്നു. പെദ്രോപ രാമോയിൽ മരണമെന്ന സമസ്യയുടെ ഒരു വലിയ ലോകം റുൾഫോ നമുക്കുമുന്നിൽ അവതരിപ്പിച്ചതാണ്. നാം ജീവിക്കുന്ന ഈ ലോകത്തിന്റെ ദുരന്തപൂർണ്ണമായ ഒരുതലത്തിലേക്കാണ് റുൾഫോ നമ്മെ കൂട്ടിക്കൊ ണ്ടുപോകുന്നത്. യാതൊരു മൂല്യവുമില്ലാത്ത എന്തിനൊക്കെയോ ജീവി തത്തിന്റെ സത്വത്തെ തിരിച്ചറിയാതെ പോവുകയും ചെയ്യുന്നു.

പ്രകൃതിദൃശ്യത്തെ ചിത്രീകരിക്കുവാൻ റുൾഫോയ്ക്ക് അസാധാര ണമായ ഒരു മികവ് തന്നെയുണ്ട്. അതിന്റെ വിരസമായ അന്തരീക്ഷ ത്തിൽ വീർപ്പുമുട്ടി നില്ക്കുന്ന കഥാപാത്രങ്ങളെയാണ് നമുക്കവിടെ ദർശി ക്കുവാൻ കഴിയുന്നത്. അവർ നമുക്ക് ഭൂമി നല്കിയെന്ന കഥയിൽ ഇത്തരം ദൃശ്യങ്ങളുടെ ഒരുതരം വല്ലാത്ത ഏകാന്തത നിറഞ്ഞു നില്ക്കു ന്നത് കാണാം. ഒരു മരത്തിന്റെ തണൽപോലും ദൃശ്യമാകാത്ത വിരസവും

ഏകാന്തവുമായ ഭൂദൃശ്യങ്ങളിലൂടെ സഞ്ചരിക്കേണ്ടിവരുന്ന കുറെ മനു
ഷ്യരുടെ അനുഭവങ്ങൾ ഇതിനുള്ളിൽ വരച്ചിട്ടിരിക്കുന്നു. എവിടെയും അവ
സാനിക്കാത്ത അല്ലെങ്കിൽ അതിനപ്പുറം ഒന്നുമില്ലാതെവരുന്ന ഒരവസ്ഥ
യിലേക്കാണ് എല്ലാം വന്നെത്തിനില്ക്കുന്നത്. അവർക്കുപോകുവാനുള്ള
നഗരം അപ്പോഴും വിദൂരത്തിലാണ്. അതിലേക്കവരെ അടുപ്പിക്കുന്നതു
തന്നെ കാറ്റിന്റെ താളവും ശൗര്യവുമാണ്. മെലിട്ടനും ഫൗസ്റ്റിനൊയും
എസ്റ്റെബാനും കഥ പറയുന്നയാളും കൂടി പുലർച്ചെ നാലുമണിക്ക് തുട
ങ്ങിയ യാത്രയാണ്. നഗരത്തിൽ എത്തിച്ചേരുന്ന അവർക്കു മുമ്പ് ലഭിച്ച
ഭൂമിയുടെ വിദൂരമായ ഒരു സ്വപ്നം മാത്രമേ അവശേഷിച്ചിരുന്നുള്ളൂ.
അതിനെക്കുറിച്ച് വിചാരിക്കുമ്പോൾ അവരുടെ മനസ്സ് ഒന്നുകൂടി അസ്വ
സ്ഥമാവുകയും നഷ്ടബോധം തോന്നുകയും ചെയ്തു. റുൾഫോയുടെ
കഥാപാത്രങ്ങൾ ജീവിക്കേണ്ടതായി വരുന്ന പുരുഷമണ്ഡലങ്ങളിൽ മിക്ക
വാറും ഒന്നും തന്നെ ചലിക്കുകയോ ഇളകുകയോ ചെയ്യുന്നില്ല. പ്രാപ്പിടി
യൻ പക്ഷികളുടെ സാന്നിദ്ധ്യം പോലും അവിടെയുണ്ടാകില്ല. ചലനങ്ങൾ
നിഷേധിക്കപ്പെട്ട ഒരു ഭൂമികയുടെ വീർപ്പുമുട്ടലുകൾ തീർച്ചയായും അവി
ടെയുണ്ടായിരിക്കും.

വ്യക്തിപരമായ നാടകീയത അവതരിപ്പിക്കുമ്പോഴും റുൾഫോയുടെ
ചിന്തകളിലും പ്രമേയങ്ങളിലും സാമൂഹികമായ രോഗാതുരതയെക്കുറി
ച്ചുള്ള ഉൽക്കണ്ഠതന്നെയായിരുന്നു. കഥകളെ പ്രധാനമായും അദ്ദേഹം
ഇതിനായുപയോഗിക്കുവാനും തയ്യാറായി. അതേസമയം ചെറുകഥാരച
നയിലെ ഏറ്റവും പുതിയ സങ്കേതങ്ങൾവരെ റുൾഫോയുടെ കഥകളിൽ
തികച്ചും മൗലികസ്വഭാവത്തോടെ സാന്നിദ്ധ്യം കുറിക്കുകയായിരുന്നു.
കത്തുന്ന സമതലത്തിലെ കഥകൾ അനാവരണംചെയ്യുന്ന രചനാരീതി
യിലും ഇത് നിറഞ്ഞു നില്ക്കുന്നു. പലപ്പോഴും ആത്മഭാഷണത്തിന്റെ
ഒരു വിചിത്രമായ രീതിയിലാണ് റുൾഫോ നമ്മോട് സംവേദിക്കുന്നത്.

ഓരോ കഥയ്ക്കും ഓരോ സങ്കേതവും ഭാവവും അവതരണരീതി
യുമുണ്ട്. കാലത്തെ ഏറ്റവും മികച്ച രീതിയിലാണദ്ദേഹം കശക്കിയെടു
ക്കുന്നത്. കാലം ഭൂതകാലത്തിനും വർത്തമാനത്തിനുമിടയിൽ തത്തി
ക്കളിക്കുന്ന ഒന്നാണ്. അവിടെ കഥാപാത്രങ്ങളുടെ ഓർമ്മകളും ചിന്ത
കളും പ്രതിഫലനങ്ങളും എല്ലാം റുൾഫോ വളരെ സമർത്ഥമായുപയോ
ഗിക്കുന്നു. കഥയിലെ ഇമേജറികൾക്ക് വളരെ അസാധാരണമായ ഒരു
ദൃശ്യചാരുതയുണ്ട്. കഥയിലൂടെ ഒഴുകിപ്പോകുന്ന നദികളെയും പ്രകൃ
തിദൃശ്യങ്ങളെയും സൂക്ഷ്മമായ നിരീക്ഷണങ്ങളിലൂടെയാണ് റുൾഫോ
അവതരിപ്പിക്കുന്നത്. റുൾഫോയുടെ കഥകൾക്ക് തീവ്രമായ ഒരു
സാഹിത്യമൂല്യമുണ്ട്. റുൾഫോകഥകൾ നമ്മെ നടുക്കുകയും പിടിയില
മർത്തുകയും ചെയ്യുന്നവയാണ്.

നിക്കരാഗ്വയിലെ സ്ത്രീ

സമകാലീന ലാറ്റിനമേരിക്കൻ സാഹിത്യത്തിലെ ശ്രദ്ധേയമായ ശബ്ദങ്ങളിലൊന്നാണ് നിക്കരാഗ്വയിലെ എഴുത്തുകാരിയായ ജിയോ കോൺഡോ ബെല്ലി (Gloconda Belli)യുടേത്. കഥയും കവിതയും നോവ ലുമെഴുതുന്ന ഈ പ്രതിഭ 1948 ൽ നിക്കരാഗ്വയിലെ മനാഗുവയിലാണ് ജനിച്ചത്. മലയാളി വായനക്കാർക്ക് സുപരിചിതമായ *എന്റെ ചർമ്മത്തിൻ കീഴിലെ രാജ്യം (The Country under my skin)* എന്ന ഓർമ്മ പുസ്തകം ജിയോകോൺഡോ ബെല്ലി നേരിൽ കണ്ടതും പങ്കെടുത്തതുമായ സൊമോസ ഏകാധിപതിക്കെതിരെയുള്ള പോരാട്ടങ്ങളുടെയും ക്യൂബൻ വിപ്ലവത്തിന്റെയും അനുഭവങ്ങൾ പങ്കുവെക്കുന്ന രചനയാണ്.

നിക്കരാഗ്വയിൽ ഏകാധിപശ്ര്യത്തിന്റെ കാലം അവസാനിപ്പിച്ചതോ ടെയാണ് അവർ കവിതയിലേക്ക് തിരിഞ്ഞത്. ദേശീയ വിമോചന പ്രസ്ഥാ നവുമായി അവർക്കുണ്ടായിരുന്ന ബന്ധം കാരണം അവർക്ക് കൊസ്റ്ററി ക്കയിൽ പ്രവാസിയായി കഴിയേണ്ടിവന്നു. വിപ്ലവത്തിന്റെ വിജയം നിക്ക രാഗ്വയിൽ സ്വാതന്ത്ര്യത്തിന്റെ കിരണങ്ങൾ പതിഞ്ഞപ്പോഴാണ് വീണ്ടു മവർക്ക് മടങ്ങിവരാൻ കഴിഞ്ഞത്.

1986 കാലംവരെ വിപ്ലവാനന്തരഗവൺമെന്റിൽ പല നിലകളിലും പാർട്ടിയിലും അവർക്കു പ്രവർത്തിക്കുവാൻ കഴിഞ്ഞു. ഇപ്പോൾ അമേ രിക്കയിൽ ഭർത്താവ് ചാൾസ് കസ്റ്റാൾഡിക്കൊപ്പം കഴിയുന്ന അവർ സാഹിത്യ പ്രവർത്തനത്തിൽ മുഴുകി കഴിയുന്നു.

അടുത്തകാലത്ത് അവരുടെ ഫ്രം ഈവ്സ് റിബ് (From Eve's Rib) എന്ന കവിതാ സമാഹാരം വായിക്കുവാൻ കഴിഞ്ഞതിന്റെ മധുരാഹ്ലാദ ത്തിൽ നിന്നാണ് ഇത്രയും എഴുതിയത്.

സാൻഡിനിസ്റ്റ പോരാട്ടത്തിൽ ഒരു സ്ത്രീയെന്ന നിലയിൽ തീവ്ര

മായി ഇടപെട്ടുകൊണ്ടാണവർ സ്വന്തം സ്വത്വത്തിന്റെ വികാസ പരിമിതി കൾക്ക് കൂടുതൽ സീമകൾ തുറന്നു കൊടുത്തത്. നാടിന്റെ മോചന ത്തിന്റെ വഴികളിൽ കവിത പിന്നീടവർക്ക് കൂടുതൽ കരുത്തു പകർന്നു കൊടുക്കുകയായിരുന്നു.

സൊമോസാ ഏകാധിപതിക്കെതിരെ സാൻഡിനിസ്റ്റ നേതാ ക്കൾക്കൊപ്പം പോരാട്ടത്തിനൊരുങ്ങുമ്പോൾ കവിതയുടെ ആവേശത്തി നൊപ്പം ചെറുപ്പത്തിന്റെ അപാരമായ ഒരു ദർശനവും അവർക്കുണ്ടായി രുന്നു. മരണത്തെ മുന്നിൽക്കണ്ട നിക്കരാഗ്വയിലെ ജനതയ്ക്കു മുമ്പിൽ പിടിച്ചു നില്ക്കുവാൻ സ്വാഭാവികമായും കരുത്തിന്റെ സ്പർശം ഏറെ ആവശ്യമായി വന്ന ഒരു കാലഘട്ടത്തിലാണ് അവർക്ക് ജീവിതം തള്ളി നീക്കേണ്ടതായി വന്നത്. നിലനില്പിനുവേണ്ടി പോരാടുക എന്നതിന പ്പുറം ഇവിടെ മറ്റൊരു വഴിയുണ്ടായിരുന്നില്ല.

കവിതകളിലേക്കു വരുമ്പോൾ ജിയോകോണ്ഡോ ബെല്ലിയുടെ കാവ്യാത്മകമായ ബിംബങ്ങൾ ലൈംഗികതയുടെയും വർഗ്ഗത്തിന്റെയും തുടർച്ചയായ അനുബന്ധങ്ങളാൽ പൂരിതമായ ഒന്നായിരുന്നു. പീഡന ങ്ങൾ മാത്രം ഏറ്റുവാങ്ങേണ്ടി വന്ന തലമുറകളുടെ ഒരു പ്രതിനിധിയായി കവിതകളെഴുതുമ്പോഴും സ്ത്രീ-പുരുഷ ബന്ധത്തിന്റെ തീവ്രമായ സ്പർശവും പ്രേമത്തിന്റെ സാന്ത്വന സ്പർശവും അവർക്ക് ഒഴിവാക്കു വാനും കഴിഞ്ഞില്ല. എഴുപതുകളിലെ നിക്കരാഗ്വൻ പ്രാദേശികതലങ്ങ ളിൽ സാൻഡിനിസ്റ്റ പ്രചാരണ പ്രവർത്തനങ്ങളിൽ ഏർപ്പെട്ടിരിക്കുമ്പോൾ 1979 ൽ അതിന്റെ വിജയം കാണുന്നതുവരെ സ്വതസിദ്ധമായ കഴിവുക ളിൽ ആത്മവിശ്വാസമർപ്പിച്ചുകൊണ്ടാണവർ ജീവിച്ചത്.

ജിയോകോണ്ഡോ ബെല്ലിയുടെ കവിതകളിൽ വളരെ ശക്തമായ ഒരു സമാന്തരതലം നമുക്ക് അനുഭവപ്പെടും. കമിതാക്കൾക്കിടയിലെ പ്രേമ ത്തിന്റെ തിടുക്കം ശരിക്കും അനുഭവപ്പെടുന്നത് സ്വാതന്ത്ര്യം കാംക്ഷിച്ചു പോരാടുന്ന ഒരു ജനതയുടെ ആകാംക്ഷയുടെ പ്രതീകമാണെന്ന നില യിലാണ്. ലൈംഗികമായ ഒത്തുചേരലിൽനിന്നും ലഭിക്കുന്ന ആധിപത്യ ത്തിന്റെ തീവ്രത സ്വന്തം നിയോഗങ്ങളെ നിയന്ത്രിക്കുവാനുള്ള ഒരു രാജ്യ ത്തിന്റെ ആവശ്യകതയായിട്ടാണ് കവിതയിലൂടെ പ്രതീകവല്കരിക്കുന്നത്.

കണ്ടുറന്ന് ആകെ സമർപ്പിതരായി ഒത്തുചേരുന്ന യുവമിഥുനങ്ങൾ നിക്കരാഗ്വൻ ജനതയുടെ വളരെ ശക്തമായ പോരാട്ടങ്ങളിൽനിന്നാണ് വീര്യം ഉൾക്കൊള്ളുന്നത്.

അവരുടെ കവിതകളിലെ കാവ്യാത്മകത ഉത്തുംഗമായ മാനുഷിക വികാരസീമകളിൽ തുടിച്ചുനില്ക്കുന്ന ഒന്നാണ്. അതോടൊപ്പം വിപ്ലവ ത്തിന്റെ ചുരുനിറഞ്ഞ കനത്ത ഒരാവേശമായും അവരിൽ പടർന്നു കയ റുന്നുണ്ട്. ഇതിനിടയിൽപ്പെട്ട് സ്വാതന്ത്ര്യമെന്ന ദീപ്തമായ സായുജ്യത്തി നുവേണ്ടി ദാഹിച്ചു നില്ക്കുകയാണവർ.

നിക്കരാഗ്വൻ ഭൂദൃശ്യങ്ങളുടെ മനോഹാരിതയും വിഷാദവും വെളി ച്ചത്തിന്റെ നുറുങ്ങുകളും കൊണ്ട് മികവാർന്നു നില്ക്കുന്ന പല കവിത

കളും ഈ സമാഹാരത്തിലുണ്ട്.

'ദൈവം എന്നെ ഒരു സ്ത്രീയായി സൃഷ്ടിച്ചു' എന്ന ആദ്യ കവിത യിൽത്തന്നെ ജിയോകോണ്ഡാ ബെല്ലിയുടെ കാവ്യ സങ്കല്പങ്ങളുടെ തീവ്രമായ സ്പർശം നമുക്ക് തിരിച്ചറിയുവാൻ കഴിയും. സ്ത്രീയെന്ന രൂപത്തിനുള്ളിൽ സ്വയം അഭിമാനം കൊള്ളുന്ന കവി തനിക്കു ചെയ്തു തീർക്കുവാനുള്ള ദൗത്യങ്ങളിലും സാഫല്യം കണ്ടെത്തുന്നു.

'ആർത്തവം' എന്ന കവിതയിലും ജിയോകോണ്ഡോ ബെല്ലി തന്റെ സ്ത്രീപക്ഷ കാഴ്ചപ്പാടുകൾ വ്യക്തമാക്കുന്നുണ്ട്. സ്ത്രീയുടെ ശാപമായ ഒന്ന് എന്നിലുണ്ട്. എന്റെ ഹോർമോണുകൾ ആകെ താറുമാറായിരി ക്കുന്നു. പ്രകൃതി എന്നോടു കനിഞ്ഞിരിക്കുകയാണ്. ഏറെ ധന്യയാ ക്കുന്ന ഈ അവസ്ഥ പ്രകൃതിയിൽ ആത്മാവും ശരീരവുമായുള്ള ഒത്തു ചേരൽ. അതെല്ലാം അവസാനിക്കുന്നത് ബീജത്തിനു വസിക്കുവാനുള്ള ദേഹത്തിലേക്കുള്ള പാതയിലാണ്. 'മാതൃത്വം' എന്ന കവിതയിലും ഇതി നുസമാനമായ ബിംബങ്ങൾ കടന്നുവരുന്നുണ്ട്. ഒരു വിളസമൃദ്ധമായ ഭൂമി പോലെ തന്റെ ശരീരം വികസിതമാകുന്നുവെന്ന് കവി സ്വയം കണ്ടെ ത്തുന്നു.

'ജനനം' എന്ന കൊച്ചു കവിതയിലേക്ക് കടന്നുവരുമ്പോൾ അവർ തന്റെ പുത്രിയുണ്ടായതിനെക്കുറിച്ചോർത്തുപോകുന്നു. ഞാനാകെ ഭയ ത്താലും വേദനയാലും മൂടപ്പെട്ടു കഴിഞ്ഞിരുന്നു. എന്റെ വിടർന്ന കാലു കൾക്കിടയിലൂടെ ഒൻപത് മാസം പ്രായമെത്തിയ സ്വപ്നം ഒരു പുതിയ മുഖവുമായി ലിംഗസൂചനയോടുകൂടി കടന്നുവരുന്നു.

'നിക്കരാഗ്വാ നീയെന്താണ്?' എന്ന കവിതയിൽ കവിയുടെ രാഷ്ട്രീയ പരമായ ദർശനങ്ങളുടെ ഏറെ വൈവിദ്ധ്യമാർന്ന തലങ്ങളെ ചേർത്തു നിർത്തുന്നതായി അനുഭവപ്പെടും.

'ഡൈനാമിറ്റിൽ വിലേപനം ചെയ്യപ്പെട്ട' എന്ന ഗദ്യകവിതയിൽ ഏകാ ന്തതയിലിരുന്നുകൊണ്ട് തന്റെ ചെറിയ കണ്ണുകൾ തുറന്ന് കവി വിഭാ വനം ചെയ്യുന്നത് സ്വാതന്ത്ര്യത്തെയാണ്. എന്റെ കിടക്കയിൽ ചിതറിക്കി ടക്കുന്ന പുസ്തകങ്ങൾ ഞാൻ ഇണചേർന്നിട്ടുള്ള പുരുഷന്മാരെപ്പോലെ യാണ്. സ്ത്രീ-പുരുഷ സംയോഗത്തിന്റെ അനശ്വരമായ നിമിഷങ്ങൾ മുഴു വൻ ഈ കവിതയിലുണ്ട്. പക്ഷേ, സ്വന്തം ഭൂമികയിലെ നിസ്സഹായരായ മനുഷ്യരുടെ തകർന്നടിഞ്ഞ ദുഃഖം മൂടിയ മുഖങ്ങൾ കാണുമ്പോൾ പാവം നിക്കരാഗ്വയുടെ രൂപം ഒരു ഉടഞ്ഞ വിഗ്രഹംപോലെ അവരെ ഉൽക്കണ്ഠയിലമർത്തുകയും ചെയ്യുന്നു.

കൊമാൻഡന്റെ 'മാർക്കേസ്' എന്ന കവിത നിക്കരാഗ്വൻ വിപ്ലവ ത്തിന്റെ മാറ്റൊലികൾ നിറഞ്ഞ ഒന്നാണ്. മരിച്ചുപോയ നായകൻ മാർക്കേ സിന്റെ മരണം അവർക്ക് വിശ്വസിക്കുവാൻ കഴിയുന്നില്ല.

നിക്കരാഗ്വൻ വിപ്ലവത്തിന്റെ രക്തസാക്ഷിയോ ചരിത്രപുരുഷനോ ഒക്കെയായിരുന്നു മാർക്കേസ്. ആകെയുലയ്ക്കുന്ന ഒരു കവിത. 'മറ്റുള്ള വരുടെ രക്തം' എന്ന കവിതയിൽ മരിച്ചവരുടെ കവിത വായിക്കുന്ന

കവിയെ നമുക്ക് ദർശിക്കാം.

'സ്വപ്നം കണ്ടുകൊണ്ടുണരുവാൻ വേണ്ടിയൊരു സ്വപ്നം.' ഇതി നെക്കുറിച്ച് ജിയോകോണ്ഡോ കവിതയിലൂടെ പലതും ഓർമ്മിപ്പിക്കുന്നു.

"ലൈംഗികതയെക്കുറിച്ച് സംക്ഷിപ്തപാഠങ്ങൾ" എന്ന കവിത രണ്ടു ഭാഗങ്ങളായിട്ടാണ് അവതരിപ്പിച്ചിരിക്കുന്നത്. ഈ സമാഹാരത്തിലെ വളരെ ശക്തമായ കാവ്യസാന്നിദ്ധ്യം ഇത് രേഖപ്പെടുത്തിവെക്കുന്നു. നിശ്വാസങ്ങൾ ഇണങ്ങിച്ചേരുന്ന അനശ്വര നിമിഷങ്ങൾ പങ്കുവെക്കുന്ന ഈ പ്രേമകവിത ആത്യന്തികമായി എത്തിച്ചേരുന്നത് സ്ത്രീപുരുഷ സംയോഗത്തിന്റെ നിർവൃതിയിലാണ്.

"സ്വപ്നവാഹകർ" എന്ന കവിതയും വളരെ ശക്തമായ ഒരു കാവ്യ സാന്നിദ്ധ്യമാണ്. എല്ലാ പ്രവചനങ്ങളും ഈ ലോകത്തിന്റെ വിനാശം പ്രവചിച്ചു കഴിഞ്ഞിരിക്കും. മനുഷ്യരാശി അതിന്റെതന്നെ നാശത്തെ സൃഷ്ടിക്കുകയാണ്. അതേസമയം കാലവും ജീവിതവും നവീകരിക്കപ്പെ ട്ടുകൊണ്ടിരിക്കുന്നു.

മനുഷ്യരാശിയുടെ ട്രോമയാണ് ഈ കവിതകളിൽ വിഷാദം പര ത്തുന്നത്. അതോടൊപ്പം അവരുടെ സ്വാതന്ത്ര്യബോധവും വിപ്ലവവീ ര്യവും അണഞ്ഞുപോകാത്ത ഒരു വിളക്കിന്റെ പ്രകാശത്തിൽ സ്വയം മറന്നു നില്ക്കുന്നു. മരണംകൊണ്ടാണവർ തങ്ങളുടെ ജീവിതത്തെ പ്രതി രോധിച്ചത്. അതുകൊണ്ടുതന്നെ അവർ സ്വപ്നങ്ങളുടേതായ ഒരുദ്യാനം തയ്യാറാക്കുന്നതിൽ മുഴുകുകയും ചെയ്തു. ഇവിടെ ലാറ്റിനമേരിക്കൻ കവിതയും ലോക കവിതയും ഉദാത്തമായ സീമകളിലേക്കുയർത്തപ്പെ ടുന്നു.

ലോകസാഹിത്യത്തിന് സ്പാനിഷ് മുതൽക്കൂട്ട്

സ്പാനിഷ് കവിതയുടെ സൗന്ദര്യത്തിന്റെയും ഭാവാത്മകതയു ടെയും പ്രതീകമായ ലുയിസ് ഡിംഗൊഗോറ (Luid de Gongola) പതി നേഴാം നൂറ്റാണ്ടിലെ പിക്കാസൊ ആയിരുന്നുയെന്നാണ് വിലയിരുത്ത പ്പെടുന്നത്.

പഴമയിൽനിന്നും പുതുമയുടെ സ്രോതസ്സുകണ്ടെത്തിയ പ്രതിഭാശാ ലിയായ കവിയായിരുന്നു ഗൊംഗോറ. പില്ക്കാലത്ത് പാബ്ലോ നെരൂദ, സെസാർവയാഹൊ തുടങ്ങിയ ലാറ്റിനമേരിക്കൻ കവികളെയും ലോർക വിൻസെന്റെ അക്സണ്ടറെ ലുയിസ് ജെർനൂദ, റാഫേൽ ആൽബർട്ടി എന്നീ കവികളെയും ഏറെ സ്വാധീനിച്ചിരുന്ന ഗൊംഗോറൽ കവിതക ളുടെ മുമ്പ് ലഭ്യമായിരുന്ന പരിഭാഷകൾ ഏറക്കുറെ സങ്കീർണ്ണമായിരുന്നു. നൂറ്റാണ്ടുകൾ പിന്നിട്ടുകഴിഞ്ഞിട്ടും അദ്ദേഹത്തിന്റെ കവിതകൾ ലോക കവിതാസീമയിൽ ഇപ്പോൾ ഗഹനമായ ചർച്ചകൾക്കും വിശകലന ങ്ങൾക്കും വിധേയമായിക്കൊണ്ടിരിക്കുന്നു.

പുതിയ പ്രവാഹവുമായി കടന്നുവരുന്ന ഈ കവിതകളിൽനിന്നും മതിയാകുവോളം ഉൾക്കൊള്ളുവാനുള്ള അവസരവും കൈവന്നിരിക്കു ന്നത് എഡിത്ത് ഗ്രോസ്മാൻ എന്ന വിശ്വോത്തരപരിഭാഷകരുടെ കഠി നാദ്ധ്വാനത്താലാണ്. നോവലിന്റെ ആദിരൂപമായ തെർവാന്റസിന്റെ ഡോൺ കിയോട്ടെയെന്ന നോവലിന്റെ ആധുനിക ഇംഗ്ലീഷിലുള്ള ഒരു മികച്ച പരിഭാഷ കൊണ്ടുവന്ന് ആസ്വാദകരുടെ ആദരവ് നേടുവാൻ ഇതി നുമുമ്പു തന്നെ അവർക്കു കഴിഞ്ഞതാണ്. അതേപോലെ ഒരു തീവ്രയ ത്നത്തിനുശേഷമാണ് ഇപ്പോഴിതാ ഗൊംഗോറയുടെ ഏകാന്തതകൾ (*Solitudes*) എന്ന കൃതിയുടെ പരിഭാഷയുമായി രംഗത്ത് വന്നിരിക്കു ന്നത് ലണ്ടനിലെ പെൻഗ്വിൻ പ്രസാധകരാണ് (Penguins Books London) ഈ കൃതിയുടെ ഇംഗ്ലീഷ് പരിഭാഷ പ്രസിദ്ധപ്പെടുത്തിയിരിക്കുന്നത്.

ലൂയിസ് ഡി ഗൊഗോറയുടെ ജീവിതത്തെക്കുറിച്ച് ഹ്രസ്വമായ ഒരു വിശ കലനം ആവശ്യമാണെന്നു തോന്നുന്നു. 1561 ൽ സ്പെയിനിലെ ഗൊർഡോബയിലാണ് അദ്ദേഹം ജനിച്ചത്. പിന്നീട് സ്പാനിഷ് കവിത യുടെ സുവർണ്ണകാലഘട്ടത്തിലൂടെ കടന്ന് പ്രസിദ്ധിയുടെ നിറവിൽ 1627ൽ മരിക്കുകയായിരുന്നു. അദ്ദേഹത്തിന്റെ ജീവിതകാലത്ത് ഒരു സമാ ഹാരംപോലും പ്രസിദ്ധപ്പെടുത്തുവാൻ കഴിഞ്ഞില്ലെങ്കിലും അവ കൈയെ ഴുത്തു പ്രതിയുടെ രൂപത്തിൽ വളരെ വിശാലമായ ഒരു തലത്തിൽ വായി ക്കപ്പെട്ടിരുന്നു. പിന്നീടവ ചൂടായ ചർച്ചകൾക്ക് വഴിയൊരുക്കുകയും ചെയ്തു

നൂറ്റാണ്ടുകൾക്കിടയിലെ ഒളിമങ്ങിയ പ്രസിദ്ധി ഇതിനോടൊപ്പമുണ്ടാ യിരുന്നെങ്കിലും പില്ക്കാലത്ത് ഇരുപതാം നൂറ്റാണ്ടിലെ പ്രസിദ്ധമായ നിരവധി കവികൾക്ക് ഈ കവിതകൾ പ്രചോദനമായി രൂപാന്തരപ്പെടു കയായിരുന്നു. സ്പാനിഷ് ബാരോക്ക് സാഹിത്യത്തിന്റെ പ്രശസ്തി നില നിർത്തുന്നതിൽ ഗൊംഗോറയെപ്പോലുള്ള നവോത്ഥാനകവികൾ വഹിച്ച പങ്ക് വളരെ വലിയതായിരുന്നു. പ്രതിഭയായ ലോർക ഗൊംഗോറയെ വിശേ ഷിപ്പിച്ചത് ആധുനിക കവിതയുടെ പിതാവായിട്ടാണ്. ഗൊംഗോറയുടെ ഏറ്റവും പ്രശസ്തമായ *ഏകാന്തതകൾ* ആണ് ഇവിടെ എഡിറ്റ് ഗ്രോസ്മാൻ പരിഭാഷപ്പെടുത്തിയിരിക്കുന്നത്. 1613 നും 1618 നുമിടയിലാണ് ഇത് രചിച്ചിട്ടുള്ളതെന്നാണ് കരുതപ്പെടുന്നത്. സ്പാനിഷ് കാവ്യസീമ യിലെ ഏറ്റവും സുന്ദരമായ ഒന്നായതിനെ നിരൂപകരായ ഹാരോൾഡ് ബ്ലൂമും നിരൂപക പ്രതിഭയായ റോബർതോ ഗോൺസാലസ് ഏക്കിയാ (Roborto Gonzale Eche Varria)യും വിലയിരുത്തിയിരിക്കുന്നത്. എഡിത്ത് ഗ്രോസ്മാന്റെ ഈ മികച്ച പരിഭാഷയിലൂടെ ലോകസാഹിത്യ ത്തിലെ ഇതിഹാസസമാനമായ മാസ്റ്റർപീസിനെ വായനക്കാർക്കു മുന്നിൽ സമർപ്പിക്കപ്പെട്ടിരിക്കുകയാണ്.

സാഹിത്യചരിത്രത്തിൽ ചില പ്രതിഭകൾ ഒരു ഉദാത്തബിംബമായി രൂപാന്തരപ്പെടാറുണ്ട്. ഇത്തരത്തിലുള്ള ഒരു വർണ്ണനയിൽ മാത്രം ഒതുക്കി നിർത്താനാവില്ലെങ്കിലും ഗൊംഗോറ അതിനൊക്കെയുപരി അസാ ധാരണമായ മറ്റെന്തൊക്കെയോ ആണ്. സ്പാനിഷ് നവീകരണത്തിന്റെ സൂക്ഷ്മതലങ്ങളിൽ ഇതുപോലുള്ള ഒരു സാന്നിദ്ധ്യം എത്രമാത്രം അനി വാര്യമായിരുന്നുയെന്ന് ഈ രചനയിലൂടെ കടന്നുപോകുമ്പോൾ നമുക്കു തിരിച്ചറിയുവാൻ കഴിയും. കാവ്യസീമയിൽ അതുവരെ കണ്ടെത്തുവാൻ കഴിയാത്ത (ferra incognita) ഒരു തലത്തെയാണ് ഗൊംഗോറയെപ്പോ ലുള്ളവർ അനാവരണം ചെയ്യാൻ ശ്രമിച്ചത്. ഇക്കൂട്ടത്തിൽ മറ്റൊരു പ്രതി ഭയായ ഗാർസിലാസൊ ഡി ലാ വേഗ (Garcilose de la Vega 1503- 1536) യും ഉൾപ്പെടുമായിരുന്നു.

കവി തന്റെ രചനയിലൂടെ കവിതയുടെ വൈകാരികമായ സമ്മർദ്ദ ത്തെ ഒഴിവാക്കുകയായിരുന്നു. ഭാഷയുടെ സൗന്ദര്യവും ആലങ്കാരികതയും സമന്വയിപ്പിച്ചു കൊണ്ടു രചനയെ ഒന്നുകൂടി തീവ്രതയിലേക്കെത്തിക്കു

വാൻ ശ്രമിച്ചതിന്റെ ലക്ഷണങ്ങൾ ഇതിലുണ്ട്. 'സോളിറ്റ്യുഡ്സ്' എന്ന കവിത പകുതിയെക്കുറിച്ചുള്ള ഒന്നാണ്. പക്ഷേ, ഈ കൃതിക്കുള്ളിലെ സ്വാഭാവികമായ ലോകം ഒരിക്കലും ഒരു പ്രേമകവിതയുടെ അതിപ്രസരതയ്ക്കുള്ളിലേക്ക് വഴുതിപ്പോകുന്നില്ല. ആദ്ധ്യാത്മികമായ ധ്യാനനിരതയുടെ തലത്തിലേക്കും ഇത് കടന്നുചെല്ലുന്നില്ല. ഭാഷയുടെ സൗകുമാര്യത്തിനാണ് കവി കൂടുതൽ പ്രാധാന്യം കൊടുത്തിരിക്കുന്നത്. കവിതയുടെ സൗന്ദര്യാത്മകതയ്ക്ക് ഒരു പുതിയ ദർശനം കൊടുക്കുവാൻ ഗൊംഗോറയ്ക്കു കഴിയുകയും ചെയ്തു. ആലങ്കാരികമായ യാഥാർത്ഥ്യബോധത്തെയാണ് ഗൊംഗോറ ബോധപൂർവ്വം ഒഴിവാക്കിയിരിക്കുന്നത്. തന്റെ കവിതയുടെ നിയന്ത്രണം ഒരിക്കലും ഇതിനുള്ളിലാവരുതെന്ന് അദ്ദേഹത്തിന് ഉറപ്പുണ്ടായിരുന്നു. കവിതയുടെ സമ്പൂർണ്ണമായ ഒരു രൂപവും ഭാവവും കാംക്ഷിക്കുന്ന കവി പൂർണ്ണതയിൽ മാത്രമാണ് വിശ്വാസമർപ്പിച്ചിരുന്നത്. മറ്റൊരു സ്പാനിഷ് കവിയായ പെഡ്രോസാലിനാസ് പദാർത്ഥകമായ യാഥാർത്ഥ്യത്തിന്റെ മിസ്റ്റിക്കായി സൂചിപ്പിച്ചിരുന്നത് ഇവിടെ പ്രത്യേകമായി അനുസ്മരിക്കേണ്ടിയിരിക്കുന്നു. ഗൊംഗോറയുടെ ഈ കാവ്യം ഏതാണ്ട് രണ്ടായിരം വരികളിലാണ് അസ്തിത്വം കണ്ടെത്തിയിരിക്കുന്നത്. ആദ്യം നാല് ഭാഗങ്ങളായിട്ടാണ് ഇത് അവതരിപ്പിക്കുവാൻ പദ്ധതിയിട്ടിരുന്നതെങ്കിലും ഗൊംഗോറയ്ക്ക് ആദ്യത്തേത് 1091 വരികളും രണ്ടാമത്തേത് അപൂർണ്ണമായ 979 വരികളിലും എത്തിനില്ക്കുന്നു. ഒരു വശത്ത് സ്പാനിഷ് മൂലവും എതിർവശത്ത് ഇംഗ്ലീഷ് പരിഭാഷയുമാണ് പ്രസാധകർ കൊടുത്തിരിക്കുന്നത്. കവിതയെക്കുറിച്ച് ഗൗരവമായി പഠിക്കുന്നവർക്ക് ഇത് രണ്ടു സഹായകമാവും എന്ന അക്കാദമിക് ചിന്തയാണ് ഇതിന്റെ പിന്നിലുള്ളത്. ഇംഗ്ലീഷിലേക്ക് കൊണ്ടുവന്നപ്പോൾ ഒഴിവാക്കിയത് ഇതിലെ അനുപ്രാസമാണെന്ന് പരിഭാഷകയായ എഡിത്ത് ഗ്രോസ്മാൻ സൂചിപ്പിച്ചിട്ടുണ്ട്. പക്ഷേ, കവിതയുടെ സഹജമായ ഒരു ഗുണമാണ് അനുപ്രാസമെന്നുള്ളത് എന്നു ചിന്തിക്കുമ്പോൾ ചെയ്തത് കാപാലികമായ ഒരു പ്രവൃത്തിയായി തോന്നിയാൽ അത്ഭുതപ്പെടാനില്ല. പക്ഷേ, കവിതയുടെ സമ്പൂർണ്ണമായ ഒരു മികവിന് ഇംഗ്ലീഷിൽ ഇതൊഴിവാക്കിയതാണ്. സ്പാനിഷിനും ഇംഗ്ലീഷിനും ഭാഷാപരമായ വൈവിദ്ധ്യങ്ങളും, സങ്കീർണ്ണതകളുമുണ്ട്. ഇവിടെ കവിതയുടെ മൂല്യത്തിനും കരുത്തിനും കൂടുതൽ പ്രാധാന്യം കൊടുത്തിരിക്കുന്നു. അത്രമാത്രമേ ഉള്ളൂ.

ഗൊംഗോറയെ സ്പാനിഷ് ഭാഷയിലെ ഹോമർ എന്നു വിളിക്കുന്നത് ആധുനികരായ പ്രതിഭകളാണ്. ഗാർസിയ മാർക്കേസും ഹുവാൻ ഗോയിറ്റ്സോളയും സ്റ്റെഫിനിമല്ലാർമ്മയും ലോർകയും ലുയി ബോർഹസു മൊക്കെ ഗൊംഗോറയുടെ പിൻഗാമികളാണ്. അവരുടെ ഭാഷയിലെ ഒരു മഹാപ്രതിഭയിലേക്കുള്ള ദൂരം നൂറ്റാണ്ടുകൾ പിന്നിട്ടിട്ടും ശക്തമായി നില നില്ക്കുന്നതിലാണവർ ആഹ്ലാദം കണ്ടെത്തുന്നത്. കവിതയുടെ സാംക്രമികമായ ഭാവം എന്നാണിവർ ഗൊംഗോറയുമായി കടപ്പെട്ടിരിക്കുന്നത്.

പതിനേഴാം നൂറ്റാണ്ടിന്റെ ഈ കവി അത്രയ്ക്കഗാധമായി മനുഷ്യഹൃദ
യങ്ങളിൽ ചേക്കേറിയിരുന്നുവെന്ന് ഈ കൃതിയിലൂടെ കടന്നുപോകു
മ്പോൾ വ്യക്തമാകും. ബെരോക്ക് കവിതയുടെ അവിശ്വസനീയമായ
ഉത്തുംഗതയിൽ എത്തിനില്ക്കുന്ന ഗാംഗോരയ്ക്ക് ജീവിതകാലത്ത്
കനത്ത വിമർശനങ്ങളെയും എതിർപ്പുകളെയും നേരിടേണ്ടതായിവന്നി
രുന്നു. രണ്ടുചേരികളായി നിന്നുകൊണ്ടാണ് എതിരാളികൾ കവിക്കുനേരെ
ആക്രമണം നയിച്ചത്. പക്ഷേ, കാലം കവിക്കൊപ്പമായിരുന്നു. ബെരോക്ക്
കവിതയുടെ മുഖ്യധാരകളായ രൂപകാലങ്കാരവും (Metaphor) ഉപമാല
ങ്കാരവും (Similes) ആക്ഷേപഹാസ്യവും ഗാംഗോര കവിതകളുടെ സവി
ശേഷതകളായിരുന്നു. ഈ കാവ്യത്തിന്റെ വരികളിൽ നിറഞ്ഞുനില്ക്കു
ന്നതും ഇവയുടെ സ്പന്ദനങ്ങളാണ്.

ഗാംഗോരകവിതകളിലെ പ്രകൃതിദൃശ്യം ശരിക്കും സൗന്ദര്യാത്മ
കമായ ഒന്നായി രൂപാന്തരപ്പെട്ടതാണെന്ന് അദ്ദേഹത്തിന്റെ പ്രതിരോധ
ത്തിലെ മുൻപന്തിയിലുണ്ടായിരുന്നു. ദമാസൊ അലൊൻസൊ ശക്തമായി
വാദിച്ചിട്ടുമുണ്ട്. കവിക്കു ശരിക്കുമറിയാമായിരുന്ന ഗ്രാമാന്തരീക്ഷത്തിന്റെ
സൗന്ദര്യം തന്നെയാണിത്. പക്ഷേ, അവർക്കു കവിയുടെ ഭാവനയുടെ
ചിറകുകളിലേറിയപ്പോൾ സർഗ്ഗാത്മകമായ പുതിയ രൂപവും ഭാവവും
ലഭിച്ചു. തന്റെ വരികളിൽ യാഥാർത്ഥ്യത്തെ അതേപടി പകർത്തിവയ്ക്കു
വാനും അദ്ദേഹം ശ്രമിച്ചില്ല. കവിയുടെ മിഴിയിലൂടെ കടന്നുവരുമ്പോൾ
അതൊരു പുതിയ രൂപമായി സ്വയം മാറുന്നതും നാം തിരിച്ചറിയുന്ന
യാഥാർത്ഥ്യത്തെ ഭാവനയിലൂടെ പുനസൃഷ്ടിക്കപ്പെടുന്ന മായാവിദ്യയാണ്
ഇവിടെ അദ്ദേഹം പ്രകടിപ്പിക്കുന്നത്.

ഏതാണ്ട് സമകാലീനരായിരുന്ന വില്യം ഷേക്സ്പിയറിന്റെ കവി
തകളുമായി ഗാംഗോരയുടെ രചനയെ താരതമ്യം ചെയ്യുന്നതിനും പഠ
നത്തിലൂടെ ഗവേഷകർ ശ്രമിച്ചിട്ടുണ്ട്. ഗാംഗോര പ്രത്യേകിച്ചൊന്നും
തന്നെ പറയുന്നില്ല. അതേസമയം ഏറ്റവും സൂക്ഷ്മമായി പലതും അവ
തരിപ്പിക്കുന്നു. കൂടുതലായി പറഞ്ഞുകൊണ്ട് സങ്കീർണ്ണമായ ഒരന്തരീക്ഷം
സൃഷ്ടിക്കുവാനുള്ള ബോധപൂർവ്വമായ ഒരു ശ്രമവും അദ്ദേഹം നടത്തു
ന്നുമില്ല.

ഷേക്സ്പിയർ നമ്മെ ഓർമ്മിപ്പിക്കുന്നതുപോലെ ഗാംഗോരയും
ഋതുക്കളുടെ വ്യത്യാസത്തെ സൂക്ഷ്മമായി നിരീക്ഷിക്കുന്നുണ്ട്. കാവ്യോ
പാസനയ്ക്കുവേണ്ടി കവി ഉപയോഗിക്കുന്ന ഭാഷയുടെ സൗന്ദര്യം
കാലത്തെ അതിജീവിച്ച് നില്ക്കുന്നുയെന്നത് ആരെയാണ് വിസ്മയിപ്പി
ക്കാത്തതായിട്ടുള്ളത്. 'ഗാംഗോദിസം' എന്ന പദം മഹാനായ ലൂയി
ബോർഹേസ് ഉപയോഗിച്ചതുതന്നെ കവിയുടെ മഹാപ്രതിഭയ്ക്കുള്ള ഒരം
ഗീകാരം തന്നെയാണ്.

സോളിറ്റ്യൂഡിറ്റ് എന്ന രചനയിൽ ഒരു സാമ്രാജ്യത്തിന്റെ കീർത്തി
യെന്നതിനപ്പുറം സഭയുടെ വെളിയിലുള്ള ജീവിതം തന്നെയാണ്. കൃഷി
ക്കാരുടെയും മത്സ്യത്തൊഴിലാളികളുടെയും ആട്ടിടയന്മാരുടെയും ദൈനം

ദിന ജീവിത സമസ്യകളിലേക്കാണ് അദ്ദേഹം കൂടുതലായും കടന്നുചെ
ല്ലുന്നത് സാധാരണക്കാരായ മനുഷ്യരുടെ സാധാരണജീവിതത്തെ
അദ്ദേഹം കൂടുതൽ പ്രാധാന്യത്തോടെ നിരീക്ഷിച്ചു. തെർവാൻ്റസിനെ
പ്പോലെ ചക്രവർത്തിയുടെയോ കൊട്ടാരസഭയുടെയോ കുലീനവിശു
ദ്ധിയെ തേടിയൊന്നും പോകുവാനും അദ്ദേഹം തയ്യാറായിരുന്നില്ല.

അപൂർണ്ണമായതോ അതോ ബോധപൂർവ്വം അപൂർണ്ണതയിൽ അവ
സാനിപ്പിച്ച് വായനക്കാരുടെ ചിന്തയ്ക്ക് വിന്യസിക്കുവാൻ കൂടുതൽ അവ
സരം ഉണ്ടാക്കുകയാണോ അദ്ദേഹം ചെയ്തതെന്ന് ഇന്നും ഉത്തരം
കിട്ടാത്ത ഒരു ചോദ്യമാണ്. നാലുഭാഗങ്ങളായി വിഭാവനംചെയ്ത ഒരു
ഇതിഹാസകാവ്യത്തിനീഭംഗം എങ്ങനെയുണ്ടായി. ലോകസാഹിത്യ
ത്തിൽ ഇതുപോലെ അപൂർണ്ണമായതെങ്കിലും പൂർണ്ണതയുടെ സ്പർശ
മുള്ള നിരവധി രചനകളുണ്ട്. കാഫ്കയുടെ 'ദുർഗ്ഗ'വും കോൾറിഡ്ജിൻ്റെ
'കൂബ്ളാഖാനും' ഉദാഹരണമായി എടുത്തുകാണിക്കുവാൻ കഴിയും.
ഏകാന്തതയുടെ ഘടനയിലേക്കാണ് ആത്യന്തികമായി കവിയെത്തിച്ചേ
രുന്നത്. ശരീരത്തിൻ്റെ അത്തരം അവസ്ഥകളിലേക്കുള്ള ഒരു അന്വേഷ
ണം, അവിടെ ഒരു തിരിച്ചറിവിൻ്റെ സാന്ത്വനവും മനഃശാന്തിയും ലഭിക്കു
മെന്ന് ഇത് വായിച്ച വായനക്കാരുടെ ഒരു വലിയ സമൂഹമനഃസാക്ഷി
പ്രത്യാശിക്കുന്നതിൽ തെറ്റില്ല. സ്വാഭാവികമൂല്യമുള്ള പ്രകൃതിദൃശ്യങ്ങ
ളെയാണ് ഗൊംഗോറിയിലെ കവി ഇതുവഴി ചിത്രീകരിക്കുവാൻ ശ്രമി
ക്കുന്നത്. അവിടത്തെ മനുഷ്യരും ജീവജാലങ്ങളും ഇവിടെ പ്രതിനിധി
കളായി വന്ന് കവിക്കൊപ്പം ചേരുന്ന ഒരു സംസാരിക്കുന്ന ചിത്രമായി
ട്ടാണ് ഗൊംഗോറയുടെ കവിതകളെ വിശേഷിപ്പിക്കുന്നത്. ഒരു പ്രതിഭ
വരച്ചിട്ട ചിത്രങ്ങൾക്കുള്ളിലും ഇതനുഭവപ്പെടും. ആത്യന്തികമായി കലയെ
ഒരു കവിയോ ചിത്രകാരനോ ആര് നിരീക്ഷിക്കുന്നതിലും ലക്ഷ്യത്തിൻ്റെ
സമാനതകൾ ഉണ്ടായിരിക്കും. ഒരു കപ്പൽച്ചേതത്തിൽപ്പെട്ട യുവാവ്, തിര
സ്കരിക്കപ്പെട്ടവനും ഒറ്റപ്പെട്ടവനുമായ ഒരാൾ, പ്രേമത്തിൻ്റെ മാധുര്യമുള്ള
പരാതികളുടെ വിലാപങ്ങൾ സമുദ്രത്തോടായി പറയുന്നു. തിരകളെക്കു
റിച്ചോർത്ത് അയാൾക്ക് കാരുണ്യം തോന്നുന്നു. കാറ്റിൻ്റെ അവസ്ഥ
യോടും അയാൾക്ക് അപേക്ഷയുണ്ട്. അതിൻ്റെ നികൃഷ്ടമായ മിഴിനീരിൽ
നിന്നാണിത് രൂപം കൊണ്ടത്.

അതെ. അത് അരിയോണിൻ്റെ ഒരു രണ്ടാമത്തെ മാധുര്യമുള്ള ഉപ
കരണം തന്നെയാണ്. ഒകു കാവ്യനോവലിൻ്റെ സ്പർശവും ഈ മഹാര
ചന അനുഭവപ്പെടുത്തുന്നു. പരിഭാഷയെ ഒരു മഹാസമർപ്പണമായി മാത്രം
കാണുന്ന എഡിത്ത് ഗ്രോസ്മാൻ്റെ ഈ മൊഴിമാറ്റകാവ്യം ലോകസാഹി
ത്യത്തിന് എന്നുമൊരു മുതൽക്കൂട്ടായിരിക്കും. ലൂയിസ് ഡി ഗൊംഗോറ
എന്ന മഹാപ്രതിഭയെ ഇരുപത്തിയൊന്നാം നൂറ്റാണ്ടിലെ വായനക്കാർക്ക്
പ്രിയങ്കരമാക്കിത്തീർത്ത ഗ്രോസ്മാന് എങ്ങനെയാണ് നാം നന്ദിപറയേ
ണ്ടത്.

Solitudes Luis de Gongora Translated from Spanish Edith
Grossman Pub. Penguin Books London (2011) 149 Pages $ 2500

ഒരു മഹാവ്യക്തിത്വത്തോട് മുഖാമുഖം

മറ്റുള്ളവരുടെ ദയാവായ്പിൽ വിശ്വാസമർപ്പിക്കാനും അവരെ യാതൊരുവിധ ഭയപ്പാടുമില്ലാതെ സ്നേഹിക്കാൻ തയ്യാറായി കഴിയുന്ന ബുവേനോസ് ആരിസ് ആർച്ച് ബിഷപ്പായിരുന്ന ഹോർഗ മാരിയൊ ബെർഗോളിയോ 2013 മാർച്ച് 13-ാം തീയതി കത്തോലിക്കാസഭയുടെ മാർപ്പാപ്പയായി തെരഞ്ഞെടുക്കപ്പെട്ടപ്പോൾ ലാറ്റിനമേരിക്കൻ രാജ്യങ്ങളിൽ നിന്ന് ആദ്യമായൊരാൾ വിശുദ്ധ പത്രോസിന്റെ സിംഹാസനത്തിൽ എത്തുകയായിരുന്നു. ബെനഡിക്ട് പതിനാറാമൻ മാർപ്പാപ്പ വിരമിച്ച സ്ഥാനത്തേക്കാണ് ആധുനികചരിത്രത്തിലെ ഏറ്റവും ഹ്രസ്വമായ കോൺക്ലേവിലൂടെ അദ്ദേഹം തെരഞ്ഞെടുക്കപ്പെട്ടത്. പതിമ്മൂന്നാം നൂറ്റാണ്ടിൽ ജീവിച്ചിരുന്ന കാരുണ്യത്തിന്റെയും ദീനദയാലുത്വത്തിന്റെയും പ്രതീകമായിരുന്ന വിശുദ്ധ ഫ്രാൻസീസ് അസീസിയുടെ നാമം സ്വീക രിച്ചതുവഴി ജീവിതലാളിത്യത്തിന്റെയും അനുകമ്പയുടെയും നയമാണ് തന്റേതെന്ന് അദ്ദേഹം സൂചിപ്പിക്കുകയായിരുന്നു.

ഹോർഗെ മാരിയൊ ബെർഗോളിയോ (Jorge Mario Bergolio) ഇതിന് എട്ടുവർഷം മുമ്പ് നടന്ന കോൺക്ലേവിൽ തെരഞ്ഞെടുപ്പു സാദ്ധ്യ തയുള്ള സ്ഥാനാർത്ഥിയായിരുന്നു. വിനയാന്വിതനായ വൈദികൻ, മികച്ച അദ്ധ്യാപകൻ, ബുദ്ധിമാനും ആദരിക്കപ്പെടുന്നവനുമായ കർദ്ദിനാൾ എന്നീ നിലകളിൽ സഭയുടെ ഉന്നതതലങ്ങളിൽ നേരത്തെതന്നെ അദ്ദേഹം ശ്രദ്ധിക്കപ്പെട്ടിരുന്നുവെന്നു വേണം കരുതാൻ. ഇതിനുമുമ്പുള്ള കോൺക്ലേവിൽ ബെനഡിക്ട് പതിനാറാമനു തൊട്ടുപിന്നിലായി വോട്ടു നേടിയപ്പോൾ തന്റെ വോട്ടുകൾ അദ്ദേഹത്തിനു പകർന്നു കൊടുക്കു വാൻ ബെർഗോളിയോ സന്നദ്ധത കാട്ടിയതായി വാർത്തകൾ വന്നിരുന്നു. സ്റ്റെലിനെക്കാൾ കൂടുതൽ വസ്തുതകൾക്കു പ്രാധാന്യം കൊടുത്തി

രുന്ന ബെർഗോളിയോ അർജന്റീനയുടെ പ്രത്യേകിച്ച് ബുവേനോസ് ആരിസ് നഗരത്തിന്റെ പ്രിയപ്പെട്ട കർദ്ദിനാളായിരുന്നു. സാധാരണക്കാരുടെ സന്തോഷത്തിലും ദുഃഖത്തിലും ഒരുപോലെ പങ്കാളിയാകാനും അദ്ദേഹത്തിനു സാധിച്ചിരുന്നു.

ബെർഗോളിയോ ഫ്രാൻസിസ് മാർപ്പാപ്പയാകുന്നതിനു മുമ്പ് രണ്ടു വർഷക്കാലം നീണ്ടുനിന്ന അഭിമുഖങ്ങളിൽ നിന്നു രൂപം കൊണ്ട *പോപ്പ് ഫ്രാൻസിസ് അദ്ദേഹത്തിന്റെ ജീവിതം അദ്ദേഹത്തിന്റെ തന്നെ വാക്കുകളിലൂടെ (Pope Francis His life in His own Words)* എന്ന ഗ്രന്ഥം ഈയിടെ പുറത്തുവന്നത് വായനയ്ക്കിടയിൽ അപൂർവ്വമായി മാത്രം ലഭിക്കുന്ന ഒരു സൗഭാഗ്യമായി കരുതട്ടെ. 'ഹോർഗെ ബെർഗോളിയോയുമായുള്ള സംവാദങ്ങൾ' (Conversations with Jorge Bergoglio) എന്ന ഒരു ശീർഷകം കൂടി ഈ ഗ്രന്ഥത്തിനു നല്കിയിട്ടുണ്ട്. അമേരിക്കയിലെ പെൻഗ്വിൻ പ്രസാധകരാണ് (Penguin Books, USA) ഇതിന്റെ ഇംഗ്ലീഷ് പരിഭാഷ പുറത്തുകൊണ്ടുവന്നിരിക്കുന്നത്. അവാർഡ് ജേതാവായ എഴുത്തുകാരനും പത്രപ്രവർത്തകനുമായ സെർജിയോ റൂബിനും (Sergio Rubin) പത്രപ്രവർത്തകനും സോഷ്യൽ സൈക്കോളജിസ്റ്റുമായ ഫ്രാൻസിസ്ക അംബ്രോഗെത്തിയും (Franceska Ambrogetti) ചേർന്നാണ് ബെർഗോളിയോയുമായി വർഷങ്ങൾ നീണ്ട അഭിമുഖം നടത്തി പുസ്തകരൂപത്തിലാക്കിയത്. ജോൺ പോൾ രണ്ടാമൻ മാർപ്പാപ്പയ്ക്കൊപ്പം യാത്രകൾ ചെയ്യുവാനും അദ്ദേഹത്തിന്റെ സംസ്കാരച്ചടങ്ങു റിപ്പോർട്ടു ചെയ്യുവാനും, ബെനഡിക്ട് പതിനാറാമൻ മാർപ്പാപ്പയുടെ തിരഞ്ഞെടുപ്പ് റിപ്പോർട്ടു ചെയ്യുവാനും റൂബിനു കഴിഞ്ഞതിന്റെ അനുഭവസമ്പത്തും ഇതിന്റെ പിന്നിലുണ്ടായിരുന്നു. പത്രപ്രവർത്തന പരിചയവും വത്തിക്കാൻ റേഡിയോയുടെ വിദേശവിഭാഗത്തിൽ ജോലി ചെയ്തിട്ടുള്ള അനുഭവവും അംബ്രോഗെത്തിക്കുണ്ട്.

ഫ്രാൻസിസ് മാർപ്പാപ്പയുടെ ബുവേനോസ് ആരിസിലെ കുട്ടിക്കാലവും അദ്ദേഹത്തിന്റെ കുടുംബാന്തരീക്ഷവും ആദ്യത്തെ ജോലിയും സെമിനാരിജീവിതത്തിന്റെ ആദ്യകാലങ്ങളും മാർപ്പാപ്പയായി വരുന്നതിനുമുമ്പുള്ള തിരക്കേറിയ ജീവിതവും ഈ ഗ്രന്ഥത്തിൽ വിവരിക്കപ്പെടുന്നു. സാഹിത്യത്തിൽ പ്രത്യേകിച്ചും ലാറ്റിനമേരിക്കൻ സാഹിത്യത്തിൽ, അദ്ദേഹത്തിനുണ്ടായിരുന്ന താല്പര്യങ്ങളെക്കുറിച്ചും അർജന്റീനിയൻ സാഹിത്യപ്രതിഭ ഹോർഗെ ലൂയി ബോർഹസുമായുണ്ടായിരുന്ന അടുപ്പത്തെക്കുറിച്ചുമെല്ലാം സമഗ്രമായി പ്രതിപാദിക്കുന്നു. ഗ്രീക്ക് കവി ഹോമറും സ്പാനിഷ് നോവലിസ്റ്റ് സെർവാന്റെയും ജർമ്മനിയിലെയും ഇറ്റലിയിലെയും പ്രശസ്തരായ കവികളും ബെർഗോളിയോയുടെ പ്രിയപ്പെട്ട എഴുത്തുകാരായിരുന്നു.

ഓർമ്മകളിലൂടെ തന്റെ ജീവിതാനുഭവങ്ങളുടെ ജാലകങ്ങൾ ഓരോന്നായി നമുക്കുവേണ്ടി തുറന്നുതരുന്നുവെന്ന പ്രത്യേകതയും ഈ ഗ്രന്ഥത്തിനുണ്ട്. അദ്ദേഹത്തിന് ആർക്കുമുമ്പിലും ഒന്നും മറച്ചുവയ്ക്കാനുമില്ല.

അതുകൊണ്ടുതന്നെ സത്യത്തിന്റെ മുഖത്തെ വികൃതമാക്കി അവതരി പ്പിക്കുവാനും അദ്ദേഹം ആഗ്രഹിക്കുന്നില്ല.

"നിങ്ങൾ നിങ്ങളുടെ കർത്താവായ ദൈവത്തെ പൂർണ്ണമനസ്സോടെ സ്നേഹിക്കുവാനും അവിടുത്തേക്കു സ്വയം സമർപ്പിക്കുവാനും തയ്യാറാ വുക. നിങ്ങളെപ്പോലെതന്നെ അയൽക്കാരെയും സ്നേഹിക്കുക" എന്ന *ബൈബിൾ* സന്ദേശം ഉൾക്കൊണ്ട് അതിലൂടെ മാനവരാശിയുടെ നില നില്പു ഭദ്രമാക്കുവാനാണ് കർദ്ദിനാൾ ബെർഗോളിയോ ഉപദേശിച്ചത്. സ്നേഹത്തിലൂടെ മനുഷ്യബന്ധങ്ങൾക്കു പുതിയ മാനം പകർന്നുകൊ ടുക്കാൻ കഴിയും. അതേസമയം കത്തോലിക്കാസഭ ഇന്നു നേരിടുന്ന സങ്കീർണ്ണമായ പ്രശ്നങ്ങൾക്കെതിരെ മുഖം തിരിക്കുവാനും അദ്ദേഹം തയ്യാറാവുന്നില്ല. ബുവോനോസ് ആരിസ് നഗരത്തിലെ സാധാരണ ക്കാർക്കിടയിൽ ബെർഗോളിയോ സ്നേഹത്തിന്റെ പ്രതീകമായി മാറിയ തിന്റെ പിന്നിലെ ജീവിതരീതിയും നമ്മെ അത്ഭുതപ്പെടുത്തുന്നു. അതേ സമയം സഭയുടെയും വിശ്വാസത്തിന്റെയും സ്വത്വത്തിനു തകർച്ചയുണ്ടാ ക്കുവാൻ കാരണമായേക്കാവുന്ന ഒന്നിനോടും പൊരുത്തപ്പെടുവാൻ കഴി യാത്ത വ്യക്തിത്വമാണദ്ദേഹത്തിനുണ്ടായിരുന്നത്.

കർദ്ദിനാളായിരിക്കുമ്പോഴും സാധാരണമനുഷ്യരിലൊരാളായി ട്രെയി നിലും ബസ്സിലും സഞ്ചരിക്കുവാൻ ബെർഗോളിയോ താല്പര്യപ്പെട്ടു. ഔദ്യോഗികവസതിപോലും ഉപേക്ഷിച്ചുകൊണ്ട് സാധാരണക്കാർക്കിട യിൽ ജീവിച്ച കർദ്ദിനാളിനെ അത്ഭുതത്തോടെയാണ് എല്ലാവരും ദർശി ച്ചത്. വ്യക്തികളിൽനിന്നുള്ള ഫോൺ സന്ദേശങ്ങൾ നേരിട്ടു സ്വീകരി ച്ചാണ് അവർക്കു മാർഗ്ഗനിർദ്ദേശങ്ങൾ കൊടുത്തിരുന്നത്.

2001 ൽ ബെർഗോളിയോയെ കർദ്ദിനാളായി ജോൺ പോൾ രണ്ടാ മൻ മാർപ്പാപ്പ ഉയർത്തിയ, റോമിലെ, ആ ചടങ്ങിൽ പങ്കെടുക്കുവാൻ ബുവേനോസ് ആരിസിലെ ധാരാളം വിശ്വാസികൾ തയ്യാറായിരിക്കുന്നു വെന്നറിഞ്ഞ ബെർഗോളിയോ അവരോട് അതിൽ നിന്നു വിട്ടുനിന്നു കൊണ്ട് അവർ ചെലവഴിക്കുവാൻ പോകുന്ന പണം പാവപ്പെട്ടവർക്കു കൊടുക്കുവാനാണ് ആഹ്വാനം ചെയ്തത്. ബുവേനോസ് ആരിസിലെ ചേരിപ്രദേശങ്ങളിലെ നിത്യസന്ദർശകനായിരുന്നു ബെർഗോളിയോ. അവ രോടൊത്തു സമയം ചെലവഴിക്കുന്നതിലൂടെ അനുകമ്പയുടെയും സ്നേഹത്തിന്റെയും പുതിയ ഒരു പ്രതീകമായി അദ്ദേഹം ഉയരുകയാ യിരുന്നു. "നിങ്ങളിൽ ഒരാളായിത്തീരുന്നതിലൂടെ ദൈവത്തിന്റെ കാരുണ്യം പങ്കുവയ്ക്കുവാൻ എനിക്കു കഴിയുന്നു."വെന്നും അദ്ദേഹം തുറന്നുപറഞ്ഞു. അവരുടെ ഹൃദയങ്ങളിൽ സ്ഥിരമായ ഇടം കണ്ടെത്തു വാൻ കഴിഞ്ഞ കർദ്ദിനാളിന്റെ രൂപം പാവപ്പെട്ട മനുഷ്യരുടെ ജീവിതയാ ഥാർത്ഥ്യങ്ങളോടു സമന്വയിക്കുകയായിരുന്നു.

രണ്ടായിരത്തിമൂന്നിൽ അർജന്റീനയിൽ അധികാരമേറ്റ നെസ്തർ കിർഷ്നെർ പാവങ്ങളെ മറന്നുള്ള നടപടികൾ സ്വീകരിച്ചപ്പോൾ ബെർഗോ ളിയോ സ്വന്തം നാടിന്റെ ദുരന്തനിയോഗം നെഞ്ചിലേറ്റി രാജ്യത്തെ സുര

ക്ഷിതമാക്കുവാൻ തയ്യാറാക്കണമെന്ന് ജനങ്ങളെ ആഹ്വാനം ചെയ്തു. ഒന്നും കാണുന്നില്ലെന്നു നടിച്ച് അന്ധരെപ്പോലെ പെരുമാരുതെന്നും അദ്ദേഹം അവരെ ഉപദേശിച്ചു. "ഏകാധിപതിക്ക് കവർന്നെടുത്ത പാദര ക്ഷകൾ ഇണങ്ങിച്ചേരുന്നുണ്ടെങ്കിൽ അയാളത് ധരിക്കട്ടെ" എന്ന വാക്കു കൾ കിർഷ്ണനെറെ ചൊടിപ്പിച്ചു. പിന്നീടിരുവരും നേരിൽ കാണുകപോ ലുമുണ്ടായില്ല. സമഗ്ര ഏകാധിപത്യത്തോട് ബെർഗോളിയോയ്ക്കുണ്ടാ യിരുന്ന അമർഷം സാധാരണക്കാരായ മനുഷ്യരുടെ ജീവിതത്തിൽ അതു വരുത്തുന്ന ദുരന്തങ്ങളിൽ നിന്ന് ഉയർന്നതായിരുന്നു.

ഒന്നാം ലോകയുദ്ധം യൂറോപ്പിലുണ്ടാക്കിയ ദുരന്തപൂർണ്ണമായ അവ സ്ഥയിൽ ജീവിതം ദുസ്സഹമായപ്പോഴാണ് ബെർഗോളിയോ കുടുംബ ത്തിന്റെ ചിലർ ഇറ്റലിയിൽ നിന്ന് അർജന്റീനയിലേക്ക് യാത്ര തിരിച്ചത്. 1929 ജനുവരിയിലെ പ്രഭാതത്തിലാണ് ഹോർഗെയുടെ പിതാവും അദ്ദേ ഹത്തിന്റെ മാതാപിതാക്കളും ബുവേനോസ് ആരിസിലേക്കു വന്നത്. 'പിതാമഹി റോസയും അവരുടെ കമ്പിളിക്കോട്ടും' എന്ന ആദ്യത്തെ അദ്ധ്യായത്തിൽത്തന്നെ ഇതിനെക്കുറിച്ചുള്ള വിവരണങ്ങളുണ്ട്. 1922 മുതൽ പിതാമഹന്റെ മൂന്നു സഹോദരന്മാർ അവിടെ താമസമുണ്ടായി രുന്നു. അവിടെ അവർ ഒരു നാലുനിലക്കെട്ടിടം ബെർഗോലിയോ പലാസ്സോ എന്ന പേരിൽ നിർമ്മിക്കുകയും ചെയ്തിരുന്നു.

നർമ്മത്തിൽ പൊതിഞ്ഞ നിരവധി ഉത്തരങ്ങൾ കർദ്ദിനാൾ ബെർഗോ ളിയോ അഭിമുഖത്തിലുടനീളം നല്കുന്നുണ്ട്.

"അങ്ങ് ഒരു നല്ല പാചകക്കാരനാണോ." എന്ന ചോദ്യത്തിന് "ഞാനുണ്ടാക്കിയ ഭക്ഷണം കഴിച്ച് ആരുമിതുവരെ മരിച്ചിട്ടില്ല." എന്ന മറുപടി ഇതിനുദാഹരണമാണ്.

വൈദികർക്കും വിവാഹം അനുവദിക്കാമോ എന്ന ചർച്ചയിൽ "വിവാ ഹത്തിനുശേഷം ഭാര്യ മാത്രമല്ല അമ്മായിയമ്മയും ഉണ്ടാകും" എന്ന അദ്ദേഹത്തിന്റെ പ്രസ്താവനയിൽ നാമറിയാതെ ചിരിച്ചുപോകും.

വിദ്യാഭ്യാസകാലത്ത് അവധിക്കാലം വരുമ്പോൾ പിതാവ് അദ്ദേ ഹത്തെ ജോലി ചെയ്യുവാൻ അയച്ചതിനെക്കുറിച്ച് പില്ക്കാലത്ത് വളരെ സന്തോഷത്തോടെ ഓർക്കുന്നുണ്ട് "എനിക്കെന്റെ പിതാവിന്റെ കാഴ്ച പ്പാടിൽ ഇപ്പോൾ അഭിമാനം തോന്നുന്നു. മറ്റു കുട്ടികൾ കളിയിൽ മുഴുകി നടക്കുമ്പോൾ അമർഷത്തോടെ പിതാവിനെ അനുസരിച്ചതിലൂടെ ജീവിത യാഥാർത്ഥ്യങ്ങളെ അടുത്തറിയുവാൻ കഴിഞ്ഞു." മനുഷ്യജീവിതത്തിന്റെ നന്മയും തിന്മയും വേദനയും സന്തോഷവും അനുഭവങ്ങളായി മുന്നിൽ നിരന്ന ഒരു കാലം കമ്യൂണിസ്റ്റ് അനുഭാവിയും പരാഗ്രെക്കാരിയുമായ എസ്തർ ബാലസ്ട്രിനൊസി കാരിയെഗായായിരുന്നു ജോലിസ്ഥലത്തെ മേധാവി. അവരെ ഏറെ ബഹുമാനിച്ചിരുന്നു അദ്ദേഹം.

ത്യാഗിയാകുമ്പോൾ മാത്രമേ ഒരാൾക്ക് കാര്യങ്ങളെ കൂടുതൽ വ്യക്ത മായി കാണുവാനും തിരിച്ചറിയുവാനും കഴിയൂ. അനുകമ്പയോടെയുള്ള പ്രവർത്തനങ്ങളിലൂടെയാണ് ദൈവത്തെ കാണുവാൻ കഴിയുന്നത്. ജനി

ച്ചുവീണ ഭൂമികയെയും അവിടത്തെ മനുഷ്യരെയും പ്രകൃതിയെയും മനസ്സു തുറന്നു സ്നേഹിക്കണമെന്നും അദ്ദേഹം പറയുന്നു.

സെമിനാരിയിൽ ചേരുംമുമ്പ് ഒരു ശസ്ത്രക്രിയയെത്തുടർന്ന് കഠി നവേദന അനുഭവിച്ചു കിടക്കുമ്പോൾ മാതാവിന്റെ മടിയിൽ തല വച്ചു കൊണ്ട് അദ്ദേഹം ചോദിക്കുന്നു. "പറയൂ എനിക്കെന്താണു സംഭവിക്കു ന്നത്?" ഇതിനെങ്ങനെ മറുപടി പറയണമെന്നവർക്കറിഞ്ഞുകൂടായിരുന്നു. നീ ക്രിസ്തുവിനെ അനുകരിക്കുകയാണ്" എന്ന മറുപടി കിട്ടിയപ്പോൾ ആശ്വാസമായി.

കുരിശിൽ തറയ്ക്കപ്പെട്ടു രക്തം പ്രവഹിച്ചു കിടക്കുന്ന യേശുവാണ് ക്രിസ്തീയ സഹനത്തിന്റെ ഏറ്റവും പ്രധാന മാതൃക. ചിത്രകാരനായ ഷഗലിന്റെ (Marc Chagall) വൈറ്റ് ക്രൂസിഫിക്കേഷൻ എന്ന വിഖ്യാത മായ പെയിന്റിങ്ങിനെക്കുറിച്ചദ്ദേഹം സൂചിപ്പിക്കുന്നു. ഷഗാൽ യഹൂദനാ യിരുന്നു. വേദനയെ വിശുദ്ധിക്കൊപ്പമാണ് അദ്ദേഹം ചിത്രീകരിച്ചത്. ബെർഗോളീയോയെ സംബന്ധിച്ചിടത്തോളം ഷഗാലിന്റെ ഏറ്റവും പ്രിയ പ്പെട്ട ഒരു പെയിന്റിങ്ങാണിത്. "സ്വന്തം മരണത്തെക്കുറിച്ചെപ്പോഴെങ്കിലും ചിന്തിച്ചിട്ടുണ്ടോ" എന്ന ചോദ്യത്തിന് "കുറച്ചു കാലമായി അത് എന്നോ ടൊപ്പം തന്നെയുണ്ട്" എന്ന മറുപടിയാണ് അദ്ദേഹം നല്കുന്നത്. "മരണം എന്നും എന്റെ ചിന്തകളിൽ നിറയുന്നുണ്ട്. പക്ഷേ, അതിനെ സാധാ രണ വരുന്ന ഒന്നായി മാത്രമേ എനിക്കു കാണുവാൻ കഴിയൂ. എനിക്കു ദുഃഖം തോന്നുന്നില്ല. അത് മറ്റുള്ളവരോട് സദാ ഞാൻ മികച്ച രീതിയിൽ പെരുമാറണമെന്ന് നിർദ്ദേശിക്കുന്നു."

വൈദികനാകാനുള്ള തീരുമാനത്തെക്കുറിച്ചുള്ള ചോദ്യത്തിനും വ്യക്തമായ മറുപടി കൊടുക്കുന്നുണ്ട്. പതിനേഴാമത്തെ വയസ്സിൽ സെപ്തംബർ 21-ന് മറ്റു കൂട്ടുകാരോടൊപ്പം പുറത്തുപോകുവാൻ തുട ങ്ങുകയായിരുന്നു. പാരിഷ് ദേവാലയം സന്ദർശിച്ചു പോകാമെന്നൊരു ഉൾപ്രേരണയുണ്ടായി. സാൻജോസ് ഡി ഫ്ളോറാസിലെ ദേവാലയത്തിൽ വച്ച് അതിനു മുമ്പൊരിക്കലും കാണാത്ത വൈദികനെ അദ്ദേഹം കണ്ടു. അദ്ദേഹം പറഞ്ഞുതന്നത് നിശ്ശബ്ദമായ ആദ്ധ്യാത്മികതയുടെ മികച്ച ഒരു സന്ദേശമായിരുന്നു. അദ്ദേഹത്തോടു കുമ്പസാരിക്കുകയും ചെയ്തു. ബെർഗോളിയോയുടെ വിശ്വാസത്തെ ഉണർത്തിയ ഒരു കുമ്പസാരമായി രുന്നു അത്. കൂട്ടുകാർക്കൊപ്പം റെയിൽവേ സ്റ്റേഷനിലേക്കുപോകാതെ തനിക്കൊരു വൈദികനാകണമെന്ന തീരുമാനമുണ്ടായത്.

"ആ കുമ്പസാരത്തിലൂടെ വിചിത്രമായ എന്തോ ഒന്ന് എന്നിൽ സംഭ വിക്കുകയായിരുന്നു. അത് എന്താണെന്ന് എനിക്കറിഞ്ഞുകൂടാ. പക്ഷേ, അതെന്റെ ജീവിതത്തെയാകെ മാറ്റിമറിച്ചു. ഈയൊരവസരം എനിക്കു വേണ്ടി കാത്തിരിക്കുകയായിരുന്നുവെന്നു തോന്നി. ദൈവം അതോടെ എന്നിലേക്കു കടന്നുവന്നെന്നെ സ്പർശിക്കുകയായിരുന്നു. നിങ്ങൾ അന്വേ ഷിക്കുന്നതിനു മുമ്പുതന്നെ ദൈവം നിങ്ങളെ കണ്ടെത്തും." അദ്ദേഹം പറയുന്നു. പക്ഷേ, വീണ്ടും കാലതാമസമുണ്ടായി. വിദ്യാഭ്യാസപൂർത്തീ

കരണവും ന്യൂട്രേഷൻ അനാലിസിസ് ലാബിലെ ജോലിയും തുടർന്നു കൊണ്ടേയിരുന്നു. തീരുമാനം ഉള്ളിൽത്തന്നെ ഒതുങ്ങിനിന്നു. നിഷ്ക്രി യമായ ഏകാന്തതയിൽനിന്ന് ക്രിയാത്മകമായ ഏകാന്തതയിലേക്കു കട ന്നുവരേണ്ടതായിട്ടുണ്ടായിരുന്നു. സെമിനാരിയിൽ പ്രവേശിക്കണമെന്ന ആഗ്രഹം ആദ്യം പിതാവിനോടു പറഞ്ഞപ്പോൾ അതിന്റെ ശരിയായ അർത്ഥത്തിലാണദ്ദേഹം എടുത്തത്. മാതാവിന് താല്പര്യമുണ്ടായിരു ന്നില്ല. ആകെ അസ്വസ്ഥയായിരുന്നു അവർ. പക്ഷേ, പിതാമഹിയുടെ തീരുമാനം ഇതിനോടു യോജിച്ച ഒന്നായിരുന്നു. "ദൈവം നിന്നെ അനു ഗ്രഹിച്ചിരിക്കുന്നു കുട്ടീ. പക്ഷേ, ഒന്നോർമ്മയിലിരിക്കട്ടെ, ഈ വീടിന്റെ വാതിലുകൾ എന്നും നിനക്കുവേണ്ടി തുറന്നുതന്നെയായിരിക്കും." പ്രശാ ന്തമായ ഒരു മരുത്തടാകമായി പുതിയ തീരുമാനം തന്നിൽ നിറയുകയാ യിരുന്നുവെന്ന് അദ്ദേഹം ഓർക്കുന്നു. ഈ സന്ദർഭത്തിൽ ലാറ്റിനമേരി ക്കൻ എഴുത്തുകാരൻ റിക്കാർദൊ ഗിരാൾദസിന്റെ ഡോൺ സെഗുൻദൊ സോം ബ്രയെക്കുറിച്ച് അദ്ദേഹം എടുത്തു പറയുന്നുണ്ട്. ചെറുപ്പകാലത്ത് അരുവിയായും യുവത്വത്തിൽ പ്രക്ഷുബ്ധമായ നദിയായും വാർദ്ധക്യ ത്തിൽ പ്രശാന്തമായ തടാകമായും രൂപാന്തരപ്പെടുന്ന അനുഭവം. ഇതി ലേക്കുള്ള കടന്നുവരവും അതിനുമുമ്പത്തെ തീരുമാനവും നിർണ്ണായക മായിരുന്നു. ബെർഗോളിയോയുടെ വാക്കുകളിൽ ദൈവസാന്നിദ്ധ്യത്തിന്റെ പ്രശാന്തതയുണ്ടായിരുന്നു. ലാറ്റിനമേരിക്കയിലെ ഏറ്റവും പ്രബുദ്ധരായ സ്ത്രീസമൂഹം പരാഗ്വയിലേതാണെന്നു സൂചിപ്പിക്കുമ്പോൾ പരാജയ ത്തെക്കുറിച്ചുള്ള അവരുടെ വീക്ഷണത്തെക്കുറിച്ചും അദ്ദേഹം ധന്യത യോടെയാണ് ഓർക്കുന്നത്. "എന്റെ രാജ്യം യുദ്ധത്തിൽ പരാജയപ്പെട്ടി രിക്കാം. പക്ഷേ, അത് അതിന്റെ ചരിത്രത്തെ ഒരിക്കലും നഷ്ടപ്പെടുത്താൻ തയ്യാറായിരുന്നില്ല."

ബെനഡിക്ട് പതിനാറാമൻ മാർപ്പാപ്പ ഒരിക്കൽ പറഞ്ഞത് അദ്ദേഹം വീണ്ടും ഓർമ്മിപ്പിക്കുന്നു. കത്തോലിക്കാ സഭ ഒരിക്കലും നിരോധനങ്ങ ളുടെ ഒരു കാറ്റലോഗായിരുന്നില്ല. ലിബറേഷൻ തിയോളജിയെക്കുറിച്ചും അദ്ദേഹം തന്റെ വ്യക്തമായ അഭിപ്രായം പ്രകടിപ്പിച്ചു. അതിനും നല്ലതും ചീത്തയുമായ വശങ്ങളുണ്ടെന്നും നല്ലവയെ സ്വീകരിക്കുകയാണു വേണ്ട തെന്നും അദ്ദേഹം പറഞ്ഞു. ജോൺപോൾ രണ്ടാമൻ മാർപ്പാപ്പ കർദ്ദി നാൾ റാറ്റ്സിങ്ങറെയാണ് ഇതിനെക്കുറിച്ചുപഠിക്കുവാൻ ചുമതലപ്പെടു ത്തിയത്. യാഥാർത്ഥ്യത്തെ മാർക്സിസ്റ്റ് വീക്ഷണത്തിൽക്കൂടി കാണുന്ന ഒരു ഭാഗവും ഇതിലുണ്ടായിരുന്നു. സഭയ്ക്ക് ഇക്കാര്യത്തിൽ ശരിക്കും വിശാലമായ ഒരു വീക്ഷണമാണുണ്ടായിരുന്നത്. ദൈവത്തിന്റെ വിശ്വാ സമുള്ള പലർക്കും വൈദികരിൽ വിശ്വാസമില്ലല്ലോ എന്ന ചോദ്യത്തി നുള്ള മറുപടി. "അത് ഒരുവിധത്തിൽ നല്ലതാണ്. പല വൈദികരും അവ രുടെ വിശ്വാസങ്ങളെ നീതീകരിക്കാത്തവരാണ്" എന്നായിരുന്നു.

അർജന്റീന നേരിട്ടുകൊണ്ടിരിക്കുന്ന പ്രതിസന്ധികളെക്കുറിച്ച് പറ യുമ്പോൾ യാഥാർത്ഥ്യങ്ങൾ മറച്ചുവയ്ക്കുവാൻ അദ്ദേഹം ആഗ്രഹിക്കു

നില്ല. തെറ്റായ സാമ്പത്തികനയങ്ങളും സൗഹാർദ്ദപരമായ അന്തരീക്ഷ മില്ലായ്മയും മനുഷ്യബന്ധങ്ങളെ ശോചനീയമാക്കിത്തീർക്കുന്നു. കഴിഞ്ഞ നൂറ്റാണ്ടിലെ സമഗ്ര ഏകാധിപത്യ (Totalitarian) സമീപനങ്ങ ളെക്കുറിച്ച് വളരെ ദുഃഖത്തോടെയാണദ്ദേഹം വിലയിരുത്തുന്നത്. ഫാസിസം, നാസിസം, കമ്മ്യൂണിസ്റ്റ് ഏകാധിപത്യം, ലിബറലിസം തുട ങ്ങിയവ തകർച്ചയിലേക്കാണു വഴിയൊരുക്കിയത്. മനുഷ്യനു യാതന യാകുന്നതിൽ അവയ്ക്കെല്ലാം പൊതുസ്വഭാവമായിരുന്നു. കാപ്പിറ്റലിസം പല രൂപത്തിൽ മനുഷ്യരിലെ ഐക്യത്തെ തകർത്തതിനെക്കുറിച്ച് ദുഃഖി തനാണു ബെർഗോളിയോ. സഭയ്ക്ക് മനുഷ്യർക്കിടയിൽ ഒരു കണ്ണിയായി വർത്തിക്കുവാൻ മാത്രമേ കഴിയൂ. ജൂതസമൂഹം നേരിട്ട കൂട്ടക്കൊലയ്ക്കു മുന്നിൽ ഒരു പരിധിവരെ നിസ്സഹായതയോടെ നില്ക്കുവാനേ സഭയ്ക്കു കഴിഞ്ഞുള്ളൂ. അതിന്റെ പേരിൽ സഭയ്ക്കു വലിയ ആരോപണങ്ങൾ നേരിടേണ്ടി വന്നു.

തന്നെക്കുറിച്ച് ഒന്നുമറിയാത്ത ഒരു സമൂഹത്തിനുമുന്നിൽ എങ്ങനെയാണറിയാൻ ആഗ്രഹിക്കുന്നത്? "ഞാൻ ഹോർഗെ ബെർഗോ ളിയോ, ഒരു വൈദികൻ, ഒരു വൈദികനായറിയപ്പെടാൻ ഞാനിഷ്ടപ്പെടു ന്നു. വൈദികപദവിയിലേക്കു വരുന്നതിനു മുമ്പ് ഒരു പെൺസുഹൃത്ത് ഉണ്ടായിരുന്നോ എന്ന ചോദ്യത്തിന് ഉണ്ടായിരുന്നു. ഞങ്ങളൊരുമിച്ച് നൃത്തം ചെയ്യാറുമുണ്ടായിരുന്നു. പക്ഷേ, വൈദികനാകുവാനുള്ള തീരു മാനമെടുത്തപ്പോൾ അതു ശരിക്കും ദൈവികമായ ഒരു വിളിയുടെ കേൾക്കലായിരുന്നു." എന്നു മറുപടി.

സാഹിത്യത്തെ ഏറെയിഷ്ടപ്പെട്ടിരുന്ന അദ്ദേഹം ഫ്രെഡറിക് ഹോൾഡർലീനിന്റെ (ജർമ്മൻഭാഷ) കവിതകളെക്കുറിച്ച് ആദരവോടെ യാണോർക്കുന്നത്. ഇറ്റാലിയൻ സാഹിത്യത്തിലെ അലക്സാണ്ഡ്രോ മാൻഡോണിയുടെ *ദി ബിട്രോത്ത്ഡും* ദാന്തെയുടെ *ഡിവൈൻ കോമ ഡിയും* ദസ്തെയെവ്സ്കിയുടെ നോവലുകളും ബോർഹസിന്റെ രചന കളും അദ്ദേഹം ഹൃദയത്തോടു ചേർത്തുവെച്ചു. പെറോണിന്റെ ഭരണ കാലത്തും പിന്നീടു പട്ടാളഭരണകാലത്തും ഉണ്ടായ അനുഭവങ്ങൾ ഒരി ക്കലും മറക്കാവുന്നവയല്ല. മക്കളെ നഷ്ടപ്പെട്ട മാതാക്കളുടെ വിലാപങ്ങൾ സഭയ്ക്കുമേലും വന്നു വീണുകൊണ്ടിരുന്നു. നിസ്സഹായതയെന്ന വാക്കിൽ ഒതുക്കാവുന്നതിലുമപ്പുറത്തായിരുന്നു യാഥാർത്ഥ്യത്തിന്റെ ഏറ്റവും ക്രൂരമായ മുഖം. "എന്റെ തോക്കിന് ഒരിക്കലും ഉന്നം പിഴയ്ക്കാ റില്ല" എന്നു പറയുന്ന ഭരണാധികാരിയുടെ കീഴിൽ ജീവിക്കേണ്ടിവന്ന ജനത, ക്ഷമിക്കുവാൻ കഴിയുകയെന്നതു ദൈവികമാണ്. സ്നേഹം നമ്മെ ദൈവത്തോട് അടുപ്പിക്കുന്നു. ക്ഷമയിലൂടെ നാം ദൈവത്തിന്റെ പ്രതിപു രുഷന്മാരായി മാറുന്നു.

സൈനികഭരണകൂടത്തിന്റെ കിരാതഭരണകാലത്തെക്കുറിച്ച് ബെർഗോളിയോ ഓർക്കുന്നത് അതീവ വേദനയോടെയാണ്. മക്കളെ നഷ്ട പ്പെട്ട മാതാക്കളുടെ വിലാപങ്ങൾ ശാപം പോലെ അവിടെ നിറഞ്ഞു നിന്നി

രുന്നു. പാവപ്പെട്ടവരുടെ ബിഷപ്പായി അറിയപ്പെട്ടിരുന്ന ലാറോജയിലെ മോൺസിഞ്ഞോർ എൻറിക്ക് ഏഞ്ചലെല്ലിയുടെ മരണത്തിനുശേഷം അദ്ദേഹം മൂന്നു തിയോളജി വിദ്യാർത്ഥികൾക്കഭയം കൊടുത്തിരുന്നു. അവരുടെ സുരക്ഷിതത്വത്തിനാണദ്ദേഹം പ്രാധാന്യം നല്കിയത്. ജസ്യൂറ്റ് സെമിനാരിയിലെ അന്തേവാസികളോട് ഒരു വല്ലാത്ത കടപ്പാട് അദ്ദേഹ ത്തിനുണ്ടായിരുന്നു. മറ്റുവൈദികർക്കു നേരെയും ആക്രമണമുണ്ടായ പ്പോൾ സഭയ്ക്ക് നിസ്സഹായമായ ഒരവസ്ഥ നേരിടേണ്ടതായി വന്നു. ഏതാനും കമ്യൂണിസ്റ്റുകളുടെ ജീവൻ രക്ഷിക്കാൻ അദ്ദേഹത്തിനു കഴി ഞ്ഞു. സ്നേഹവും അനുകമ്പയും നല്കുന്നതിൽ വേർപിരിവ് കല്പി ക്കാൻ ബോർഗോളിയോയ്ക്കു സാദ്ധ്യമല്ലായിരുന്നു.

കത്തോലിക്കാസഭയുടെ ഭാവിയെക്കുറിച്ചും ബെർഗോളിയോ മറു പടി തരുന്നുണ്ട്. സഭ രാജ്യങ്ങൾക്കിടയിൽ സമാധാനത്തിനും പൊരു ത്തത്തിനും വേണ്ടിയാണു ശ്രമിക്കേണ്ടത്. വിശ്വാസത്തിന്റെ വഴിയിൽ തടസ്സമുണ്ടാകുകയും അരുത്.

അർജന്റീനയുടെ ദേശീയ കാവ്യമായ *മാർട്ടിൻ ഫിയറോ (Martin Fierro)*യെക്കുറിച്ചുള്ള അദ്ദേഹത്തിന്റെ വിശകലനം ശരിക്കും സാഹി ത്യപരമായ പഠനംതന്നെയാണ്. അർജന്റീനയിൽ കവി ഹൊസെ ഹെർനാൻഡസ് (Jose Hernandoz) രചിച്ച കാവ്യം ഉദാത്തവും ലാറ്റിന മേരിക്കൻ സാഹിത്യത്തിലെ മഹാവിസ്മയവുമാണ്. പത്തൊൻപതാം നൂറ്റാണ്ടിന്റെ അന്ത്യത്തിൽ പുറത്തുവന്ന ഈ രചന പിന്നീടുള്ള കാല ങ്ങളിൽ അർജന്റീനിയൻ ജനത പുനഃസൃഷ്ടിച്ചുകൊണ്ടിരിക്കുകയാണെന്ന് ബെർഗോളിയോ വിശദീകരിക്കുന്നു. ലോകമാനവികതയുടെ പ്രതീകമായ ഇത് അർജന്റീനിയൻ ദേശീയ മഹാകാവ്യമായി മാറിയതിനെക്കുറിച്ചുള്ള വിശദമായ പഠനമാണിത്. ഇവിടെ രാഷ്ട്രം ഒരു പൊതുചരിത്രത്തിന്റെ തുടർച്ചയായിത്തീരുന്നതും നാം തിരിച്ചറിയുന്നു. ഇതു വായിക്കുന്ന ഓരോ പൗരനും ഭൂമിയോടൊപ്പം താഴ്ന്ന് വിനീതനാകുവാൻ കഴിയുമെന്ന് ബെർഗോളിയോ വാദിക്കുന്നു. പഴയ ഗുവാചു ഗോത്രവർഗ്ഗക്കാരുടെ ജീവി തവും പോരാട്ടവും പലായനങ്ങളുമൊക്കെ ഈ രചനയിൽ പ്രതിപാദി ക്കപ്പെടുന്നു.

ഹെർനാൻഡസിനെയും മാർട്ടിൻ ഫിയറൊയെയുംവിശകലനം ചെയ്യുന്നതിലൂടെ അദ്ദേഹം മാനവരാശിക്ക് പകർന്നു കിട്ടിയ ക്രിസ്തീയ ചൈതന്യത്തെക്കുറിച്ചു പറയുവാനാണ് ശരിക്കും ആഗ്രഹിക്കുന്നത്. *ബൈബിൾ* കഴിഞ്ഞാൽ അർജന്റീനിയൻ ജനത നെഞ്ചിലേറ്റുന്ന മഹാ ഗ്രന്ഥമാണിത്. ചരിത്രവും ഭാവിയെക്കുറിച്ചുള്ള വിഭാവനങ്ങളുമെല്ലാം ഇതി ലുണ്ട്. മാർട്ടിൻ ഫിയറൊ എന്ന ഗൗഷോ നമുക്കുവേണ്ടി പകർന്നുത രുന്ന ദേശീയതയുടെ സ്ഫുരണങ്ങളാണിതിൽ ഉള്ളത്. പാവപ്പെട്ടവന്റെ ഭാവിയെക്കുറിച്ചാണ് കവി തന്റെ ദർശനങ്ങൾ അവതരിപ്പിക്കുന്നത്. ലാറ്റി നമേരിക്കൻ സ്വത്വത്തെ നശിപ്പിച്ച അധിനിവേശശക്തികൾക്കുള്ള താക്കീതു കൂടിയാണീ കവിത. അസാധാരണവും ഉദാത്തവുമായ ഒരു

ലോകത്തെയാണീ കവിത അനാവരണം ചെയ്യുന്നത്.

ബെർഗോളിയോയുടെ ഓർമ്മകളടങ്ങിയ ഈ പുസ്തകം നാം നെഞ്ചിലേറ്റി സ്വീകരിക്കണം. സാധാരണക്കാരുടെ ജീവിതയാഥാർത്ഥ്യ ങ്ങൾ തൊട്ടറിഞ്ഞ ഒരു മനുഷ്യന്റെ ദർശനങ്ങൾ സ്വീകരിക്കുവാൻ ആർക്കാണു മടിയുണ്ടാവുക? ഈ സംവാദഗ്രന്ഥം അദ്ദേഹത്തിന്റെ ലളി തമായ ജീവിതത്തിന്റെയും അനുകമ്പയുടെയും സ്നേഹത്തിന്റെയും സാന്ത്വനസ്പർശം നമുക്ക് അനുഭവിച്ചുതരുന്നു.